TẠP CHÍ VIÊN GIÁC
SỐ 259 - 2/2024

Viên Giác

TẠP CHÍ CỦA NGƯỜI VIỆT VÀ PHẬT TỬ VIỆT NAM TẠI CỘNG HÒA LIÊN BANG ĐỨC

Zeitschrift der Vietnamesen und buddhistischen Vietnamesen in der Bundesrepublik Deutschland

CHỦ TRƯƠNG (HERAUSGEBER)
Congregation d. Vereinigten Vietn. Buddh. Kirche (gem.) e. V.
Karlsruher Str.6 - 30519
Hannover - Deutschland

QUẢN LÝ TÒA SOẠN
Thị Tâm Ngô Văn Phát

CHỦ NHIỆM SÁNG LẬP
Hòa Thượng Thích Như Điển

CHỦ BÚT
Nguyên Đạo

KỸ THUẬT
Nguyên Đạo – Quảng Hạnh Tuệ

BAN BIÊN TẬP & CỘNG TÁC VIÊN

* **Đức:** HT. Thích Như Điển - Tích Cốc Ngô Văn Phát - Nguyên Đạo – Từ Hùng Trần Phong Lưu - Dr. Trương Ngọc Thanh - Trần Đan Hà - Đỗ Trường - Lương Nguyên Hiền - Nguyễn Quý Đại - Nguyên Hạnh HTD – Hương Cau – Hoa Lan Thiện Giới - Thi Thi Hồng Ngọc – Phương Quỳnh - Dr. Văn Công Trâm - Tịnh Ý - Quỳnh Hoa – Trần Thế Thi – Hoàng Quân – Đại Nguyên Nguyễn Quý Đại.
* **Pháp:** Dr. Hoang Phong Nguyễn Đức Tiến.
* **Thụy Sĩ:** TT. Thích Như Tú - Trần Thị Nhật Hưng - Song Thư LTH – Lưu An Vũ Ngọc Ruẩn.
* **Bỉ:** Nguyên Trí Hồ Thanh Trước.
* **Ý:** Huỳnh Ngọc Nga - TS. Elena Pucillo Trương & Trương Văn Dân.
* **Hoa Kỳ:** Tuệ Nga – Họa Sĩ ViVi Võ Hùng Kiệt & Cát Đơn Sa – Diễm Châu – Lâm Minh Anh – thylanthao – Nguyễn Minh Nguyễn Minh Tiến – Dr. Bạch Xuân Phẻ.
* **Canada:** Dr. Thái Công Tụng – GS. Trần Gia Phụng – DVM Nguyễn Thượng Chánh.
* **Úc Châu:** TT. Thích Nguyên Tạng – Dr. Lâm Như Tạng – Quảng Trực Trần Viết Dung.
* Và chư Tôn đức Tăng Ni, Cư sĩ Phật tử cũng như văn, thi, họa sĩ… tán đồng chủ trương của Viên Giác.

CÙNG SỰ CỘNG TÁC CỦA (Mitwirkung von)
Hội Phật Tử VNTN tại Cộng Hòa Liên Bang Đức
Vereinigung der Buddhistische-Vietnamflüchtlinge i. d. BRD

TÒA SOẠN
Chùa/Pagode Viên Giác
Karlsruher Str. 6 - 30519 Hannover
Tel. 0511 - 87 96 30 . Fax : 0511 - 87 941 200
Website: https://www.viengiac.info
Email Chùa: todinh@viengiac.info
Email văn phòng: pagodevg2020@gmail.com
Email kỹ thuật: baoviengiac@yahoo.de
Email bài vở: chubut.viengiac@gmail.com

- Báo Viên Giác phát hành mỗi hai tháng vào những tháng chẵn.
- Báo Viên Giác nhằm bảo tồn và phát huy truyền thống Văn Hóa Phật Giáo và Dân Tộc Việt Nam ở hải ngoại, không có tính thương mại. Mọi hỷ cúng và ủng hộ để phụ giúp trang trải các chi phí ấn loát, điều hành, bưu phí… chúng tôi xin đón nhận và chân thành cảm tạ.
- Ủng hộ hiện kim cho báo Viên Giác, khi có yêu cầu chúng tôi sẽ gởi đến quý vị biên nhận để làm đơn xin quân bình thuế lương bổng, lợi tức hằng năm ở sở thuế.
- Nội dung bài viết hay quảng cáo thuê đăng trên báo Viên Giác không nhất thiết là quan điểm hay chủ trương của Ban Biên Tập. Các tác giả hay những cơ sở thuê đăng quảng cáo chịu trách nhiệm về nội dung hay bản quyền trích dẫn theo quy định tác quyền (copyright).

Trương mục ngân hàng:
Congr. d. Verein Vietn. Buddh. Kirche Abteilung i.d. Sparkasse
Hannover Konto Nr. 910 4030 66
BIC: SPKHDE2HXXX.   IBAN: DE40 2505 0180 0910 4030 66

MỤC LỤC số 259

3 Thư Tòa Soạn

• Phật Giáo & Đời Sống – Xuân Di Lặc
5 Đọc lại Lá Thư Ngày Tết của Cố HT Thích Tuệ Sỹ
6 Đức Di Lặc và Ý nghĩa sáu đứa bé (HT Thích Thanh Từ)
9 Đọc Kinh Kim Sắc Đồng Tử Nhân Duyên (Thích Như Điển)
16 Mừng Xuân nhớ Phật (Thích Phổ Huân)
19 Hương Xuân (Thích Nữ Hạnh Đoan)
21 TU không hành và TU có hành (Thị Tâm Ngô Văn Phát)
23 Về cây trà (Thái Công Tụng)
29 Hương Tràng - Công Chúa Huyền Trân… (Dương Kinh Thành)
34 Tân Niên Hòa Lạc (Lâm Minh Anh)
40 Rồng trong dân gian (Nguyễn Quý Đại)
44 Rồng Giáp Thìn (Hồ Thanh Trước)
47 Tết của người Việt (Chúc Thanh)

• Phật Giáo & Tuổi Trẻ
50 Nước trong chậu còn nhiều không con (Tịnh Ý giới thiệu) - Ist noch viel Wasser im Becken, mein Kind? [VN & DE]
52 Gia đình mình là con Phật (Thi Thi Hồng Ngọc)
54 Chiếc tủ lạnh - Ein Kühlschrank (Trần Thị Nhật Hưng) [VN & DE]
56 Mạch Xuân Tràn Dâng (Hoàng Quân)

• Truyện ngắn
58 Mèo con lạc lõng (Elena Pucillo Truong)
60 Tiệc cưới cuối năm (Diễm Châu Cát Đơn Sa)

• Tin Tức – Thông Báo
65 Trang Y HỌC & ĐỜI SỐNG (Bs. Văn Công Trâm phụ trách)
68 Tam Tạng Pháp Sư Thế kỷ 21 (Hoa Lan)
71 An Cư Kiết Đông 2023 (Thiện Nghiêm)
73 Hoằng Pháp tại Nhật Bản (Chúc Hiếu)
78 Thư Mời Khóa Tu Học Truyền Thống GĐPT VN tại Đức lần 28
79 Tin Sinh Hoạt Cộng Đồng (Đại Nguyên phụ trách)
81 Tin Việt Nam - Tin Thế Giới (Quảng Trực phụ trách)
86 Hộp Thư Viên Giác – Phương Danh Cúng Dường
92 Thư Kêu Gọi Xây Dựng Học Viện PG Viên Giác [VN & DE]

• Thơ
18 Mùa Xuân, Thơ Đạo Non Bồng… (Diệu Minh Tuệ Nga)
22 Xuân Không (Nguyễn Song Anh)
28 Thơ Trần Nhân Tông "Xuân Hiểu" (Thích Như Điển dịch)
39 Bảy Khúc Mùa Thu (Nguyễn Chí Trung)
46 Tìm Nụ Tầm Xuân (Tùy Anh)
52 Cảm kích (Thu Hoài)
70 Ly Biệt (Nguyễn Minh Hoàng)
83 Sang Mùa (Nguyễn Hoàn Nguyên)

77,86,87 • Phân Ưu, Cáo Phó

Bìa: Họa sĩ Đình Khải
Hình ảnh: Cát Đơn Sa, Lương Nguyên Hiền, Ostlaender
Ấn loát: Gutenberg Beuys Feindruckerei GmbH

* Vì số trang báo có giới hạn nên một số bài viết cũng như Phương danh Cúng dường… không thể đăng hết trong một kỳ. Chúng tôi sẽ lần lượt đăng trong các số báo tới. Xin quý vị thông cảm.

* Báo VG số tới có chủ đề Phật Đản PL.2568 và Kỷ niệm 30.04. Hạn chót nhận bài là 10.03.24. Kính tin đến các tác giả.

THƯ TÒA SOẠN

(Báo Viên Giác số 259/tháng 02.2024)

Kính gửi chư Tôn Đức Tăng Già nhị bộ,
Quý Đồng Hương Phật Tử cũng như không Phật Tử khắp nơi trên thế giới,
Kính bạch Quý Ngài,
Kính thưa Quý Vị,

Năm mới Dương Lịch 2024 đã về với nhân loại khắp nơi trên quả địa cầu này. Chúng tôi xin cầu nguyện Tam Bảo gia hộ cho Quý Ngài và Quý Vị luôn được sở nguyện tòng tâm và sở cầu như ý. Sau Tết Tây sẽ là Tết Ta năm Giáp Thìn. Năm nay ba ngày Tết nhằm vào cuối tuần; nên chắc chắn rằng chùa Viện nào cũng đông đúc Phật Tử về chùa lễ Phật đầu năm và cầu nguyện cho tự thân của mỗi người được an vui tốt đẹp trong cuộc sống hằng ngày. Đó là điều mà ai trong chúng ta cũng hằng mong đợi.

Một tin vui mà chúng tôi xin báo ngay đến Quý Vị là *Giấy phép Xây Cất Học Viện Phật Giáo Viên Giác* (Baugenehmigung der Viên Giác Institut) đã được Sở Xây Dựng Hannover chính thức cấp ngày 15 tháng 12 năm 2023 vừa qua. Kể từ khi đệ nhất Trụ Trì Thượng Toạ Thích Hạnh Tấn (2003-2008), Đệ nhị Trụ Trì Thượng Toạ Thích Hạnh Giới (2008-2017), Đệ tam Trụ Trì Đại Đức Thích Hạnh Bổn (2017-2022), Đệ tứ Trụ Trì Thượng Toạ Thích Hạnh Định(2022-NN) liên tục trong gần 20 năm như vậy chúng tôi đều có kế hoạch lên bản vẽ để mong dự án hình thành; nhưng mãi cho đến bây giờ mới là hiện thực (xem *Tâm Thư Kêu Gọi,* trang 92-95). Mục đích chính là xây một Học Viện PGVN tương ứng với tầm cỡ của Đại Học Phật Giáo với các phân khoa Phật học, Sanskrit , Pali, Tây Tạng, Việt ngữ (phụ giảng Anh và Đức ngữ) cho chư Tăng Ni và các Phật Tử tại gia muốn cầu học, nhằm tô bồi nền Giáo Dục và kế thừa truyền thống Văn Hoá của chúng ta ở xứ người, để tiếp tục sứ mệnh mà chư Phật và chư Tổ đã truyền thừa từ mấy ngàn năm nay.

Cơ sở của Học viện có tất cả 5 tầng. Mỗi tầng 1.000 m² gồm tầng hầm là tầng sinh hoạt cho Gia Đình Phật Tử. Tầng trệt là tầng sinh hoạt công cộng như Hội Trường rộng để diễn giảng văn hoá, văn nghệ, văn phòng, chỗ công cộng v..v… Tầng 1 & tầng 2 là những lớp học, thư viện, chỗ ở cho các vị Giáo Thọ sư v.v… Tầng cuối cùng gồm Thiền Đường và phòng tưởng niệm Hoà Thượng Khai Sơn Tổ Đình Viên Giác. Dự kiến phí tổn cho mỗi một mét vuông xây cất là 1.500,- Euro và số thành của 5.000m² xây dựng như vậy lên đến khoảng 7.500.000,- Euro. Vậy số tiền ấy làm sao có được? Một phần các đời Trụ Trì trước cũng có dành dụm lại được một ít. Phần lớn khác trông mong vào Quý Đạo Hữu Phật Tử xa gần đó đây hỗ trợ bằng cách cúng dường mỗi Gia Đình, mỗi hay nhiều cá nhân một hay nhiều mét vuông xây dựng (1.500,00 €/m²), bằng cách đóng góp một lần hay nhiều lần qua số Konto:

Người nhận: **Viên Giác Institut**
Nhà Bank: **Sparkasse Hannover**
Account Nr.: **910 570 655**
IBAN: **DE 90 2505 0180 0910 5706 55**
BIC(SWIFT-Code): **SPKHDE2HXXX**

Sau phần kêu gọi đóng góp này chúng tôi sẽ có nhiều kế hoạch khác như cúng dường Định Kỳ hằng tháng, cho mượn Hội Thiện không lời trong nhiều năm v.v…

Chúng tôi dự định vào lúc *10:00 sáng ngày 25 tháng 5 năm 2024,* nhân lễ Phật Đản 2568 tại Hannover, sẽ làm **Lễ Đặt Viên Đá Đầu Tiên Xây Dựng Học Viện Phật Giáo Viên Giác** này và thời gian hoàn thành sẽ phụ thuộc hoàn toàn vào sự cúng dường và cho mượn Hội Thiện không có lời của Quý Vị. Ngoài ra chùa cũng cần rất nhiều vị có tay nghề chuyên môn như: điện, Gas, nước, thợ hồ, thợ mộc v.v.. để dự án của chúng ta đỡ tốn nhiều về những khâu này. Sau khi khởi công hay trong quá trình thi công thì Kiến Trúc Sư của chùa sẽ trình bày chi tiết là ở công đoạn nào cần thợ chuyên môn nào. Kính mong Quý Vị hoan hỷ quan tâm việc này, xin xem thêm trên trang nhà Viên Giác hay Facebook để tỏ tường hơn. Đây là tin vui lớn nhất mà chúng tôi sẽ thông báo trong đêm Giao Thừa Tết Giáp Thìn. Năm Giáp Thìn cũng là năm Hoa Giáp (60) năm chúng tôi đã cát ái từ thân và xuất gia hành đạo cho đến bây giờ.

Tiếp tục là việc của Giáo Hội. Hòa Thượng Thích Tuệ Sỹ Chánh Thư Ký Viện Tăng Thống của GHPGVNTN đồng thời là Chủ Tịch của Hội Đồng Phiên Dịch Tam Tạng Lâm Thời mới viên tịch tại Việt Nam vào ngày 24 tháng 11 năm 2023 vừa qua. Ngài thượng thọ 79 tuổi và suốt cuộc đời Ngài đã để lại cho hậu thế không biết bao nhiêu công trình đáng để cho chúng ta học hỏi, tu tập qua việc phiên dịch và ấn hành Thanh Văn Tạng đợt 1 gồm 29 tập. Đây là một công trình kế thừa có một không hai của Phật Giáo Việt Nam từ trước đến nay. Thời gian trước khi viên tịch, Hòa Thượng đã nhiều lần qua hệ thống ZOOM hay trực tiếp tại chùa Phật Ân Đồng Nai hội họp với các Ban bộ để công cử Hội Đồng Giáo Phẩm Trung Ương của Viện Tăng Thống vào 28.12.2022.

Trước đó chúng tôi (Sa môn Thích Như Điển) đã được công cử làm Chánh Thư Ký của Hội Đồng Hoằng Pháp và Chánh Thư Ký Hội Đồng Phiên Dịch Tam Tạng Lâm Thời. Rồi những ngày cận kề trước khi về với chư Phật, dù cơ thể rất mỏi mệt nhưng Ngài cũng đã triệu tập cuộc họp của toàn Ban Phiên dịch & Chuyết văn trên thế giới qua hệ thống ZOOM vào 29.10.2023 để hướng dẫn và phân công cụ thể các Phật sự nhằm hoàn thành đợt 2 bộ Thanh Văn Tạng. Tuần lễ trước ngày thị tịch, Ngài cũng cho công bố các văn kiện do Ngài tự soạn thảo và ấn ký sẵn, ủy thác toàn Ban Phiên dịch, Chuyết văn tiếp tục con đường do Hội Đồng Giáo Phẩm Trung Ương Viện Tăng Thống GHPGVNTN thành lập nên Ban Phiên Dịch Đại Tạng Kinh từ năm 1973, và Ngài đã dày công tiếp nối để hình thành Thanh Văn Tạng đợt 1. Trong đó có những văn kiện về nhân sự sẽ được Viện Tăng Thống công bố thời gian sắp tới đây. Kể ra, đây là việc vô cùng trọng đại, không phải chỉ một cá nhân nào hoàn thành được. Chúng ta xin hiệp lực nguyện cầu và nương vào oai lực của Tam Bảo, sự gia trì của chư lịch đại Tổ Sư cũng như sự hợp lực của toàn thể Tăng Ni cùng Phật Tử khắp mọi nơi và mọi thời đại. Có vậy thì việc lớn ấy mới mong hoàn thành. Kính mong Quý Ngài và Quý Vị quan tâm cho.

Giờ xin thưa việc tiếp theo: Đạo Hữu Nguyên Trí Nguyễn Hòa, bút hiệu Phù Vân đã đảm nhận vai trò Chủ Bút, rồi Chủ Nhiệm báo Viên Giác trong suốt hơn 30 năm qua, nay thuận thế vô thường ra đi vào tháng 8 năm 2023 vừa rồi. Chúng tôi nghĩ rằng tờ báo Viên Giác đã đồng hành cùng Quý độc giả đúng 44 năm nay, không có lý do gì chúng ta ngưng ngay việc xuất bản. Nên chúng tôi đã đề nghị Đạo Hữu Nguyên Đạo Văn Công Tuấn tiếp tục vai trò Chủ Bút này. Khi Chủ Bút mới lên có vài thay đổi cho thích hợp. Nên nhân đây có vài việc chúng tôi xin giải thích để Quý Vị tường. Như lời Đức Đạt Lai Lạt Ma thứ 14 đã nói: "Time is changing, everything has to change"; có nghĩa là: "Thời gian thay đổi (thì) mọi việc sẽ (phải) đổi thay." Mọi việc trên thế gian này không có gì là không biến đổi, vì tất cả các pháp đều bất định, nên Nhất Xiển Đề cũng bất định. Điều này có nghĩa như trong Kinh Đại Bát Niết Bàn dạy là: "Nhất Xiển Đề cũng có khả năng thành Phật." Trong khi đó nhiều kinh điển khác thì nói rằng: "Nhất Xiển Đề và những người phạm tội ngũ nghịch không có khả năng thành Phật" (xin xem Kinh Đại Bát Niết Bàn quyển 2). Đó là lý do lá quốc kỳ Việt Nam Cộng Hoà hiện diện trên bìa Báo Viên Giác đã khá lâu; nhưng nay qua phần trang trí bìa báo mới được thay thế bằng lá cờ Phật Giáo Thế Giới; và hai chữ Tỵ Nạn không dùng nữa, mà được thay bằng từ chung cho mọi Phật tử khắp nơi là: *Tạp Chí của người Việt và Phật Tử Việt Nam tại CHLB Đức*. Xin thưa là thế hệ tỵ nạn cộng sản của chúng ta đã nhờ các chính phủ Âu, Mỹ, Úc cưu mang gần 50 năm nay, chúng ta hầu hết đã hội nhập vào xã hội này hoàn toàn rồi. Trong số tỵ nạn bây giờ đa số đã là dân Đức, Pháp, Úc, Mỹ…, và con cháu của Quý Vị hầu như tất cả đều mang quốc tịch Âu Mỹ chứ không còn đơn thuần là người Việt Nam nữa. Nếu chúng ta chỉ nói đến số người tỵ nạn chẳng lẽ chúng ta loại trừ phần lớn những người này hay sao? Đây là lý do trong tương lai chúng ta cũng có thể phải sửa lại Nội quy của Hội Phật Tử là: Hội Phật Tử người Đức gốc Việt Nam tại CHLB Đức. Đây chỉ là một đề nghị sẽ thay đổi thôi; nhưng lá cờ quốc gia Việt Nam Cộng Hoà xin ghi vào tâm khảm của những người Việt quốc gia của chúng ta. Nếu không có biểu tượng này, các quốc gia Âu Mỹ sẽ không cho chúng ta tỵ nạn cộng sản từ 50 năm nay. Bây giờ sử dụng là cờ Phật Giáo là lá cờ của 54 nước theo Đạo Phật, nó có tính cách rộng rãi hơn và lâu dài hơn; việc này nhằm xác định vai trò và vị trí của một tờ báo đạo. Tất cả những đổi mới cả về hình thức lẫn nội dung đều sẽ không ảnh hưởng gì đến quan điểm, lập trường của Báo Viên Giác trong suốt 45 năm nay và cả trong tương lai. Kính mong Quý bậc trưởng thượng và Quý độc giả của báo Viên Giác hoan hỷ cho việc này.

Lời cuối xin mời độc giả cùng chúng tôi đọc lời của nhà văn Thiện Xuân Nguyễn Minh Cần trong tác phẩm "Dưới cội Bồ Đề" dịch từ tiếng Nga ra Việt ngữ như sau: "Mất tiền là không mất gì hết cả; mất danh dự là mất một phần lớn của cuộc đời; và ai đó đánh mất niềm tin, kẻ ấy mới là kẻ mất hết tất cả." Trong tác phẩm ấy cũng có câu: "Hạnh phúc là những gì chúng ta đang có; chứ không phải những gì người ta đi tìm." Vậy chúng ta hãy sẵn sàng đón nhận những đổi thay và chấp nhận những gì chúng ta đang có là hạnh phúc tuyệt vời rồi.

Nam Mô Hoan Hỷ Tạng Bồ Tát Ma Ha Tát.

Ban Biên Tập báo Viên Giác.

ĐỌC LẠI LÁ THƯ NGÀY TẾT CỦA CỐ HT. THÍCH TUỆ SỸ

Chánh Thư Ký Viện Tăng Thống GHPGVNTN

Thời gian đến, thời gian đi. Thời gian nấu chín sinh vật. Thời gian hối thúc sinh loại. Thời gian thức tỉnh con người. Thời gian, một năm qua, trôi nhanh theo âm thanh cuồng nộ của những đợt sóng kinh hoàng từ bóng ma đại dịch, vang vọng tiếng kêu thống thiết từ những đoàn người xuôi ngược đào vong trên chính quê hương của mình.

Trong cảnh tượng ấy, trong cảnh giới hàn băng địa ngục giữa cõi nhân sinh ấy, nơi mà tình người, được lịch sử nhầm lẫn trao tay cho thế lực cuồng vọng tham lam, đã đóng băng thành mặt nước đại dương rập rình hiểm họa. Thế nhưng, trong thế giới địa ngục trần gian ấy, vẫn còn những tấm lòng nhân ái, giữ cho đốm lửa thiện căn từ giác tính uyên nguyên vẫn còn lấp lánh trong lịch sử tồn sinh của dân tộc.

Chúng đệ tử Phật góp nhặt công đức thiện hành và tùy hỷ thiện tâm của những tấm lòng nhân ái tương thân tương trợ trong cảnh khốn cùng bức bách, để kết thành một đóa hoa mai tỏa sáng sắc hương tâm từ vô lượng, dâng lên cúng dường đức Từ Tôn Vô Năng Thắng, trang nghiêm ngày Hội Long Hoa, cho một thế giới an lành tịnh lạc trong chu kỳ thành trụ hoại không vô tận của vô biên thế giới (...)

Chúng đệ tử Phật, đã cùng chung cộng nghiệp với dân tộc này, trong đất nước này, trong khoảnh khắc thời thiết nhân duyên đã chung đúc thành truyền thống thiêng liêng của dân tộc này, nguyện cùng đại khối dân tộc đồng hành trong ánh sáng của đức từ nhân ái, bao dung và tha thứ, dọn đường cho các thế hệ tiếp nối thăng tiến trong phẩm giá cao quý của con người.

Xin hãy khép lại quá khứ hận thù, nghi ky!

Xin hãy mở rộng tâm tình bao dung nhân ái!

Cầu nguyện tất cả con dân trong đại khối dân tộc, một năm mới, ngày đêm thường an lành; tất cả mọi thời đều an lành. Cầu nguyện đất nước thanh bình, nhân dân an lạc.

(Thư viết dịp Tết Tân Sửu 2022)

HT. Thích Thanh Từ

ĐỨC DI LẶC VÀ Ý NGHĨA SÁU ĐỨA BÉ

Mỗi mùa Xuân đến, mọi người đều in thiệp chúc Tết nhau. Trong nhà chùa nói chung, nhất là Phật giáo Bắc tông, hầu hết đều chúc nhau một mùa Xuân Di-lặc. Như vậy đức Phật Di-lặc có liên hệ gì đến mùa Xuân, mà chúng ta cầu chúc nhau như thế. Có nhiều người cho rằng ngày mồng một Tết là ngày vía đản sanh của đức Di-lặc. Tôi chưa biết đó là ngày đản sanh của Hóa thân nào, vào thời đại nào.

Bởi vì lịch sử của Bồ-tát ứng thân vô lượng, làm sao chúng ta căn cứ một bề, lấy đó làm tiêu chuẩn. Chúng tôi chỉ biết một điều thật là quan trọng trên danh nghĩa Di-lặc mà chúng ta thường tụng thường nguyện.

Khi chúng ta tụng: *Nam-mô Long Hoa giáo chủ đương lai hạ sanh Di-lặc Tôn Phật*, đó là thể theo lời huyền ký của đức Bổn sư Thích-ca Mâu-ni rằng, sau khi Bồ-tát Di-lặc sanh lên cung trời Đâu-suất mãn công hạnh, sẽ đến thế giới Ta-bà này thuyết giảng. Lúc tuổi thọ con người giảm tột cùng chỉ còn mười tuổi, rồi do nhờ phát tâm tu hành, gìn giữ Thập thiện, tuổi thọ tăng lên đến sáu mươi bốn ngàn tuổi, chừng đó đức Phật Di-lặc ra đời. Như vậy thời gian Ngài ra đời còn xa lắm. Tôi đã từng nói mỗi đức Phật ra đời không làm việc trùng lặp nhau. Bao giờ giáo lý của đức Phật Thích-ca Mâu-ni, danh từ Tam Bảo không còn được biết tới nữa thì đức Phật Di-lặc mới ra đời.

Đức Phật Thích-ca được gọi là Ta-bà giáo chủ, là vị Giáo chủ trong cõi Ta-bà này. Còn đức Phật Di-lặc sẽ thành đạo dưới cội Long Hoa, cho nên được gọi là Long Hoa giáo chủ. Tuy thời gian Ngài ra đời còn lâu xa, nhưng chúng ta tin rằng tương lai sẽ có Phật ra đời. Đức Phật ra đời, đó là một diễm phúc cho chúng sanh, là ngọn đuốc sáng cho nhân loại. Vì vậy khi nghĩ đến đức Phật ra đời, chúng ta cảm thấy cả một nguồn hạnh phúc an lành. Ngày mồng một Tết là ngày vía đức Phật Di-lặc, cũng là ngày hứa hẹn hạnh phúc cho chúng sanh. Hạnh phúc bằng cách giải thoát khổ đau, ra khỏi luân hồi, chớ không phải hạnh phúc trong ngũ dục tầm thường. Đầu năm Tăng Ni cùng Phật tử lễ vía đức Phật Di-lặc, Ngài là hình ảnh bên ngoài mà cũng là sự hứa hẹn ở nội tâm chúng ta. Nhớ đến đức Phật sẽ thành, chúng ta cũng nhớ luôn mai kia mình sẽ thành Phật. Vì vậy chúng ta không chỉ lạy đức Phật với lòng thành kính, mà còn cầu chúc cho nhau một mùa Xuân hứa hẹn sẽ thành Phật. Đó là ý nghĩa thâm sâu của ngày vía đức Phật Di-lặc.

Nguồn hình: Cty Gỗ Mỹ Nghệ Gotaco

Bây giờ chúng ta đi vào ý nghĩa hình tượng của Ngài. Chắc rằng chúng ta ai cũng từng thấy hình tượng đức Di-lặc ở các ngôi chùa. Có khi người ta thờ Ngài với vẻ mập mạp, cười toe toét; có chỗ khác cũng thờ hình tượng như vậy mà có sáu đứa nhỏ: đứa thì chọc ngón tay vô rún, đứa thì móc lỗ mũi, đứa thì móc miệng, đứa thì dùi lỗ tai v.v... mà Ngài cứ vui cười không phiền, không chướng ngại gì hết.

Tại sao như vậy? Hình ảnh đó nói lên cái gì? Điều này rất thiết yếu, chúng ta nên chú tâm như trong kinh Lăng Nghiêm, có đoạn mười phương chư Phật dị khẩu đồng âm tuyên bố cho ngài A-nan và đại chúng: *"Khiến ông phải luân hồi sanh tử, chính là sáu căn của ông, chớ không phải vật gì khác; khiến ông chóng chứng Vô thượng Bồ-đề, cũng chính là sáu căn của ông, chớ không phải vật gì khác."* Như vậy cội gốc sanh tử cũng là sáu căn của chúng ta: mắt, tai, mũi, lưỡi, thân, ý; cội gốc Bồ-đề Niết-bàn cũng là sáu căn của chúng ta. Như vậy con đường trở về giác ngộ hay con đường sanh tử luân hồi là một hay hai? Sanh tử luân hồi cũng đi con đường đó mà Bồ-đề Niết-bàn cũng đi con đường đó, có khác nhau. Người thì đi theo chiều thuận gọi là thuận lưu, người đi theo chiều nghịch, gọi là nghịch lưu. Đi theo chiều thuận là sanh tử luân hồi, đi theo chiều nghịch là giải thoát sanh tử. Như vậy thì không có hai đường. Ví dụ chúng ta về Sài Gòn, cũng đi trên đường Vũng Tàu - Sài Gòn. Sài

Gòn - Vũng Tàu cũng đi đường đó. Nhưng nói về Sài Gòn là đi trở về, nói đi Vũng Tàu là đi trở ngược ra. Chỉ khác một người đi trở ra, một người đi trở vô thôi. Khác nhau ở chỗ đó. Đường thì một mà hai người đi nghịch hoặc thuận chiều, kết quả sẽ có hai ngả khác nhau, và hai địa điểm khác nhau. Cũng như vậy, nếu sáu căn của chúng ta nếu ta thuận chiều với nó, đó là chúng ta đi trong luân hồi sanh tử. Chúng ta đi ngược chiều với nó là chúng ta trở về Niết-bàn, Bồ-đề, giải thoát v.v... Nếu sáu căn đi theo sáu trần gọi là thuận lưu, đi theo chiều luân hồi. Nếu sáu căn không chạy theo sáu trần, không nhiễm, không dính, không mắc, đó là người trở về Bồ-đề Niết-bàn không đâu xa lạ. Như vậy để thấy rõ con đường tu tuy có rất nhiều, nhưng sự tu căn bản chỉ đừng cho sáu căn chạy theo sáu trần bên ngoài. Đức Phật Di-lặc là một vị Phật sẽ thành ở ngày mai do Ngài tu hạnh gì? Chính hình ảnh đó là câu trả lời cụ thể nhất. Mỗi đứa bé soi lỗ tai móc lỗ mũi của Ngài mà Ngài vẫn cười không tỏ vẻ bực dọc, không tỏ vẻ chướng ngại buồn bã. Vì vậy Ngài sẽ thành Phật chắc chắn.

Còn chúng ta thì sao? Nếu ai móc lỗ tai mình thì không đánh cũng đá, không đập cũng la; móc lỗ mũi mình cũng thế... Như vậy đối sáu căn, có ai động tới thì chúng ta không chịu nổi. Chỗ không chịu nổi đó làm chướng ngại chúng ta. Sáu đứa bé gọi là lục tặc, tức là sáu đứa cướp phá phách. Nhưng thật tình chúng có phá mình hay không? Nếu bị móc lỗ tai mà mình không cảm thấy khó chịu lại thấy đã ngứa thêm thì không bị chướng ngại. Hiện tại hầu hết chúng ta đều bị chướng ngại bởi những lời nói bên ngoài. Nếu những lời chửi mắng gièm pha, nguyền rủa tới lỗ tai, mà mình coi như gió thổi lá dương cành liễu cho nó nương theo gió đi đâu thì đi, đừng vướng mắc tự nhiên mình an lành tự tại. Nếu thấy đó là lời nói thù hằn, mỉa mai sâu độc mà mình bực bội tức tối, ghi nhận nó vào với những tâm niệm hận thù, đen tối thì nó sẽ thành giặc cướp làm tan hoang của báu nhà mình. Tai nghe những tiếng khen chê hoặc là chửi bới đề cao v.v... mình cũng xem thường, vì tiếng nói không thật. Chính bản thân mình còn không thật, huống là tiếng nói bên ngoài. Tâm không động đó là mình đã thắng đứa bé móc lỗ tai rồi.

Khi con mắt thấy tất cả hình ảnh phía trước, có đẹp có xấu, dù hình ảnh nào mình cũng dửng dưng không lay động không dính mắc, như vậy bao nhiêu hình ảnh dàn trải tràn trề trước mắt, mình cũng vẫn an lành tự tại. Ngược lại khi thấy một hình ảnh, mình liền cho là đẹp là xấu, đẹp thì sợ mất, xấu thì sanh tâm bực tức, thế là hình ảnh nào cũng gây phiền não hết, không có hình ảnh nào là an vui tự tại. Sự thật những hình ảnh đó có phải là phiền não không? Phiền não là tự ai? Gốc tại mình. Nếu thấy nó mà không luyến ái, không ghét bỏ, thì nó vẫn là nó. Có lỗi lầm gì đâu! Lỗi lầm là chính lòng luyến ái, lòng sân hận của mình chớ không phải hình ảnh có lỗi lầm. Khi chứa chấp sân hận, chứa chấp luyến ái, thì của báu nhà mình bị cướp mất. Con mắt đem những hình ảnh vào để cướp mất của báu nhà mình, đó là cái chướng biểu trưng qua hình ảnh đứa bé móc mắt. Còn nếu ngược lại mình không mắc kẹt, hình ảnh là hình ảnh, mình vẫn an nhiên, thì đứa bé ấy có làm gì thì làm, mình vẫn an ổn.

Lỗ mũi cũng thế, ngửi mùi hôi mùi thơm đừng mắc kẹt, coi như khói như gió vừa qua mũi rồi mất, không có gì thật, thì có gì làm cho mình nhiễm, tự nhiên trong lòng được tự tại. Ngược lại, tại chúng ta si mê, cho nên mùi thơm đến thì thích, mùi hôi đến thì bực. Do đó tự mình đem giặc vào cướp của báu nhà mình, tự làm chướng ngại.

Như lưỡi chúng ta nếm những vị cay, đắng, mặn, ngọt; cái nào hợp thì thích, cái nào không hợp thì không thích. Vì vậy mà chúng ta chạy tìm kiếm, khổ từ năm này sang năm khác. Mỗi khi lên mâm cơm, thấy món gì mình cảm nghĩ là hợp với lưỡi của mình thì vui, món gì không hợp thì bực. Vui và bực đó làm mình phải chướng, rồi nói lời thô ác làm cho người chung quanh không vui. Vì lẽ đó chúng ta tập cho lưỡi mình đừng tham đắm vị. Tất cả cái ngon cái dở chẳng qua là tạm mà thôi, cốt sao cho mình được an ổn tu hành là quí. Như vậy chúng ta thắng được các thứ vị, tức là đã thắng đứa bé móc miệng rồi.

Tôi đã đơn cử các căn như mắt tai mũi lưỡi để thấy chúng ta tu là phải tu ngay tại sáu căn của mình, đó là các cơ quan hằng tiếp xúc với những hoàn cảnh thuận tiện làm cho mình ưa, những hoàn cảnh trái ngược làm cho mình giận. Tuy nói sáu căn chớ thật tình có năm căn quan trọng, tức là mắt tai mũi lưỡi thân, năm cửa đón tiếp bên ngoài. Mỗi khi năm căn tiếp xúc với năm trần thì ý theo đó phân biệt để thương ghét buồn giận. Vì vậy, ngay năm căn kia mà chúng ta đón nhận đúng pháp thì căn thứ sáu (ý căn) không còn trở ngại nữa. Khi sáu căn tiếp xúc với sáu trần mà chúng ta mắc kẹt, nhiễm theo thì gọi là sáu đứa cướp, bởi vì kho báu nhà mình bị chúng cướp đi. Cướp bằng cách nào? Ví dụ lỗ tai nghe tiếng rồi phân biệt tiếng khen tiếng chê, sanh buồn sanh mừng là bị mất của. Của đó giặc mang đi đường nào và lấy ở đâu? Nói suông thì khó biết. Cần phải biết của mình ở đâu và dấu vết giặc mang đi đường nào, mới có thể giữ của được.

Sự thật nó không mang đi đâu, đó chỉ là hình ảnh tượng trưng thôi. Nhưng chúng ta thường nghĩ khi có lấy tức là có mang đi, không ngờ nếu thật tình nó mang đi thì sau này dù có giữ cũng là giữ cái kho không còn của đâu mà giữ. Vì vậy phải biết rõ ràng là tuy nói nó cướp của mình, nhưng không cướp gì hết. Chỉ do năm căn tiếp xúc bên ngoài, rồi tâm mình xao xuyến hoặc buồn hoặc giận. Đó là những đám mây đen nổi dậy che lấp mặt trời trí tuệ của mình, gọi là đã cướp. Khi nào nghe những tiếng khen chê mà trong lòng không xao động, những đám mây đen không nổi dậy, thì mặt trời trí tuệ của chúng ta vẫn sáng rực, gọi là giữ được của báu.

Khi trí tuệ chúng ta hằng sáng tỏ, lúc đó gọi là giàu. Còn nếu phút giây nào trí tuệ bị mờ tối không còn phát hiện nữa gọi là mất của báu, ta nghèo đi. Cái nghèo đó là cái nghèo tạm thời, nhưng cũng có thể là nghèo muôn kiếp. Nếu giờ phút nào bị mây phiền não che khuất thì chúng ta mất trí tuệ, nhưng khi nào chúng ta dẹp tan những đám mây đó, thì mặt trời trí tuệ sáng trở lại gọi là nghèo tạm thời. Còn cứ nuôi dưỡng những đám mây đen, hết đám này tới đám khác, dù có mặt trời trí tuệ mà cả đời vẫn sống trong đen tối. Đời này đen tối, đời sau đen tối, cứ tiếp nối như thế mãi thì không bao giờ hết nghèo. Thế nên người biết tu và không biết tu khác nhau tại chỗ đó. Dù chúng ta cũng bị cướp của báu, cũng bị mây đen che lấp mặt trời trí tuệ, nhưng chúng ta tin rằng chỉ bị che trong một phút một giây, rồi sẽ sáng lại.

Vì vậy ý nghĩa Đương lai hạ sanh của đức Phật Di-lặc là một ý nghĩa hứa hẹn trong tâm chúng ta, chúng ta sẽ sáng ra ở ngày mai chớ không tối mãi. Đó phải là cái hứa hẹn thật sự chớ không phải hứa hẹn suông, hứa hẹn rỗng. Có người cũng hứa hẹn, nhưng hứa hẹn suông, nghĩa là cũng có hình thức người tu, đi chùa lễ Phật, nhưng cứ chất chứa bao nhiêu phiền não. Tai nghe tiếng, mũi ngửi mùi, cứ như thế mà dồn hết vào trong lòng. Lo kiếm những món ngon, lo chứa những mùi thơm, lo chứa những hình tướng đẹp v.v... cả ngày cứ xao xuyến lo buồn làm khuất đi mặt trời trí tuệ sáng ngời, cho nên phải chịu khổ đen tối. Còn người biết tu, khi trí tuệ bị che khuất thì hối hận, ăn năn cố làm cho tan đám mây mờ, và nguyện làm sao đừng để mặt trời trí tuệ bị che khuất phút giây nào hết. Đó là hứa hẹn thật, hứa hẹn của người biết tu, chớ không phải hứa hẹn suông.

Chính chỗ thiết yếu đó mà đức Phật Di-lặc được gọi là con người hạnh phúc, con người hạnh phúc thường mập mạp vui tươi. Cái mập mạp vui tươi đó là nhờ trong lòng không có những đám mây phiền não che lấp mặt trời trí tuệ, mà dù sáu đứa giặc có móc tai, móc mũi v.v... Ngài vẫn thấy như không. Còn chúng ta thấy chướng nên trán nhăn, mày cau, mắt đỏ, gương mặt đau khổ. Cái khổ đó chính vì mình không chịu nổi sáu đứa giặc phá phách nên tự nhiên sanh ra bực dọc, khó chịu. Nếu nó phá phách mà mình không thấy chướng, thì cái phá đó trở thành đùa vui với nhau. Chúng ta không ai chẳng có sáu đứa giặc, sáu đứa cướp đó nhưng nó thành giặc hay bạn là chính tại mình. Thế nên biết tu nơi sáu căn rồi tự nhiên được an lành tự tại. Dù chưa thành Phật, hiện đời ta cũng hạnh phúc tràn trề. Ngày nào tháng nào cũng đều là ngày tháng vui tươi, năm nào cũng là năm đẹp đẽ. Vì vậy mà chúng ta hay chúc nhau một mùa Xuân viên miễn.

Đó là mùa Xuân Di-lặc, mùa Xuân hạnh phúc, mùa Xuân mà trong lòng không phiền muộn lo âu. Còn lo âu, còn phiền muộn thì chưa phải là hạnh phúc. Cho nên nhớ đến đức Phật Di-lặc, nhớ đến sáu đứa bé móc tai, móc mũi của Ngài, chúng ta nên hằng giờ hằng phút kiểm điểm lại mình, thử xem giặc có cướp của mình hay không. Nếu chúng ta cứ nuôi dưỡng sáu đứa giặc khiến chúng luôn cướp của mình, thì dù có khao khát nguyện cầu thành Phật mấy đi nữa, quả Phật cũng còn xa lơ xa lắc. Trái lại nếu chúng ta ở mọi trường hợp, đi đứng nằm ngồi, tiếp duyên đối cảnh, đều sống đúng với tinh thần của đức Phật Di-lặc thì tôi tin rằng dù không cầu được an vui, tự nhiên cũng được an vui, không cầu thành Phật, tự nhiên cũng thành Phật.

Tóm lại chỗ tu thiết yếu là biết trở về mình, chính là đừng để cho sáu căn dẫn giặc vào, gọi là nghịch lưu. Nghịch lưu tức là trở về Tánh giác. Còn nếu luôn luôn bị sáu căn dẫn giặc về cướp mất của báu nhà mình gọi là thuận lưu, tức là thuận theo chiều sanh tử. Do đó, hôm nay nhân ngày vía đức Phật Di-lặc và cũng là ngày Tết Nguyên Đán, tôi cầu chúc cho tất cả quí vị Tăng Ni, cư sĩ nam nữ đều trở về nguồn giác của mình. Nguyện cầu cho tất cả quí vị kể từ ngày mồng một Tết này cho đến trọn năm và cho đến suốt đời đều luôn luôn là *"bối trần hiệp giác."* ∎

Trích từ *"Xuân Trong Cửa Thiền."*
NXB Thường Chiếu, 1998

ĐỌC KINH KIM SẮC ĐỒNG TỬ NHÂN DUYÊN

Thích Như Điển

Tôn giả An-Nan

Đại Chánh Tân Tu Đại Tạng Kinh tập thứ 14. Kinh văn số 550 gồm 12 quyển. Chữ Hán từ trang 865 đến trang 894, gồm tất cả 29 trang. Do Ngài Duy Tịnh dịch chung (từ chữ Phạn sang chữ Hán) với nhiều người vào đời nhà Tống. Linh Sơn Pháp Bảo Đại Tạng Kinh thuộc tập 57, Bộ Kinh Tập IV từ trang 557 đến trang 672, gồm 115 trang tiếng Việt. Do Hội Văn Hóa Giáo Dục Linh Sơn Đài Bắc xuất bản năm 2000. Không thấy đề tên người dịch ra Việt ngữ.

Trên 20 năm ròng rã, kể từ năm 2003 đến nay, khi tôi đã về ngôi Phương Trượng của Tổ Đình Viên Giác tại Hannover Đức Quốc, tôi đã dành đa phần cho việc đọc Đại Tạng Kinh cũng như trì tụng các Kinh văn từ tập số 1 cho đến tập thứ 57, và phần sau từ tập 187 đến tập 202 của Linh Sơn Pháp Bảo Đại Tạng Kinh, tôi thấy lợi lạc vô cùng vì mình có được nhân duyên ngập chìm trong biển Pháp qua lời Phật dạy và chư Tổ truyền thừa khắp Đông, Tây, Nam, Bắc rải rác đó đây trong hàng trăm ngàn trang sách và hàng triệu triệu chữ nhảy múa trước mắt, trong tâm suốt năm này qua tháng nọ. Quả là một phước báu và một nhân duyên hy hữu của riêng mình khi tiếp xúc được với nguồn mạch tinh khôi của Phật Pháp như vậy, nên hạnh phúc vô cùng.

Hôm nay trong mùa An Cư Kiết Hạ năm 2023 tôi đọc xong bản Kinh gồm 12 tập này, lòng thấy hân hoan, nên xin tóm tắt lại những điểm chính trong 12 quyển này để những vị nào không có nhiều thời gian thì có thể xem qua, để củng cố niềm tin của mình về nhân duyên với Phật Pháp và việc bố thí cúng dường chư Phật được lợi ích như thế nào. Nếu chỉ xem đề tài của Kinh, chúng ta ai cũng có thể hiểu rằng đây là một bản Kinh nói về nhân duyên của Đồng Tử có màu vàng, nhưng tại sao lại có màu vàng? Câu trả lời phải đọc qua hơn 115 trang tiếng Việt ấy mới thẩm thấu hết được giá trị của bài Kinh này.

Những nhân vật chính trong Kinh là: Tôn Giả A Nan, thương chủ Nhật Chiếu, Thiên Tử trên cõi trời Đao Lợi, vợ thương chủ Nhật Chiếu, nàng kỹ nữ Ca Thi Tôn Na Lợi, đại thần Dũng Lệ, Vua A Xà Thế, những người gái hầu và nhân vật chính là Kim Sắc Đồng Tử.

Câu chuyện được kể rằng: Có một vị Thiên Tử trên cõi trời Đao Lợi phước báo ở cõi trời sắp hết và muốn gá thai vào một nhà giàu có là thương chủ Nhật Chiếu ở thành Vương Xá xứ Ấn Độ. Hai Ông bà muộn con nên đã cầu đảo khắp nơi mà chưa có kết quả nào, nhưng rồi sau một thời gian cầu khẩn chí thành thì vợ của thương chủ cũng có tin vui báo cho chồng biết là mình đã mang Thánh thai. Khi nghe như vậy thương chủ Nhật Chiếu rất vui mừng và cho gia nhân sửa soạn áo quần, cơm gạo để làm phước bố thí cúng dường. Sau đó vợ của thương chủ sinh ra một Đồng Tử khôi ngô tuấn tú, đặc biệt là có áo vàng ròng tự nhiên che thân và nếu cởi lớp áo này ra thì tự nhiên có áo vàng khác thay vào; thân Đồng tử thơm như mùi Chiên Đàn; miệng của Đồng tử tỏa ra mùi hương của hoa Ưu Bát.

Khi Đồng Tử lớn lên tướng hảo trang nghiêm, ai ai cũng quý mến. Vào một ngày nọ, trong khi thương chủ Nhật Chiếu bận đi buôn bán ở xa, Đồng Tử Kim Sắc xin mẹ được xuất gia tu Phật, nhưng người Mẹ bảo rằng: Cha con không có ở nhà, Mẹ không thể tự quyết định việc này được nên con phải chờ Cha con về để xin phép vậy.

Trong thành Vương Xá có một nàng kỹ nữ sắc nước hương trời tên là Ca Thi Tôn Na Lợi. Cô này được Đại Thần Dũng Lệ của Vua A Xà Thế mến tài, mến sắc, say đắm dung nhan, ngày đêm quyến luyến không rời, nhưng khi Tôn Na Lợi gặp được Đồng Tử một lần đã đem lòng yêu mến khôn nguôi, nên đã tìm cách lẻn vào trong vườn nhà của Đồng Tử, mặc dầu Đồng Tử đã khép cửa lại rất kỹ càng. Đại Thần Dũng Lệ thấy nhiều ngày kỹ nữ Tôn Na Lợi không đến hầu cận nên sinh nghi. Khi biết rằng nàng đang say đắm Đồng Tử Kim Sắc và đã lén vào vườn nhà của thương chủ Nhật Chiếu, Đại Thần Dũng Lệ bực tức, cáu giận và đã cho gia nhân tùy tùng lục xét vườn nhà của Đồng Tử, nàng Tôn Na Lợi sợ quá chạy trốn và va vào bức tường thành, nằm ngất lịm ở đó, rồi bị rắn độc cắn vào chân tay, nên càng mê man hơn nữa, chẳng biết đâu mà lường. Khi nàng bị ngất xỉu như vậy, ai ai cũng nghĩ rằng nàng đã chết nên đem ra bãi tha ma để chuẩn bị thiêu nàng và truy hô rằng chính Đồng Tử Kim Sắc đã giết nàng. Đây chính là vấn đề mấu chốt của câu chuyện. Chuyện đến tại Vua A Xà Thế, vì Đại Thần Dũng Lệ là chỗ tin cậy của vua xưa nay, nên Đại Thần nói gì, nhà vua cũng tin theo như vậy. Trong khi đó, Đại Thần Dũng Lệ sai bốn tên đao phủ đến bắt Đồng Tử Kim Sắc và lấy lệnh vua kết tội rằng, Đồng Tử đã giết Tôn Na Lợi nên phải bị xử trảm tại rừng tha ma và sau đó sẽ được thiêu chung với nàng Tôn Na Lợi.

Vào lúc đó Mẹ của Đồng Tử được người Thầy báo tin là Đồng Tử sẽ bị xử trảm. Bà than lên rằng: Đây là đứa con yêu quý của tôi, trong đời khó có và ít gặp. Trong khi cha nó đi buôn bán ở xa chưa về thì nhà cửa bị nạn như vậy, biết làm sao đây? Đến một ngày nọ thương chủ Nhật Chiếu trở lại quê xưa và khi nghe hung tin về Đồng Tử như vậy, Ông như người dở sống dở chết, tìm đủ mọi cách để đi cứu con mình. Việc đầu tiên là Ông đến gặp Đại Thần Dũng Lệ, nhưng Đại Thần vẫn y án, vì nghĩ rằng chính Đồng Tử Kim Sắc đã giết nàng. Nhân dân trong thành Vương Xá cũng thương xót Đồng Tử, nên đề nghị rằng phải tâu lên vua A Xà Thế mới mong giảm được án oan này. Nhưng cuối cùng thì Đồng Tử vẫn bị bốn tay đao phủ dẫn ra bãi tha ma, trong tiếng kêu gào của dân chúng thành Vương Xá. Vợ chồng thương chủ Nhật Chiếu cũng như những người hầu đã trách rằng: "A Xà Thế là vị vua độc ác, đã giết cha để cướp ngôi vua; bây giờ nhận không biết bao nhiêu là của báu do gia đình thương chủ Nhật Chiếu dâng tặng mà chẳng đoái hoài đến mạng sống đứa con yêu quý của họ. Như vậy chánh pháp đã chìm mất đi đâu rồi chăng?."

Sau khi thương chủ Nhật Chiếu than khóc buồn rầu lo lắng như vậy, liền phát sinh trí sáng suốt nghĩ rằng: Nay ta có kêu gào cũng uổng công; ta từng nghe rằng Đức Thế Tôn có lòng thương bao la vi diệu, lại có sự cảm ứng, nếu như người nào đó trong cơn hoạn nạn chí thành tha thiết nhớ nghĩ đến Ngài, với thần lực của Ngài có thể giúp cho qua được khỏi nạn khổ. Ngay như việc Ương Quật muốn giết Mẹ để lấy ngón tay của mẹ mình mà Phật cũng biết, nên đã hiện ra cứu nạn và chính sau này Ương Quật đã xuất gia trở thành vị A La Hán, khiến cho Vua Ba Tư Nặc cũng không ngờ. Vậy thì nay con ta bị nạn như vậy ta cứ thành tâm cầu khẩn, Đức Phật sẽ chứng tri cho lòng thành của ta vậy. Thương chủ Nhật Chiếu hỏi một vị Ưu bà tắc rằng: Bây giờ thì Đức Phật đã vào Niết Bàn rồi, Ngài đã giao giáo pháp ấy cho ai? Vị Ưu bà tắc trả lời rằng: Đức Thế Tôn đã giao cho Ngài Ma Ha Ca Diếp, nhưng ở thời điểm này thì Ngài Ma Ha Ca Diếp cũng đã viên tịch và giáo pháp ấy Ngài Ca Diếp đã trao lại cho Ngài A Nan. A Nan đang giữ gìn tạng pháp ấy.

Thương chủ Nhật Chiếu chí thành niệm đến Ngài A Nan và Ngài A Nan đã dùng thiên nhãn thanh tịnh nhìn thấy Đồng Tử Kim Sắc ấy xưa đã trồng căn lành, nay nghiệp đã chín muồi, song bị nạn hiểm làm cho khổ não, trói buộc. Sau khi thấy được nguyên nhân rồi Ngài phân thân bay đến cung điện của Vua A Xà Thế và ẩn thân bên cánh cửa, đờn chỉ móng tay. Nhà vua đang vui chơi cùng thể nữ, nghe tiếng vang dội của Ngài A Nan nên bảo các người chung quanh rằng: Hãy mau thả Đồng Tử ra và ai chạy nhanh được đến rừng thây chết để báo tin này thì ta sẽ trọng thưởng.

Trong khi chờ xử trảm, Đồng Tử Kim Sắc cũng nhớ nghĩ đến những hạnh nguyện của các bậc Như Lai trong quá khứ đã thệ nguyện cứu vớt chúng sanh ở các đường địa ngục, ngạ quỷ, súc sanh và tự nhủ: *Ta trong giờ phút này, chưa gây ra tội giết người, nhưng bị quy vào tội này, chắc là do nhân đời trước đã làm gì đó nên ngày nay mới ra nông nỗi này, các bậc Như Lai chắc chắn hiểu rõ được nguyên nhân sâu xa ấy. Nếu Đức Thế Tôn đã vào Niết Bàn thì đã có Ngài Ma Ha Ca Diếp, nhưng nay Ngài Ca Diếp cũng đã viên tịch, nên ta phải dâng niệm chí thành này đến Ngài A Nan vậy.*

Khi Ngài A Nan rõ biết nguyên nhân đời này cũng như đời trước của Đồng Tử Kim Sắc, nên đã cùng với 500 vị A La Hán vận dụng thần lực, rồi bay vút lên không trung, đi về hướng rừng thây chết. Vua A Xà Thế thấy hiện tượng lạ ấy nên nghĩ rằng chắc Ngài A Nan và 500 vị A La Hán sẽ hiện điềm lành cũng như thuyết pháp, nên đã cho xa giá đến rừng bỏ thây chết.

Lúc này các vị quan điều khiển đao phủ có ý tức giận là tại sao chưa trói Đồng Tử Kim Sắc vào giá để xử trảm mà còn chần chờ gì nữa. Trong khi đó Đồng Tử Kim Sắc luôn thầm cầu nguyện đến Ngài A Nan và chính Ngài A Nan cũng an ủi chàng rằng: *Chính con là người đã tạo ra không biết bao nhiêu phước báu trong tiền kiếp. Ta sẽ dùng Pháp của các bậc có oai đức lớn đứng đầu trong hàng Thanh Văn nói ra, ta nay sẽ làm cho con được mãn nguyện, ta sẽ chấm dứt nỗi lo sợ chết và tất cả những nỗi lo trong kiếp luân hồi của con.* Khi nghe được lời giáo huấn ấy của Ngài A Nan, Đồng Tử Kim Sắc rất vui mừng như được sống lại, thân tâm an ổn lạ thường. Tôn giả A Nan dùng thần lực ngay trên giá chém, đặt một bánh xe như mặt trăng sáng, ánh sáng trong suốt, giữa vòng tròn lại hiện ra đài hoa sen xinh đẹp, rộng lớn. Do thần lực của Ngài A Nan, Đồng Tử tự nhiên đến ngồi kiết già trên đài sen ấy. Đồng Tử thấy trong hư không có vô số Thánh Hiền đồng cất tiếng "Lạ thay! Lạ thay!". Khi nghe lời giáo huấn của Ngài A Nan, Đồng Tử Kim Sắc dùng trí Kim Cang phá tan thân kiến, cao như nhiều ngọn núi và chứng quả Tu Đà Hoàn.

Lúc bấy giờ Vua A Xà Thế và đoàn tùy tùng cùng trăm ngàn đại thần đến, thấy nơi Đồng Tử có ánh sáng và các tướng đặc biệt hiện ra, ngồi trên đài sen, sáng như ánh trăng rằm giữa trời mùa thu trong suốt. Nhà vua rất ngạc nhiên và hướng đến Ngài A Nan, toàn thân phủ phục sát đất kính lễ khen ngợi và chính Vua A Xà Thế đã đến vòng sắt trói người kia, cởi trói cho Đồng Tử Kim Sắc, đưa hai tay tiếp đón Đồng Tử, tâm nhà vua hoan hỷ giống như vừa đón nhận được đứa con yêu quý vậy.

Khi được cứu rồi Đồng Tử Kim Sắc suy nghĩ rằng: *Nếu hôm nay ta đem sự thật lúc trước để báo cho vua nghe, hóa ra ta lại tạo nghiệp ác với Đại Thần Dũng Lệ và tự suy nghĩ tiếp rằng: Hãy tự xét kỹ về nghiệp của đời trước và chắc chắn ta đã tạo ra các nghiệp chẳng tốt, nay đã thành thục, mới có quả báo rõ ràng như thế này. Do vậy nghiệp nhân của đời trước không thể không có quả báo. Nay ta thật không có lỗi mà bị người khác muốn giết hại, nên khiến trừ bỏ đi, không so đo hơn thua nữa.*

Kế tiếp Ngài A Nan bảo Đồng Tử rằng: *Này Đồng Tử! Nàng Ca Thi Tôn Na Lợi trước bị rắn độc cắn vào chân, ông hãy dùng năng lực gia trì chân thật, làm cho mau được bình phục như cũ và cũng là điều làm cho đại chúng ở đây đều sẽ phát sinh lòng tin thanh tịnh.*

Khi Đồng Tử nghĩ đến năng lực gia trì chân thật xong, nọc độc trong thân của nàng Ca Thi Tôn Na Lợi đã được tiêu trừ và thân thể trở lại như cũ. Lúc bấy giờ Tôn Na Lợi tỉnh lại thấy chung quanh mình có cả Ngài A Nan và Thánh chúng cùng Vua A Xà Thế và trăm ngàn quyến thuộc vây quanh khiến đồng nữ hoang mang sợ sệt nghĩ rằng: Cảnh này ta đang nằm mộng mà thấy sao? Tâm ta bị mê loạn hay sao? Nghiệp mình làm nay đã đưa đến như vậy hay sao? Nhưng sau khi nghe Ngài A Nan giáo huấn, nàng đã rõ ngọn ngành nên chí tâm tin kính, trừ bỏ ân oán với Đại Thần Dũng Lệ và đến trước Ngài A Nan đảnh lễ, cầu mong rằng nếu sự suy nghĩ của nàng là chân thật thì thân người nữ của nàng hôm nay sẽ chuyển thành người nam. Khi nói lời ấy rồi với tâm chân thật và nhờ lực gia trì của Ngài A Nan, nàng đã chuyển thân gái thành thân nam. Ai ai cũng ngỡ ngàng và bảo rằng: *Nàng Tôn Na Lợi chỉ mang một tấm vải đem dâng cúng cho Ngài A Nan mà được lợi lạc như vậy. Đó là một hạnh nguyện cao cả và to lớn thay.*

Sau khi mãn nguyện qua sự cung kính thành tâm và sự gia trì của Ngài A Nan cùng Thánh Chúng, Đồng Tử Tôn Na Lợi phát nguyện xuất gia ở trong pháp thanh tịnh để thọ giới Tỳ kheo và đã được Ngài A Nan nhận lời. Tôn Giả A Nan truyền dạy pháp xuất gia cho đồng tử Tôn Na Lợi, dứt sạch các phiền não, chứng được quả vị A La Hán.

Trước đây thương chủ Nhật Chiếu và vợ lo âu sầu muộn bao nhiêu thì bây giờ ông bà thấy con của mình có đức tướng trang nghiêm ngồi cạnh bên Ngài A Nan, nên vô cùng vui mừng, đồng thời cũng kinh ngạc khi thấy con mình như ánh sáng của sao La Hầu. Thương chủ với tâm kính tín thâm sâu đến trước Ngài A Nan quỳ gối sát đất, chắp tay cung kính say sưa nhìn ngắm, lòng rất vui mừng và cung kính đảnh lễ Ngài A Nan. Sau đó Đồng Tử xin phép cha mẹ được xuất gia theo giáo pháp của chư Phật và được cha mẹ cũng như Ngài A Nan nhận lời. Với đầu tròn áo vuông làm thân tu sĩ, thọ giới Tỳ kheo, khi Đồng Tử cởi chiếc áo ra thì tự nhiên chiếc áo vàng khác lại được mặc vào và cứ như thế làm việc bố thí cho mọi người.

Kim Sắc Tỳ kheo dùng thần lực bay lên hư không đến thành Vương Xá, đi hết các nẻo đường và cứ liên tục cởi áo vàng đang mặc trên người ra, chất thành đống và kêu gọi người trong thành đến tùy ý lấy, theo nhu cầu của mỗi người. Mọi người vui mừng được áo tốt, nhưng cũng muốn biết là Tỳ kheo Kim Sắc do tu nhân gì mà được quả lành như vậy? Sau khi Tỳ kheo Kim Sắc giải thích cho hội chúng nghe về công đức của sự bố thí, làm cho họ phát sanh tâm tin kính. Sau khi thực hiện sự bố thí làm phước xong Tỳ kheo Kim Sắc dùng thần lực bay lên trên hư không trở về rừng bỏ thây chết hướng đến Ngài A Nan và chúng Tỳ kheo đảnh lễ dưới chân, rồi lui ngồi một bên.

Vua A Xà Thế khi biết được Đại Thần Dũng Lệ có tâm không đoan chánh muốn vu oan vụ giết hại Ca Thi Tôn Na Lợi cho Đồng Tử Kim Sắc, nên tỏ ra giận dữ và muốn mọi người truy đuổi, bắt sống để đánh đập trừng trị tội vu oan kia. Khi Đại Thần Dũng Lệ bị hành hạ máu chảy thịt tan, Ông liền nghĩ đến lòng từ bi của Ngài A Nan và mong Ngài A Nan cứu giúp. Ngài A Nan hiện thân và bảo mọi người hãy dừng tay. Khi mọi người vâng lời dừng tay, Vua A Xà Thế nhìn qua Ngài A Nan thưa rằng: Nếu Ngài thấy rằng Đại Thần Dũng Lệ có thể ở trong giáo pháp của Ngài được trọn đời làm Tỳ kheo cận sự thì ta sẽ cho thả hắn ra. Lúc bấy giờ Tôn Giả A Nan bảo Tỳ kheo Kim Sắc rằng: Ông hãy dùng lực gia trì chân thật làm cho mọi đau đớn trên thân thể của Đại Thần Dũng Lệ đều tiêu tan hết, trở lại nhẹ nhàng như trước. Bấy giờ Đại Thần Dũng Lệ mới phát tín tâm đến trước Ngài A Nan và bạch rằng: Con xin được xuất gia trong giáo pháp thanh tịnh của Tôn Giả, thọ giới Cụ túc, được tướng Tỳ kheo, ở chỗ Tôn Giả thệ nguyện tu phạm hạnh.

Ngài A Nan tuyên giới Tỳ kheo cho Đại Thần Dũng Lệ và chỉ trong chốc lát Đại Thần Dũng Lệ dứt sạch các phiền não, chứng quả A La Hán. Sau đó Ngài A Nan thuyết pháp cho đại chúng nghe và vợ chồng thương chủ cũng chứng ngộ được chân lý.

Sau khi Vua A xà Thế thấy được những công hạnh và thần lực của Tôn Giả A Nan, tín tâm của nhà vua càng dũng mãnh hơn nữa và nghĩ rằng: Mặc dầu Đức Thế Tôn đã nhập diệt, chánh pháp Ngài đã trao truyền lại cho Ngài Ma Ha Ca Diếp và bây giờ Ngài Ca Diếp đã viên tịch, nhưng chánh pháp ấy vẫn còn được Tôn Giả A Nan bảo hộ giữ gìn, đó cũng là do lòng thương bao la sinh ra của Đức Đại Bi Thế Tôn. Sau khi khen ngợi Tôn Giả A Nan xong, Vua A Xà Thế phát sinh tín tâm tối thượng, liền hướng về phía trước, toàn thân sát đất, đảnh lễ dưới chân Tôn Giả A Nan và bắt đầu thưa hỏi:

Bạch Ngài: Thương chủ Nhật Chiếu và vợ đã tu nhân gì ở đời trước mà được phước báu đặc biệt tốt đẹp như vậy? Được nhà cửa rộng lớn, giàu có, của cải dồi dào, ở trong pháp Phật được chứng ngộ chân lý?

Tỳ Kheo Ca Thi Tôn Na Lợi và Tỳ Kheo Dũng Lệ do tu nhân gì trong đời trước, mà đời nay được giàu có, tích chứa nhiều của báu, sinh trong dòng họ cao quý, được xuất gia tu đạo trong pháp Phật, đoạn các phiền não chứng quả A La Hán?

Tỳ Kheo Kim Sắc xưa tu nhân gì mà nay được phước báu đặc biệt tốt đẹp, sinh trong dòng họ cao quý, giàu có, lại được thân tướng trang nghiêm, có ánh sáng sắc vàng, thường tỏa chiếu, được mọi người thích ngắm nhìn, yêu mến, y phục tốt đẹp tự nhiên mặc lên thân… và chứng được quả A La Hán? Nguyện xin Tôn Giả giải thích cho con.

Đại Vương hãy lắng nghe: Trong đời quá khứ cách đây chín mươi mốt kiếp có Đức Phật ra đời hiệu là Tỳ Bà Thi gồm đủ mười Tôn hiệu: Như Lai, Ứng Cúng, Chánh Biến Tri, Minh Hạnh Túc, Thiện Thệ, Thế Gian Giải, Vô Thượng Sĩ, Điều Ngự Trượng Phu, Thiên Nhân Sư, Phật Thế Tôn. Đức Phật ấy trú ở thành Mãn Độ Ma Đế.

Trong thành có một thương chủ tên là Diệu Nhĩ giàu có chẳng khác gì Tỳ Thiên Vương và sau khi Ông ta lấy vợ, chẳng bao lâu người vợ mang thai; còn Ông thì đi sang xứ khác cùng với những thương nhân để tìm kiếm thêm và buôn bán những đồ vật quý giá khác, nhưng cuối cùng cũng chẳng gặt hái được gì nhiều mà còn bị cướp bóc nữa. Trong khi đó người vợ mang thai ở nhà sinh ra được một người con, nhưng da dẻ thô cứng, đen đúa dung mạo xấu xí, đủ tám tướng xấu. Thật là đáng chán ghét, thân miệng tỏa ra mùi hôi thối, bay tỏa lan xa, khiến cho mọi người gờm chán. Khi đồng tử vừa sinh ra thì có nạn hạn hán, cháy lớn, khiến cho nhà cửa tiêu tan, tài sản vật dụng không còn một thứ gì cả. Vợ của thương chủ Diệu Nhĩ bồng con đi trốn nạn. Bấy giờ nô tỳ cũng chẳng còn ai, chỉ còn một người nữ trung kiên quyết theo giúp đỡ cho vợ của thương chủ Diệu Nhĩ. Ngày này qua ngày nọ tìm đâu cũng không ra vật gì để lót bụng, nên người nữ tỳ đề nghị đi làm mướn cho người trong làng. Đồng tử càng ngày càng lớn mà sức lao động của một người không đủ, nên mẹ của Đồng Tử cũng tìm cách đi làm thêm để nuôi cả ba miệng ăn. Nhưng ác hại thay cơm vẫn không đủ ăn, áo vẫn không đủ mặc, thân thể dơ bẩn, đầy rận rệp hôi hám, làm người thấp hèn chịu khổ cực để đi làm thuê. Vì sao phước đức lại tan chảy nhanh như vậy. Sự giàu có chẳng bao lâu, nay các nghiệp báo khác nhau lại ập đến?

Vợ của thương chủ Diệu Nhĩ bây giờ gọi đứa con vào và bảo: Bây giờ con đã lớn hãy cùng mẹ đi xin ăn thôi, chứ trong nhà không còn gì cả, ngoại trừ cái bát để xin ăn. Nhưng oái oăm thay! Cái bát cũng bị đứa bé làm vỡ, đồng thời bị lũ trẻ quanh làng ghê tởm, vì hôi hám và ghẻ lở đầy mình. Khi người mẹ thấy con mình khổ nhọc như vậy cũng lấy làm thương, nhưng chẳng biết làm sao hơn. Con bà bị đánh đập thì bà ôm sát vào lòng và nhớ nghĩ đến những đứa con của Bà La Môn thì giàu sang, ăn mặc đẹp đẽ, còn con bà lại như vậy, nên rất tủi thân.

Trong khi đó thương chủ Diệu Nhĩ cũng thất bại khi đi xa và bây giờ muốn trở về nhà cũng không có gì mang về, thậm chí phải tìm cách xin bánh đậu xanh để lót dạ; người đi đường cho Ông 2 cái, nhưng Ông nghĩ rằng nên cất lại một bánh, rồi bẻ cái bánh kia ra chia cho đứa ở nhỏ cùng ăn. Thương chủ nghe bà con làng xóm cho biết bây giờ nhà cửa của ông không còn gì cả; Ông rất đau lòng khi gặp lại vợ con cùng người tớ gái và biết rằng nhà cửa bị thiêu hủy hết nên bây giờ tất cả đều sống nhờ vào việc xin ăn, nhưng vẫn không đủ. Khi trông thấy nhà cửa của cải, vợ con, tôi tớ như vậy, thương chủ Diệu Nhĩ liền nghĩ đến thân phận của mình trong hiện tại so với thời xưa, thật chẳng còn bút mực nào tả được nữa, Ông chợt nghĩ rằng:

Chỉ có Đức Phật Thế Tôn là cao quý hơn hết, không một pháp nhỏ nào mà không biết, không thấy, tất cả đều hiểu rõ. Chư Phật Thế Tôn, pháp là như thế, có đầy đủ các tướng tốt, hào quang sáng rõ như mặt trời chiếu khắp, lại như ngọc báu ma ni sáng sạch, giống như ngọc trong suốt không có tỳ vết, đầy đủ các đức tốt như hoa sen nở. Xưa kia Đức Phật đã xả thí tất cả từ đầu mắt, tay chân thực hành Bồ Tát hạnh để cứu độ chúng sanh, kể cả xe ngựa vợ con tôi tớ. Phật không bỏ sót một ai khi có lòng nhớ nghĩ đến Ngài. Lúc bấy giờ Đức Phật Tỳ Bà Thi quan sát trong thế gian thấy thương chủ Diệu Nhĩ khổ sở như vậy nên Ngài phát lòng thương lớn, đắp y mang bát đi vào thành Mãn Độ Ma lần lượt khất thực. Sau khi khất thực trong thành, Ngài cùng chúng Tăng an tọa và phóng ra ánh sáng quang minh chói lọi soi đến vườn nhà của Diệu Nhĩ, khiến cho tất cả phục hồi trở lại và còn đẹp hơn xưa. Lúc ấy thương chủ Diệu Nhĩ mới nghĩ rằng: Ta còn một cái bánh đậu xanh, nay muốn dâng cúng cho Đức Phật Tỳ Bà Thi, Như Lai, Ứng Cúng Chánh Đẳng Chánh Giác. Ông nói: Vì con nghèo hèn không có gì khác, kính mong Ngài nhận cho vật cúng thanh tịnh này để mong kết duyên đời sau được cứu giúp khỏi sự khốn khổ này.

Người vợ thương chủ cũng rất hoan hỷ cho việc cúng dường thanh tịnh của chồng mình. Sau khi cúng dường phẩm vật nhỏ kia, thương chủ Diệu Nhĩ lễ bái Đức Như Lai Tỳ Bà Thi. Nhờ thần lực của Phật, Diệu Nhĩ sức khỏe trở lại như xưa và mọi ước nguyện đều được viên mãn. Khi thương chủ trở lại căn nhà xưa, những thương nhơn trong thành cũng đã gom góp của cải vàng bạc để hỗ trợ cho Diệu Nhĩ một cách thanh tịnh trong sạch, Diệu Nhĩ quay lại bảo với vợ rằng: Bà thấy đó, nhờ vào sự phát tâm thanh tịnh mà hạt giống sạch về lòng ban cho này có thể phát sinh thêm mầm thiện. Người vợ Diệu Nhĩ cũng rất hoan hỷ và hướng về Đức Phật Tỳ Bà Thi để đảnh lễ.

Lúc bấy giờ Đồng tử xấu xí, con của thương chủ Diệu Nhĩ tìm lại vườn xưa và nghĩ rằng tại sao ta lại nghèo cùng xấu xí như vậy, chỉ có cái chết mới có thể giải quyết được mọi việc mà thôi. Nói đoạn, leo lên cây cao rồi buông mình xuống đất, khiến cho thân thể nát nhừ.

Khi ấy Đức Phật Tỳ Bà Thi dùng đạo nhãn để quan sát thấy thảm cảnh như vậy, nên phát lòng thương rộng lớn, dùng thần thông đến ngôi vườn ấy, đem ánh sáng của lòng yêu thương do trăm kiếp tích tập lại chiếu đến thân Đồng Tử xấu xí kia. Khi Đồng Tử được ánh sáng chiếu đến, mọi đau đớn về thân thể của Đồng Tử đều tiêu tan hết, đói khát cũng tiêu trừ. Tất cả được nhẹ nhàng an ổn. Khi thấy ánh quang minh chói lọi nơi kim thân của Đức Phật Tỳ Bà Thi, Đồng Tử phát lòng tin an vui chân thật, liền cởi tấm áo màu vàng đang mặc trên thân vừa đủ một thước đem dâng cho Đức Phật Tỳ Bà Thi và phát lòng tin cao tột đặt lên chỗ Phật và cầm một cành hoa Ca Lan Nị Ca cùng dâng cúng Phật. Nhờ năng lực của Đức Phật Tỳ Bà Thi mà tấm áo dâng lên đắp vừa vẹn thân của Phật và cành hoa được cúng kia hóa thành tán lọng lớn như bánh xe che ở trên Phật.

Nhờ sự cúng dường thanh tịnh như vậy, Đồng Tử lúc bấy giờ những tướng mạo xấu xí không còn nữa, trở thành những tướng đẹp đoan nghiêm. Lại có đồ trang sức như các Thiên Tử trên các cõi trời, vàng vòng xuyến nhẫn đeo khắp đầy mình. Sau đó Đức Phật Tỳ Bà Thi trở lại nơi đồng trống để ở.

Lúc đó thương chủ Diệu Nhĩ mới hỏi vợ rằng: Con của ta đâu rồi? Khi đến khu vườn nhà cũ, thấy Đồng Tử tướng mạo trang nghiêm, sáng sủa như một Thiên Tử và Ông ngạc nhiên thốt lên rằng: Người có phước đức đầy đủ mới sinh ra được một đứa con như thế này. Sau đó cha con nhìn nhau mừng mừng tủi tủi. Thương chủ vẫn nghi ngờ và bảo rằng: Con ta tướng mạo xấu xí, nhưng sao nay ngươi lại đẹp đẽ như vậy? Hỏi xong mới suy nghĩ lại rằng: Chính Đức Thế Tôn Tỳ Bà Thi có đầy đủ phước báu đã hóa hiện ra, nên mới được như vậy và Ông quyết tâm cung thỉnh Đức Như Lai Tỳ Bà Thi cùng Thánh Chúng đến nhà Ông để dùng bữa cúng dường thanh tịnh. Đức Phật đã nhận lời bằng cách yên lặng.

Khi vị Ưu bà tắc là người giữ ruộng nghe công đức của chư Phật bất khả tư nghì như vậy bèn nghĩ rằng: Thương chủ Diệu Nhĩ chỉ đem một cái bánh đậu xanh cúng dường cho Đức Phật Tỳ Bà Thi, là gieo trồng ruộng cúng dường trong sáng cao tột. Trong khoảng sát na thương chủ đã xa lìa được sự nghèo khổ. Nhờ thần lực của Phật, dầu cho đem một vật thật nhỏ, nhưng với tâm thanh tịnh cúng dường mà nguyện lực đã được thành tựu. Do nhân duyên cao đẹp như vậy, nên được châu báu như ý. Khi người giữ ruộng tán thán ca ngợi Đức Phật Tỳ Bà Thi như thế rồi, Ngài đã dùng thần lực hiện ra trước mặt người ấy. Người làm ruộng sinh tâm cung kính và mang thức ăn trong sạch dâng cúng vào bình bát của Đức Phật Tỳ Bà Thi, rồi đảnh lễ dưới chân Phật và đã được Phật thọ ký cho. Nhà vua đương thời thấy công đức của người giữ ruộng như vậy, nên bảo rằng hãy cùng ta đi về cung và ta sẽ cho nhà ngươi một nửa ngôi vua. Người làm ruộng thưa: Đó không phải là chí nguyện của thần mong muốn, mà việc mong muốn của thần là được xuất gia học đạo, tu phạm hạnh trong sạch.

Bấy giờ Tôn giả An Nan mới bảo với Vua A Xà Thế rằng:

Nhà vua có tướng tốt đẹp kia đang ở trong giáo pháp của Đức Phật Tỳ Bà Thi đâu phải người nào khác. Đó chính là Tỳ kheo Kim Sắc. Nhà vua ấy khi xưa gặp Phật Tỳ Bà Thi Như Lai, bởi nghèo khổ nên cởi tấm áo nhỏ trên thân, đem cúng dường Phật, cúng dường rồi phát lời thệ nguyện lớn. Sau khi phát nguyện xong, do nghiệp thiện ấy mà khi sinh ra trời mưa xuống các hoa tốt đẹp, cho đến ngày nay cũng còn đầy đủ phước đức lớn, thân có áo tốt đẹp, cởi ra rồi, liền có trở lại, đầy đủ các tướng tốt trang nghiêm như thế.

Thương chủ Diệu Nhĩ lúc xưa, chính là thương chủ Nhật Chiếu bây giờ. Vợ của thương chủ Diệu Nhĩ ngày xưa cũng chính là vợ của thương chủ Nhật Chiếu bây giờ. Người nữ giúp việc xưa kia ấy chính là Kỹ nữ Ca Thi Tôn Na Lợi bây giờ. Người gia đồng khi ấy chính là Đại Thần Dũng Lệ ngày nay.

Vua A Xà Thế nghe vậy rất hoan hỷ và còn hỏi thêm Ngài A Nan rằng:

Thưa Tôn Giả! Tỳ Kheo Kim Sắc kia tại sao vì nghiệp gì mà vốn không có tội lỗi, lại bị người ta vu oan, gán cho tội lỗi ô nhiễm, phải bị treo vào cái giá bằng sắt, sắp bỏ mạng? Lại tạo duyên thiện gì mà được xuất gia chứng được quả A La Hán?

Ngài A Nan trả lời rằng: Ở một thuở quá khứ xa xưa có Đức Phật Diệu Nguyệt ra đời, trong nước ấy có một chùa Tăng và trong chúng Tăng có một vị Tỳ kheo thuyết pháp giỏi, nên được các Bà La Môn, Trưởng giả ở trong thành đến nghe pháp và cúng dường rất hậu hỷ. Sau đó có Tỳ kheo tên là Vô Thắng đến ở chùa này và đặc biệt thuyết pháp còn hay hơn vị Tỳ kheo kia nữa và lời giảng của vị Tỳ kheo Vô Thắng này khi giảng pháp gồm đầu, giữa và cuối giọng nói khéo, ý nghĩa sâu xa, tướng phạm hạnh hoàn toàn trong sạch. Trong khi mọi người cung cấp đầy đủ việc cúng dường cho Tỳ kheo Vô Thắng, thì ngưng cung cấp cho vị Tỳ kheo kia.

Vị Tỳ kheo này mới nghĩ rằng mình bây giờ bị đối xử tệ bạc, nếu để Tỳ Kheo Vô Thắng này ở mãi đây thì ta sẽ không còn ảnh hưởng trong quần chúng và không còn được nhận sự cúng dường nữa, nên mới tìm cách bôi nhọ Tỳ kheo Vô Thắng bằng cách là đi nhờ một người nữ Bà La Môn, bày cho cô ta đi lại giả vờ có nhân duyên hai người yêu thương nhau, để vu khống Tỳ kheo Vô Thắng. Vào một ngày nọ người nữ Bà La Môn kia bỗng dưng xông vào phòng chúng Tăng đang hội họp và vu oan cho Tỳ kheo Vô Thắng đã phạm tội quấy rối nữ nhân.

Khi nghe việc này Tỳ kheo Vô Thắng mới nghĩ rằng: Ta với Thầy ấy không có sơ hở lỗi lầm gì, mà tại sao Thầy ấy lại sanh tâm ganh tị vu oan như vậy?

Khi nghe như thế Tỳ kheo thuyết pháp kia càng sân giận, càng nói ra những lời xấu ác quở trách: "Ông có tội này, sau sẽ thọ lấy sự đau khổ, bị trói vào giá sắt."

Nghe nói như vậy Tỳ kheo Vô Thắng tự suy nghĩ rằng: "Việc làm như vậy là phá hoại pháp tu hành." Nghĩ vậy rồi liền thu dọn y bát dụng cụ rời khỏi chùa, đi đến một gốc cây trú nghỉ.

Tỳ Kheo Vô Thắng dẫu cho có được năn nỉ bởi các Tỳ kheo khác, nhưng không chịu về lại chùa. Trong khi đó Tỳ kheo thuyết pháp kia tự thấy mình có lỗi nên đến trước Tỳ kheo Vô Thắng xin sám hối và tự quở trách mình thậm tệ. Các Bà La Môn, Trưởng giả đều thấy Tỳ kheo thuyết pháp đến quỳ trước Tỳ kheo Vô Thắng sám hối như thế này: "Bạch Tôn giả, nay tôi biết lỗi, nguyện xin Tôn giả tha thứ cho. Tôi như đứa trẻ, như người ngu si, không hiểu biết, vì tham lam những đồ vật cúng dường, nên đã tạo nghiệp bất thiện, đem việc không thực mà nói lời bất thiện để chê bai Tôn giả, tội lỗi rất nặng. Tội lỗi rất nặng! Nguyện xin Tôn giả thương xót tha thứ cho."

Tỳ kheo Vô Thắng đáp: "Này Đại Đức! Tôi đã tha thứ cho Ông rồi. Nay tôi chỉ vì nhàm chán chỗ ồn ào, nên trú ở bên gốc cây, ngồi kiết già, thân ngay thẳng, nhớ nghĩ chân chánh, tu hạnh tịch tĩnh." Sau khi suy nghĩ chín chắn thanh tịnh, nhàm chán thế gian, Tỳ Kheo Vô Thắng bay lên không trung như ngỗng chúa, trắng tinh trong sạch. Tất cả đại chúng đều nhìn theo, kính phục phát sinh lòng tin cao cả trong sáng. Ở trên hư không Tỳ Kheo Vô Thắng hiện đủ thần thông biến hóa.

Khi đó Tỳ kheo thuyết pháp hối hận, ngã quỵ dưới đất và tự trách mình tại sao lại đối xử với bậc Thánh như vậy. Lúc đó Đức Phật Diệu Nguyệt Như Lai cảm thấy xót thương Tỳ kheo thuyết pháp ấy, nên lấy tay xoa đầu an ủi để khỏi phải thổ huyết. Tỳ Kheo thuyết pháp cảm thấy an ổn. liền đứng dậy trước Phật hết lòng cầu xin sám hối. Sau khi chỉ dạy cho bốn chúng rồi, Đức Phật Diệu Nguyệt trở về lại chỗ ở của mình.

Ngài A Nan lúc ấy bảo với vua A Xà Thế rằng: Tỳ kheo thuyết pháp ấy đâu phải người nào lạ; nay chính là Tỳ kheo Kim Sắc, xưa kia đối với Tỳ kheo Vô Thắng là một vị Thánh Tăng, mà đã phát ra lời nói ác, lừa dối, chê bai và do nghiệp báo ấy nên 500 đời bị đọa vào những địa ngục lớn, trong mỗi địa ngục chịu đủ các thứ khổ đau. Có lúc làm ngạ quỷ, có lúc làm súc sanh. Khi các quả báo hết, sinh vào loài người, trong mỗi kiếp phải chịu tội lỗi, bị người vu khống ghép cho tội nhiễm duyên, bị treo trên giá chém, chịu lấy khổ rất đau đớn; cho đến đời này quả báo nghiệp ác mới dứt. Cuối cùng là bị Đại Thần Dũng Lệ vu oan tội giết người, bị trói trên giá chém, ta dùng thần lực cứu độ làm cho thoát khổ.

Người này trong thời Đức Diệu Nguyệt Như Lai nhờ phước lành, nên được xuất gia và nhờ đó trong đời này được xuất gia thanh tịnh, dứt các phiền não, nên đã chứng được quả A La Hán. Khi Ngài A Nan thuyết xong bài pháp này có nhiều người đã chứng được nhiều quả vị khác nhau trong tứ quả.

Sau việc này thương chủ Nhật Chiếu quỳ xuống thưa thỉnh Ngài A Nan và Thánh Chúng là ngày mai về nhà mình để được cúng dường. Ngài A Nan nhận lời và thương chủ Nhật Chiếu về nhà cho gia nhân bày biện các thức ăn thơm ngon để dâng lên Ngài A Nan và Thánh Chúng. Lúc đó Tỳ kheo Kim Sắc thay mặt cha mình dâng lời thưa thỉnh và tự ý cởi ba y màu vàng ròng đang mặc trên thân mình, lần lượt dâng cúng lên Tôn giả A Nan và vô số Đại chúng, y cởi ra rồi, liền có cái mặc lại, liên tục không hết.

Thương chủ Nhật Chiếu lúc bấy giờ chắp hai tay bạch với Tôn giả A Nan rằng: Hôm nay con được thấy các việc đặc biệt cao đẹp như vầy, chẳng phải cha, chẳng phải mẹ, chẳng phải vua, chẳng phải trời, chẳng phải bạn bè thân thuộc, chẳng phải Sa Môn, Bà La Môn mà có thể làm được! Chỉ có Tôn giả với lòng thương lớn, khéo cứu giúp con. Như con ngày xưa do lòng yêu thương vợ con mà nước mắt khóc than như biển. Tôn giả đã dùng thần lực làm khô cạn nguồn gốc yêu thương ấy.

Lời bình:

Đọc qua 12 quyển với 115 trang tiếng Việt tập thứ 57 thuộc Kinh Văn số 550 dịch từ Đại Chánh Tân Tu Đại Tạng Kinh (Taisho Shinshu Daizokyo), tôi cảm nhận được việc thiện ác, nhân quả rất có lớp lang, nên cố gắng ghi lại tóm lược chỉ trong mấy trang đánh máy (quý vị nào có nhân duyên thì nên đọc hết càng hay) và có vài lời nhận xét như sau:

Thương chủ Diệu Nhĩ ở vào thời Đức Phật Tỳ Bà Thi cách đây 91 kiếp về trước, dẫu cho đói khát, nhưng sau khi nghe Phật thuyết pháp, với tâm niệm thanh tịnh cúng dường cho Ngài chỉ một cái bánh đậu xanh, mà trong thời của Đức Phật Thích Ca Mâu Ni đã được phước báu vô lượng, của cải giàu có như Thiên Vương.

Hình chụp của Lương Nguyên Hiền

Đồng Tử xấu xí con của thương chủ Diệu Nhĩ cùng trong thời Đức Phật Nhiên Đăng đã cúng dường một thước vải và một cành bông mà kiếp này đã nhận được vải vàng che thân, cúng dường hay biếu tặng cho ai cũng không bao giờ hết; ở trong một kiếp khác vào thời Đức Phật Diệu Nguyệt có phước báu được xuất gia làm Tỳ kheo giảng pháp, nhưng lại có tâm đố kỵ đối với Thánh Tăng Vô Thắng, chỉ vì lợi dưỡng riêng cho mình, nên đã phải bị trói vào thanh sắt ở bãi tha ma, mặc dầu đã được Ngài Vô Thắng không bắt lỗi mà còn tha tội cho. Tuy vậy vẫn phải trải qua quả hàm oan và trong đời này đã bị Đại Thần Dũng Lệ vu oan việc liên hệ với Kỷ nữ Ca Thi Tôn Na Lợi.

Ca Thi Tôn Na Lợi cũng chính là người tỳ nữ trong kiếp trước đã lo cho vợ của thương chủ xấu xí nghèo đói kia và ở kiếp này được đầu thai làm Kỷ nữ nhan sắc. Còn Đại Thần Dũng Lệ chính là người gia đồng khi xưa vậy.

Nhân quả thật là trùng trùng như vậy, nhưng cuối cùng ở đây chúng ta phải xác định hai điều căn bản là:

1. Phải có niềm tin mãnh liệt vào các bậc giác ngộ để được nhờ thần lực gia trì của các Ngài để chúng ta sớm thoát khỏi cảnh khổ.

2. Hãy siêng năng phát tâm bố thí, cứu đời, giúp người. Đây là cái nhân chân chính để chúng ta có thể thực hành Bồ Tát hạnh và cuối cùng là chứng thành Phật quả. ∎

Thích Như Điển

Thích Phổ Huân

Mừng Xuân nhớ Phật

Cứ vào thời gian tháng 12 cuối năm, các dân tộc quốc gia trên thế giới, đều có truyền thống văn hóa ăn mừng đón năm mới. Việt Nam chúng ta phải nói đón Xuân thật tưng bừng nhộn nhịp. Từ trẻ đến già, đều hân hoan náo nức đón Xuân. Rồi đêm giao thừa ba mươi Tết, hầu như gia đình nào cũng nôn nao không ngủ, phải thức cho đến giờ giao thừa. Giao thừa là đúng vào thời gian giao điểm của năm cũ trôi qua, để bắt đầu giờ của năm mới. Cây kim **Giây** đồng hồ, vừa lướt khỏi 2 cây kim **Giờ** và **Phút** ở cùng vị trí số 12, thì mọi người òa lên, **Chúc Mừng Năm Mới**. Bên ngoài tiếng pháo, tiếng trống múa lân cùng lúc rền vang inh ỏi. Vậy là chính thức, **chúc mừng tất cả mọi người thêm một tuổi.**

Sau giờ giao thừa, người ta còn vui nhộn hơn, để tận hưởng ngày mới của năm. Có người ăn uống mừng xuân tới sáng. Có người liền đi ngủ, dành sức khỏe cho ngày mai sẽ ăn chơi cả ngày.

Các quốc gia khác, cũng đủ cách vui mừng năm mới; tất cả chỉ mục đích chung, tìm vui khuây khỏa bù lại những tháng ngày làm việc lao nhọc.

Riêng người học Phật chúng ta thì sao! Cũng hòa đồng vào nhịp vui truyền thống nhân gian. Hơn nữa đạo Phật gọi là đạo giải thoát, nên không có chấp trước, không có thủ trì, không có một vấn đề hay hiện tượng nào làm thay đổi được tính chất không bền của hiện thực. Hiểu như vậy, nên chúng ta cũng vui, cũng hòa đồng không ngại. Tuy nhiên ta vẫn không quên, mình lúc nào cũng là người đang cần cầu giải thoát.

Truyền thống văn hóa mừng Xuân, cũng là phương tiện nhân duyên tạo cho đời sống được trang hoàng khởi sắc. Thiết nghĩ xã hội, quốc gia nào cũng cần hình thức sinh hoạt sắc thái vui tươi này. Vì nếu không, thế gian vốn đã khổ, lại càng ảm đạm hơn. Thực tế ngay trong thời điểm viết bài này, thiên tai, nhân họa chiến tranh đã đang xảy ra, và hiện chưa có dấu hiệu nào hòa giải ngưng chiến. Thiên tai là do nghiệp lực chiêu cảm đến từ cộng nghiệp không thể biết trước, nhưng nhân tai là chiến tranh, lại do con người tạo ra, thì chua xót đau thương quá!

Là người Phật tử xuất gia, tại gia, chúng ta suy nghĩ thế nào, và sẽ quán chiếu làm sao để trực diện tư duy vấn đề đau thương ở đây. Ta khó mà vui trọn vẹn, khi biết rằng một phần bên kia của trái đất, chiến tranh đang xảy ra. Hàng trăm, hàng ngàn người đang quằn quại đau thương, khóc cho người thân mất mạng, khóc cho chính họ phải đối đầu với tai ương sắp tới trong nay mai.

Có lẽ mừng Xuân mới 2024 năm nay, không thể nào vui như những năm qua. Và người Phật tử sẽ không quên cầu nguyện, góp phần ít nhiều để ủy lạo một chút quà, hoặc trải tâm từ hồi hướng cho những nạn nhân không đủ phước lành đang lâm nạn hiện nay. Cũng như cầu nguyện thần thức hương linh, hương hồn của các nạn nhân, thoát khỏi sự hốt hoảng, tái sanh đời sau, có đủ duyên phước tích lũy quả lành.

Từ đây phải suy nghĩ, sự đau khổ của thế gian không thể nào nói hết được. Không phải chỉ có chiến tranh ẩu đả giữa quốc gia với nhau, mà ngay trong một nước, nội bộ đã có ẩu đả. Xét cho cùng thì quốc gia nào cũng vậy, con người sống ở đâu chẳng khác. Hễ còn chưa hiểu mọi thứ là vô thường không thật, thì sự tham ái, chấp thủ sẽ còn mãi mà thôi.

Người học Phật có vui, vẫn luôn sáng suốt rằng, vui chỉ là vui trong vô thường hoại diệt, chứ không bao giờ vui trường cửu bất diệt. Mùa Xuân là ý tưởng con người đặt ra, vậy thiết nghĩ mùa nào cũng nên làm mùa vui, mới đúng ý nghĩa đời sống người Phật tử. Nếu được hơn nữa, thì tháng nào ngày nào cũng tạo ra ngày vui. Cuối cùng thì giờ nào, khoảnh khắc nào cũng đều tỉnh thức chánh niệm, đây mới là niềm vui hơn hết. Nói đúng nhất đó là niềm vui của bậc Thánh nhân vậy.

Có bao giờ ta nghĩ đến Phật, Ngài có mừng năm mới không! Hay Ngài có chọn ra một ngày nào quan trọng trong năm, để Ngài vui cùng với nhân loại!

Tư duy suy nghĩ về Đấng Toàn Giác, chỉ để đối kháng lại tâm ô nhiễm của trần gian mà thôi. Nghĩa là hoàn toàn đối lập những gì phàm nhân hiểu về Ngài. Dù vậy Phật là bậc Đại Bi thương xót chúng sanh, nên ta suy nghĩ thế nào, Phật cũng thương, miễn sao ta nên nhớ đời là vô thường, khổ, vô ngã, như vậy sẽ không phụ ân cứu độ của Đấng Thế Tôn.

Chắc chắn trong tam tạng kinh điển, không có nói Phật xem ngày tháng nào là tốt xấu! Và chắc chắn hơn nữa đối với Phật, ngày nào cũng như ngày nào. Ngày Phật vào Đại Niết Bàn cũng vậy thôi. Chỉ có khác là đệ tử đau đớn thương kính, vì không còn thấy hình ảnh dung tướng Ngài nữa.

Nguồn hình: Internet

Vậy thì đối với Phật, không còn nói vui hay không vui. Nếu nói Phật vui, thì cái vui đó ai cũng biết, không giống như phàm phu, vui vì được hài lòng, được như ý muốn. Nhưng làm sao hài lòng như ý, vì chân lý vô thường, cứ mỗi giây mỗi phút mọi thứ đều đi dần đến hư hoại tiêu tan. Có lẽ vui nhất là thấy được vô thường, thấy được sự thay đổi không ngừng của mọi thứ. Thấy được sự thật đó thì mọi lo âu, toan tính không còn xung lực, là tiềm năng thúc đẩy ta đắm chìm trong tham muốn, quên mất thân phận sinh tử của mình.

Phật vui làm sao! Phật vui cũng như không vui! Vì vui là cảm thọ của thân và tâm khi tiếp xúc với những thứ lăng xăng màu sắc hình tướng của trần cảnh. Và đa phần Phật tử chúng ta, dù có học hiểu tương đối Phật Pháp, biết rõ mọi thứ trên đời là giả tạm, mà vẫn bận bịu với cảm thọ vui buồn! Tất nhiên cảm thọ là một luật tự nhiên khi có thân ngũ uẩn, nhưng vì tâm chỉ hiểu biết, chứ không giác ngộ thật chứng, nên không cưỡng lại được sự kéo lôi của cảm thọ. Từ đó cái vui chỉ mang đến ưu tư lo lắng và mong chờ.

Phật là bậc giác ngộ chứng đạo, liễu tri sự sinh diệt của vạn pháp. Trước khi thành đạo, đời sống của Ngài từ lúc còn ở Hoàng Cung, cho đến lang thang tìm đạo, trong tâm Ngài duy nhất chỉ quán sát hiện tượng thế gian, là sinh diệt không bền. Tâm Bồ Tát luôn sống trong Chánh Niệm, duy trì niệm quán đến mọi đối tượng mà Ngài tiếp xúc. Cho nên dù trong thời gian Ngài chưa chứng đạo, tâm hành giả Tất Đạt Đa đã tuyệt nhiên thanh tịnh, chứng nghiệm được niềm hỷ lạc an định với huệ quan sát tâm. Lý do như vậy, mà hai đạo sĩ ban đầu Ngài gặp là Alàra Kàlàma và Uddaka Ràmaputta, dù là hai bậc Thiền Chứng, hướng dẫn Ngài tu, nhưng vẫn không hiểu được Thánh Trí của Ngài.

Có thể nói, đối với bậc hiền nhân Thánh giả, chỉ cần niềm vui Thiền Chứng trước khi thành đạo, đã là vô lượng phước báo. Vì vui trong thanh tao, trong an tịnh, không sợ hãi, không phiền não ô nhiễm, thử hỏi thế gian bây giờ hơn tám tỷ người đã có ai, trải nghiệm hạnh phúc như vậy không!

Chỉ hiểu cạn cợt như trên cũng cho ta biết, niềm vui của chư vị Thánh Tăng đệ tử của Phật, thế gian còn không hiểu được, huống gì nghĩ đến Đấng Như Lai. Tuy nhiên một điều người Phật tử học Phật có thể đoán ra, là vui làm sao mà trong đó không có lo lắng, bồn chồn, mất Chánh Niệm đó mới là niềm vui chân thật của người tu Phật. Cuối cùng thì cái vui đó phải tự nhiên đến, và nếu sinh hoạt đời sống vô tình hay cố ý, làm cho niềm vui bộc phát, thì ta cũng nên học ở các Ngài, chỉ biết đó là một cảm thọ dễ chịu, hay chỉ biết rằng có niềm vui đang sinh khởi vậy thôi.

Trở lại ban đầu với niềm vui Xuân nhớ Phật. Đó chính là niềm vui không quên tánh giác, không mất chánh niệm đời sống của một chúng sinh còn trong sinh tử. Bao giờ ta còn sinh tử luân hồi, thì không thể nào ta vui cho trọn; vì sự luân hồi sẽ hứa hẹn ta một niềm vui không bao giờ mãn nguyện tiếp tục ở tương lai. Niềm vui như vậy trở thành tham ái chấp thủ, đánh mất sự tỉnh thức thế gian sinh diệt.

Sự sinh diệt của thế gian, của vạn pháp, hay bất cứ hình ảnh sắc thái nào chính là chân lý vô thường vô ngã của các pháp hữu vi. Nhưng trong cái sinh diệt hữu vi đó, các bậc Thánh nhân lại tìm được cái bất diệt không hư hoại, đó là bản tâm trong sáng tự nó không dính mắc, là lời Phật dạy từ xưa.

Cho nên không một thế lực, một pháp duyên nào có thể thay đổi được thế gian, đã và đang đi đến hư hoại; điều này lại làm cho ta phải bừng tỉnh giác ngộ, chính ngay cái không thể thay đổi được. Cho nên ta mới thành vô ngại, với niềm vui tự tại vượt lên, không bị thúc ép đối đãi như tâm trạng lo âu vô ích mà từ vô thỉ bị vô minh che lấp.

Thế gian con người thường ngộ nhận, với định kiến cố hữu, không chấp nhận mọi thứ toàn là vay mượn tương quan với nhau. Nên nỗ lực tranh giành, chiếm đoạt, khủng khiếp nhất là thân tâm của mình cũng hệ lụy với định kiến rằng, đây là Tôi, đó là của Tôi. Thân tâm bị ngộ nhận như vậy, nên thiên hình vạn tướng trở nên kiên cố, phát sinh đau khổ chết chìm theo vạn vật. Hay nói trở lại như ban đầu, là chết theo cảm thọ cảm xúc của chính mình, tạo cuộc luân hồi sẽ không bao giờ ngừng lại.

Vậy thì mùa Xuân nhớ Phật, là nhớ đến niềm vui bất diệt mà Đấng Đại Giác đã khai thị cho nhân loại thức tỉnh, phải sống thế nào để không đánh mất tánh giác. Và dù Xuân vẫn đến hoa vẫn nở, sinh hoạt nhân gian vẫn nhịp nhàng không dứt. Sự sáng tạo phát triển của xã hội con người luôn trôi chảy, đem đến nhu cầu thuận lợi cho mọi người. Nhưng nếu nghịch cảnh xảy ra không như ý, người Phật tử chúng ta tức thì ghi nhận lời Phật dạy, hãy trân trọng giờ phút hiện tại và quán chiếu, nghiệp lực chúng sanh phải tương ưng theo nghiệp nhân đã có trong quá khứ.

Tỉnh giác và quán chiếu sự thật của vạn pháp là nhân duyên vô ngã; nên sự vui buồn không sinh ra cảm thọ đánh mất mình, và hơn nữa tâm từ bi, thương cảm liền phát sinh. Ta vẫn vui, vui trong sáng hiểu rõ vấn đề, ta vẫn từ tâm trắc ẩn trong hiểu biết trí huệ của người Phật tử.

Kết lại mỗi chu kỳ đời sống trôi qua, vạn vật hữu tình hay vô tình đều tương tác theo định luật chung sinh diệt. Trong đó sự nhận thức quý báu cao thượng nhất là được sinh làm người, là loại hữu tình có nhân duyên cơ hội vượt lên sự sinh tử luân hồi. Nhưng hiểu được pháp học này không thể nào được, nếu không có sự xuất hiện của Đấng Đại Giác. Dù thực tế Ngài đã thị tịch cách đây trên hai ngàn năm trăm năm, nhưng một thắng duyên không đủ ngôn từ diễn tả, là chúng ta vẫn còn nghe, còn hiểu diệu pháp giải thoát này.

Để kính lễ tri ân Phật, để nhớ Phật không quên, chúng ta dù có trải nghiệm bất luận cảm xúc nào ở thế gian, cũng đừng quên đọc thầm lời Phật dạy. **Thân người khó gặp, Phật pháp khó nghe, và con đường giác ngộ phải được thực hành.** Ghi nhận thầm đọc mãi trong tâm cho đến hết cuộc đời, đó chính là nhớ Phật, và trong hoàn cảnh tâm tư nào, sự vui buồn từ đây về sau, sẽ có Phật mãi bên cạnh chúng ta.

Năm mới cầu chúc nhân loại luôn sống yên hòa, hai tiếng chiến tranh rồi đây sẽ không còn ai nghe nữa ở thế gian, và tình thương nhân đạo ngày càng phát triển ở hành tinh xanh. Cầu nguyện muôn loại chúng sinh sống trong tỉnh giác. ∎

Sydney ngày 12/11/2023

THƠ TUỆ NGA

Mùa Xuân, Thơ Dạo Non Bồng...

Theo Mây, Thơ dạo non bồng
Một vùng ảo huyền mênh mông cảnh trời,
Theo Mây, ngàn Suối, ngàn Khơi,
Tiếng Chim Lạ hót, đẹp thời Kinh Hoa,

Theo Mây, đi dạo Thiên Hà
Bao la mầu nhiệm, bao la cảnh trời
Mầu Trăng bạc, ánh chơi vơi
Tươi vườn thanh thảo ru đời trầm luân

Theo Mây, đi dạo Sông Vân
Sông Trăng tịch tịnh gió trầm hương lơi ...
Theo Mây, lơ lửng tầng trời
Cung trời nhã nhạc tuyệt vời Thiền Ca

Cùng Mây ngó xuống Ta Bà,
Mấy vần Thơ thảo lượt là, Chúc Xuân ...
Chúc Đời Hạnh Phúc bội phần
Chúc Người Nhân Ái tình thân dịu dàng

Chúc muôn nhà, Xuân hân hoan
Vui Xuân Di Lặc nhân gian Nghĩa Tình
Sáng trong giọt nước Tịnh Bình
Theo Mây dài một hành trình Huyễn, Không,

Thơ theo Mây, Thơ bềnh bồng !
Một vùng mộng ảo, Sắc Không nhạt nhòa
Chiều vàng ai dạo đồi hoa
Thấy trong giọt nước la đà cảnh Không

Thiên Hà một giải mênh mông
Thơ ai thả gió nửa vòng mộng bay
Còn chi cuối cuộc đời này
Phải Sương đỉnh núi, phải Mây cuối trời,

Phải Thơ mấy thuở luân hồi
Phải như giọt nước chơi vơi sóng đùa !
Chiều Xuân mưa bụi ... lưa thưa
Hồi chuông tỉnh thức, gọi mùa điểm trang

Kinh Hoa Vi Diệu hàng hàng ...
Mùa Xuân Mai Nở bát ngàn Mai Hoa ...

Diệu Minh Tuệ Nga

Thích Nữ Hạnh Đoan

HƯƠNG XUÂN

Xuân về, những chậu hoa trong vườn tôi nở rộ, tỏa ngát hương. Xuân mang không khí hân hoan bủa khắp, cây lá thay áo mới, mặt người hớn hở, không còn nét lạnh lùng mùa Đông, nóng nảy của mùa Hạ hay vẻ đìu hiu của mùa Thu.

Không phải xuân về tôi mới cảm nhận được nét tưng bừng tươi tắn, mà vào thời điểm trước khi bầu cử làng xã, có dịp đi ngang qua các Ủy ban, nhìn băng rôn treo rực sắc màu, từng ánh mắt nụ cười của người ứng cử chứa đầy vẻ thân thiện, tử tế, vị tha... khiến tôi không nhịn được phải buột miệng nói với chị Phượng:

- Thiệt giống như khí xuân, ấm áp, chan hòa tình người.

Chị tôi mỉm cười bảo:

- Ừ, trước ngày bầu cử là vậy, ra đây cảm giác rất thích, cứ như ai cũng mở lòng, dang tay đón mình.

- Phải chi lúc nào mình cũng đối với nhau được như thế này, cho dù không phải Tết, hả chị?

Đó là ước mơ bất chợt, là những lời bâng quơ tôi tùy tiện nói ra. Đối với xuân, người ta luôn trân trọng, giữ gìn, nhất là vào những ngày đầu năm được xem là thời khắc thiêng liêng: khai bút vào giao thừa, mong người tốt tới xông đất...

Nói năng, hành sự mỗi mỗi đều giữ gìn, vì ta sợ xui xẻo quanh năm. Không hẹn mà chúng ta cùng làm giống nhau, cùng dọn gương mặt tươi rói rói, cực kỳ hoan hỷ để nghênh xuân. Ít ai dám nói lời xấu, mở miệng toàn là chúc lành, mời nhau những món ngon, cùng viếng thăm thể hiện mối tương giao thắm thiết. Ta cùng cho và nhận những cái tốt, không biết có may mắn suốt năm không?

Nhưng ít ra ta hưởng trọn niềm vui như Tết, cười nhiều, tươi tắn nhiều, mọi héo sầu, ủ ê, phiền bực được cất hết, được nén lại, để... xài trong mấy mùa kia.

Có người phàn nàn: Tết nhứt bày đặt chúc tới chúc lui, toàn là nói những lời rỗng gạt nhau, chỉ tổ mất thời giờ, có ích gì đâu!

Không biết lời chúc có thành sự thật hay không, nhưng nó là lời lành chính hiệu, là mong ước hiền thiện người ta dành tặng nhau, có thể theo tập tục xuân, có thể theo phép xã giao xưa bày nay làm, song với tôi đó là tấm lòng thành của người nói, là ngôn ngữ tối thiện đặc biệt chỉ mùa Xuân mới có.

Tôi nhớ trong chuyện cổ, Ngài Xá Lợi Phất có lần đi trên đường gặp một phụ nữ sinh khó, Ngài đã chúc lành bằng cách hồi hướng tất cả phước báu do những việc thiện mình từng gieo đến sản phụ, mong bà sinh dễ, mẹ tròn con vuông. Kết quả hiện y như lời Ngài.

Phật từng dạy, ai đời đời không vọng ngữ, chúc người điều gì, sẽ thành sự thật. Đó là uy lực của đức không nói dối. Vậy thì tôi sẽ chờ... chờ người và tôi cùng tích góp. Tích góp từng ngày không nói dối, từng đời không nói dối, cho đến khi đủ để chiêu cảm quả lành... dù từ mộng mơ đến hiện thực khoảng cách rất xa, có khi như trời với đất. Khó, nhưng không có nghĩa là không thể.

Đây là cõi nhân gian, không phải là chỗ "Chư thượng thiện nhân câu hội nhất xứ", không phải là chỗ chúng ta họp lại hưởng phúc, bởi lòng chúng ta còn đầy phiền não, cư xử còn nhiều bất toàn vì không làm chủ được thân tâm. Phật và chư Thánh đến cõi nhân gian vì bi nguyện cứu khổ, độ sinh. Còn ta đến cõi này vì nghiệp dẫn dắt.

Khi may mắn tới, ta toét miệng cười và khóc sưng mắt lúc xui xẻo bủa giăng. Ta luôn ở thế bị động không bao giờ làm chủ, vì không làm chủ nên đời sống ta ít hạnh phúc. Mà hạnh phúc thế gian chỉ là tạm có - nó luôn nằm trong giới hạn, hễ hưởng quá mức là biến thành khổ ngay. (Món ăn ngon mà nuốt mãi cũng thành cực hình. Ngủ mãi cũng thành lừ đừ trì độn v.v...).

Vì vậy Phật dạy ta thực hành giáo pháp của Ngài để tập làm chủ, để diệt khổ. Phật luôn nhắc ta có bản tâm sáng làu làu, trọn lành như Phật, vì nó bị vùi lấp trong vô minh và rác rưởi tật xấu nên không phát huy diệu dụng. Muốn lấy được ngọc, thì phải dọn sạch mớ rác rưởi kia, điều kiện đầu tiên trong giáo pháp Ngài là bắt buộc ta phải sống thiện, dứt ác. Đây là nền tảng, là căn bản nhập môn.

Ta đã nghe đến nhàm nên không lưu tâm, ta thuộc làu như cháo nhưng không thực hành. Ta quên béng rằng là Phật tử, thì không được quyền gây tổn thương cho người trong cả lời nói, ý nghĩ.

Có lần tôi suýt á khẩu vì câu hỏi đơn giản: "Má con hay đi chùa. Vì sao đi chùa mà vẫn không hết chửi? Càng đi càng chửi nhiều?.." Tôi làm một màn điều tra, quả tình bà có chửi nhiều thật. Song không phải tại đi chùa nhiều, mà tại tật tánh ngày càng tăng theo tuổi tác.

Điều này không ngoại lệ đâu, nếu ta không để ý, không kiểm soát mình từng ngày, không tập thắng bớt tật xấu thì bảo đảm nó càng sinh sôi tăng trưởng đến bất trị, vì càng cao tuổi, các cơ quan trong ta càng lão suy, các "dây thắng" đều bị mòn lờn.

Bằng chứng là thứ mẫu tôi, bản chất bà rất hiền dịu thuần phác. Lúc tuổi gần 60, bà trúng gió một trận nặng, ba tôi phải chích lể cấp cứu mới giải nguy kịp thời. Khi tôi về thăm, ngỡ ngàng nhìn dung nhan bà biến đổi thì ba tôi nói:

- Bây giờ đỡ nhiều lắm rồi! Lúc đó bả méo mồm lệch mắt trông xấu tệ!

Thứ mẫu than với tôi:

- Lúc này tao kỳ quá, mỗi lần cười là thắng không được, hôm qua có chuyện vui, tao cười mãi, bé Xí (đứa cháu mới lên năm) nói "Bà ngoại cười riết giống khùng quá", nhưng mà tao ngưng không được.

Tôi an ủi:

- Không sao đâu má! Một nụ cười bằng mười thang thuốc bổ mà! Má không nghe nói cười nhiều lần trong ngày làm giảm trầm uất, trị táo bón, ngăn ung thư dạ dày, ruột… đó sao.

- Hôm qua tao đi bác sĩ, ông hỏi tao bớt bịnh chưa? Tao trả lời: Bớt! Nhưng mà còn nói nhiều quá! Ổng cười, đưa tay đầu hàng. Bây giờ làm sao đây?

Thứ mẫu tôi rất ít tật song bà vẫn âu lo và nhận ra "cái thắng không ăn" của tuổi già. Bà hay ở chỗ phát hiện được mình "kỳ." Tôi thì lo rằng chúng ta sẽ không phát hiện được mình "kỳ", không nhận ra kịp thời khi mình thịnh nộ, không thấy rõ mình đang sân nhiều quá, nói lời tổn thương người nhiều quá… mà những thói tật lúc trẻ nếu không thắng kịp, già sẽ trầm trọng và trở thành nan y. Ta làm khổ mình (vì chứa nhiều thói xấu) rồi ta hành khổ lây đến người chung quanh. Điều bất hạnh nhất của ta là sống mà lòng đầy thói tật, sống mà không có lòng từ bi, sống mà không bao giờ thấy được lỗi của mình.

Hồi nhỏ tuổi, tôi dễ nhịn, dễ hiền. Nhưng khi lớn lên, có chút quyền với lũ nhóc, tôi bắt đầu khó khăn. Tôi hay bắt bẻ (viện cớ là khó cho chúng nên) nhưng e rằng một ngày nào đó chúng sẽ nên, còn tôi thì ngược lại. Khi tôi la, tôi muốn các em phải cúi đầu nghe, phải nhẫn nhịn giỏi. Nhưng bản thân tôi thì không nhẫn nhịn giỏi, không chịu được lời phật ý trái tai. Đúng lý ra, hễ càng làm lớn, tôi càng phải nhịn giỏi và ít tham sân si hơn. Người mới tu có thể đèo theo nhiều tánh tật vì họ mới, sơ cơ, chưa bỏ kịp. Còn người cũ tu - thâm niên - thì bắt buộc tật phải rơi rụng dần cho đến sạch trơn, có vậy mới không tủi thẹn khi nhận mình là đồ đệ Phật môn.

Phật là người đã hoàn thiện, nhân cách toàn mỹ. Chúng ta chưa thành Phật, song vẫn có thể học theo Ngài. Phật chẳng hề nóng nảy chửi rủa, chẳng hề nói xấu nói lén ai. Chúng ta vào chùa mà không thực hiện được những lời dạy căn bản nhất của Ngài thì thật đáng buồn.

Mỗi mùa Xuân qua, mong rằng tánh tật trong ta ngày càng ít đi, rác rưởi trong tâm ta sớm được dọn sạch, để trí tuệ và lòng từ của giác tâm luôn tỏa sáng, phả hương xuân ngào ngạt, bất kể thời tiết nào. ■

Hạnh Đoan kính bút

Tranh Cát Đơn Sa

TU KHÔNG HÀNH – TU CÓ HÀNH

Thị Tâm Ngô Văn Phát

Một người bạn già bên Mỹ gửi email, trước là thăm hỏi sức khỏe tôi, sau hỏi tôi một chuyện như sau:

*"Sự khác biệt giữa **người tu không hành** và **người tu có hành** như thế nào?. Vì sao tôi hỏi? Vì bên cạnh nhà tôi có một ông bạn thường đến chùa trước là lễ Phật, sau nghe quý Thầy Cô giảng Pháp. Nhưng khi về nhà tánh nào vẫn tật nấy. Tánh nóng như Trương Phi, vợ con làm không vừa ý là anh ta la lối om sòm, đôi khi còn đánh con làm ồn ào cả lối xóm."*

Câu hỏi rất hay, qua sự hiểu biết hạn hẹp của người Phật tử già 95 tuổi, tôi xin trả lời ngắn gọn, dễ hiểu cho Ông bạn tôi như dưới đây:

Phần 1: Người tu không hành

Là người đó dù có đi chùa thường xuyên hay tham dự nhiều khóa Giáo Lý, nhưng sau khi về nhà, vì vô minh, họ không biết chơn Diệu Pháp, không có tín nguyện tu hành, nên không làm theo lời Phật dạy do quý Thầy Cô giảng. Vì vậy trong cuộc sống hằng ngày, họ luôn thể hiện với cái *Tâm Ô Nhiễm*, cái *Ý Tham-Sân-Si* nên họ luôn *làm mười điều ác* phát sinh ra từ ba nghiệp Thân-Khẩu-Ý.

Mười điều ác: Gồm có ba phần: 1/- Thân – 2/- Khẩu – 3/- Ý.

Phần thân có ba điều: 1/-Sát sanh, 2/-Trộm cắp, 3/-Tà dâm. *Phần khẩu có bốn điều:* 1/-Nói dối (nói láo), 2/-Nói lời độc ác, 3/-Nói lời đường mật, 4/-Nói lưỡi hai chiều (đâm bị thóc, thọc bị gạo). *Phần ý có ba điều:* 1/-Tham, 2/-Sân, 3/-Si, còn được gọi là Tam Độc.

Phần 2: Người tu có hành

Là người đó cũng đi chùa, cũng nghe quý Thầy Cô giảng dạy về Phật Pháp, khi về nhà họ hết lòng tín nguyện thực hành lời Phật dạy do quý Thầy Cô giảng, cho nên trong cuộc sống hằng ngày, họ luôn thể hiện với cái *Tâm Thanh Tịnh*, cái *ý Bố Thí, Nhẫn Nhục*, cái *Trí Huệ Sáng Suốt* nên họ luôn *làm mười điều thiện* cũng phát sinh ra từ ba nghiệp Thân-Khẩu-Ý.

Mười điều thiện: Nó giống như 10 điều ác nêu trên, nhưng thêm chữ *không* đứng trước:

+ *Không* sát sanh, *không* trộm cắp, *không* tà dâm

+ *không* nói dối, *không* nói lời độc ác, *không* nói lời đường mật, *không* nói lưỡi hai chiều.

+ *Không* tham, *không* sân, *không* si.

Phần 3: Hậu quả gặt hái giữa người tu không có hành và người tu có hành như thế nào?

1.- Người tu không có hành, vì khi còn sống, họ đã làm hai tội nặng nên sau khi chết sẽ bị đọa vào một trong ba cõi ác là:

a)- Địa ngục, *(nơi giam giữ những người khi còn ở trên trần thế phạm hai tội nặng nhất là:1)- Giết Cha, giết Mẹ. giết A La Hán, làm Tăng bất hòa hợp, làm Thân Phật chảy máu (huỷ hoại hình ảnh hay tượng Phật), 2)- Làm 10 điều ác)*

b)- Ngạ quỷ *của ma đói*

c)- Súc sanh *của thú vật*

Họ phải trả cái nghiệp báo mà họ đã gây ra không biết đến bao giờ cho hết.

2.- Còn ngược lại, người tu có hành, vì khi còn sống, họ đã làm 10 điều thiện nên sau khi chết sẽ được tái sanh vào một trong ba cõi thiện là:

a)- Trời của Chư Thiên

b)- A Tu La của Thánh Thần

c)- Người nơi chúng ta đang sống

để tiếp tục tu hành qua nhiều kiếp đến khi nào chứng ngộ được pháp Vô Sanh, thành Phật như Phật vậy, *với điều kiện là họ phải tiếp tục làm việc thiện.*

Theo Phật Giáo, trong cõi người này, ngoại trừ những bậc tu hành cao tột, trong đó có Thái Tử Tất Đạt Đa mới chứng ngộ được Pháp Vô Sanh, tức là không còn Sanh Tử, Luân Hồi, là thành Phật. Ngoài ra còn có những vị Bồ Tát, những vị A La Hán cũng không còn bị Sanh Tử, Luân Hồi chi phối.

Còn lại, tất cả mọi người không phân biệt chủng tộc, màu da, không phân biệt vua, quan hay người dân thường, không phân biệt người giàu sang tột đỉnh hay người bần cùng khố rách áo ôm, tất cả mọi người sau khi chết sẽ tái sanh vào Một trong Sáu cõi *ÁC* hay *THIỆN* như nêu trên.

LỜI CUỐI:

Qua sự trình bày ở các phần trên, quý vị và tôi, chúng ta biết rằng trong kiếp trước chúng ta đã có tu và có hành, đã làm việc thiện nên kiếp này chúng ta mới được sanh ra làm người.

Tuy nhiên tùy theo thiện nhiều hay ít mà chúng

ta được sanh ra trong một gia đình vua quan hay dân thường; trong một gia đình giàu sang tột đỉnh hay bần cùng khố rách áo ôm; thông minh tài trí hay ngu si dại dột; đầy đủ sáu căn hay bị tật nguyền v.v… và v.v… đều do cái quả ta đã và đang gặt hái từ cái nhân ta đã gieo trồng trong tiền kiếp.

Đức Phật đã dạy: Muốn biết cái nhân đời trước ta đã gieo trồng như thế nào? Hãy nhìn cái quả ta đã và đang gặt hái trong kiếp này ra sao? *(Dục tri tiền thế nhân, kim sanh thọ giả thị)*. Muốn biết cái quả đời sau ta sẽ gặt hái ra sao? Hãy nhìn cái nhân ta đã và đang gieo trồng trong kiếp này như thế nào? *(Dục tri lai thế quả, kim sanh tác giả thị)*.

Vậy quý vị ơi, chúng ta hãy tiếp tục làm lành lánh ác, gieo nhân thiện thì sau khi chết ông Thần Thiện sẽ dẫn dắt ta tái sanh làm người; Còn ngược lại nếu gieo nhân ác, thì ông Thần Ác sẽ lôi cổ ta cho đi đầu thai vào ba cõi ác!.

Qua bài viết trên đây, tôi mong rằng người bạn già của tôi đọc biết được hậu quả của người tu không hành và người tu có hành.

Riêng người viết, hiện 95 tuổi Tây, 96 Ta, cuộn chỉ thời gian của đời tôi đã và đang kéo gần hết, quỹ thời gian còn lại quá ít, tính từng ngày cho nên tôi luôn tín nguyện nhất tâm niệm Phật A DI ĐÀ để khi nhắm mắt giã từ cõi tạm sẽ được Đức Phật A DI ĐÀ từ bi phóng quang tiếp dẫn tôi về Quốc độ của Ngài.

Kính nguyện cầu.

Laatzen, ngày 01.01.2024

Thị Tâm Ngô Văn Phát,
cựu tù nhân "cải tạo" ở Hoàng Liên Sơn Bắc Việt

Thơ Nguyễn Song Anh

XUÂN KHÔNG

Cho nhau từ những xuân không
Ta đi giữa sớm mai hồng cuối năm
Giao mùa ru gió âm thầm
Lá rơi rơi đã nẩy mầm lộc non

Trong cơn nắng bụi Sài Gòn
Hàng cây phố cũ thương còn bóng che
Tóc hoa râm... lạc lối về
Thì thôi trên bước đường mê... giã từ

Cuộc tình thật, cuộc tình hư
Riêng ta và cũng riêng như Sài Gòn
Sân bay đếm những vui buồn
Xa nhau gởi lại lối mòn xuân không.

Thái Công Tụng

Về cây trà

1. Dẫn nhập

Trong những thực vật đi sâu vào văn hóa Việt Nam, ta phải nhắc ngay đến cây trầu, cây trà và cây cau. Nếu miếng trầu để nhai thì tách trà để uống: uống lúc giải lao, uống ngoài đồng ruộng, uống khi khách đến nhà. Trà trong giao tiếp xã hội, trong thủ tục cưới xin, trong thờ cúng, tóm lại, trà là một yếu tố văn hóa của người Việt, đất Việt. Tục uống trà của người Việt đã tạo nên một nét bản sắc văn hóa. Nét đẹp ẩm thực uống trà được thể hiện qua những vần thơ, những câu ca dao, tục ngữ, những điệu hò dân gian trữ tình và những áng thi văn bất hủ của các danh nhân văn hóa Việt Nam:

Làm trai biết đánh tổ tôm
Uống trà **Mạn Hảo**, ngâm nôm Thúy Kiều.

hoặc:

"Chồng em đi ngược về xuôi,
Buôn chè **Mạn Hảo** tháng ba thì về."

Trà Mạn Hảo, đôi khi gọi tắt là trà Mạn là loại trà mọc vùng Thượng Du, Trung Du miền Bắc. Đó là loại trà cổ thụ rừng, thân mộc vùng Hà Giang – Lai Châu – Yên Bái được đóng thành bánh gói giấy đỏ giữa có đóng nhãn đề năm sản xuất. Trà Mạn rất được ưa chuộng. Nguyên liệu lấy từ trà Shan Tuyết cổ thụ vùng mạn ngược Hà Giang, mọc tự nhiên trên những dãy núi ở độ cao 800m – 2.400m, quanh năm sương phủ. Họ chọn lựa những búp non, những lá trà rửa sạch và sau khi đóng bánh, phơi khô, họ cho trà vào chum, trên phủ một lớp lá chuối khô, ủ 3- 4 năm cho trà phong hóa bớt chất chát hết mùi ngái, có độ xốp như giấy bản mà vẫn lưu giữ được hương vị đặc trưng mới đem ra dùng, vì thế bao giờ cũng phải ghi rõ thời gian chế biến.

Chè Shan tuyết Hà Giang

Trà, có nơi gọi là **chè**, cũng có trong ca dao:
Chè ngon, nước chát xin mời
Nước non non nước, nghĩa người chớ quên

Trong văn hóa Việt Nam, trà có một vai trò quan trọng trong giao tiếp xã hội. Người Việt xưa dù là sống trên núi cao, dưới đồng bằng châu thổ hay bên bờ biển, dù là người sang, kẻ hèn, công chức, công nhân v.v… tất thảy đều giữ một tập tục uống trà. Trà có mặt trong ngày hội làng, đình đám, giúp mọi người xích lại gần nhau, bỏ qua những mặc cảm, oán thù để sống nhân bản hơn. Trong cuộc sống, trà không chỉ là thức uống dân dã, giản dị mà nó còn là đề tài, nguồn cảm hứng cho các nhà thơ, nhà văn. Trà còn sử dụng như một phương tiện giao tiếp, trong biếu xén, quà tặng, cưới xin, ăn hỏi, thờ cúng, ma chay. Các quán trà ven vĩa hè đường phố ở Việt Nam là nơi mọi người đến nhâm nhi trà trao đổi thông tin, thời sự quốc tế, giá vàng, giá đô la, cá cược hội thắng đá banh v.v… Trong giao tiếp ứng xử xã hội con người Việt Nam thường dùng trà, trầu cau, rượu để chào mời khách đến nhà thăm hỏi, tiễn bạn đi xa, cưới xin, ma chay, thờ cúng Tổ tiên, Tết quà biếu… Trong văn hóa Việt, chữ Ngũ tiềm tàng trong nếp sống như ngũ hành, ngũ sắc. Ngũ hành đối ứng với ngũ sắc, ngũ sắc chủ trì ngũ tạng, dùng ngũ sắc trong trà làm tăng năng lượng cho ngũ tạng của thân thể, giúp cả thân và tâm đạt đến trạng thái cân bằng. Hiểu biết đạo lý này, mỗi người đều có thể lựa chọn cho mình một loại trà thích hợp để dưỡng sinh và dưỡng tâm.

Phong tục đón khách đến nhà, mời trà thể hiện trong ca dao tục ngữ, hò vè, câu đối, hát quan họ, hát ghẹo rất phong phú, ví dụ như: Bắc Ninh có dân ca quan họ nói lên tục uống trà tại nông thôn như sau:

Mỗi (Mấy) khi khách đến chơi nhà
Đốt than quạt nước pha trà người xơi
Trà này quý lắm người ơi
Mỗi người một chén cho tôi vừa lòng
Muốn cho sông cạn núi liền
Để anh đi lại chẳng phiền đò giang
Vào chùa thấy chữ linh nhang
Gần chùa mà chẳng bén duyên chút nào
Sáng trăng sáng cả vườn đào
Hỏi rằng ngồi đấy ai nào còn không?
Nên chăng?
Se sợi chỉ hồng.

(Dân ca quan họ Bắc Ninh)

Lịch sử phát triển của dân tộc Việt Nam gắn chặt với cây chè và phong tục uống trà. Uống chè tươi, chè mạn hảo là nét bản sắc văn hoá ẩm thực của người Việt từ thuở hồng hoang đến tận ngày nay. Lời chào đon đả *"Chè ngon, nước chát xin mời / Nước non non nước, nghĩa người chớ quên"* của những bà mẹ Việt Nam da nhăn nheo, chít khăn mỏ quạ, miệng bỏm bẻm nhai trầu, hay những thiếu nữ mặc áo tứ thân với chiếc yếm đào vừa mộc mạc mà chân chất, vừa luyến láy mà ấn tượng. Bát nước chè xanh nước chát là biểu tượng của tâm hồn người Việt hiếu khách, thủy chung. Trải qua những bước thăng trầm của lịch sử dân tộc, cây chè vẫn gắn bó thắm thiết với con người Việt Nam. Đã từ lâu, trà đi vào thơ ca dân gian như một biểu tượng của tâm hồn người Việt, đậm nét bản sắc văn hóa Việt Nam.

Nhiều câu tục ngữ nói lên kinh nghiệm trồng chè như: *Nắng tốt chè, mưa tốt lúa.*

Trà trồng ở Việt Nam với sản lượng trên một triệu tấn, ngoài phần tiêu thụ nội địa, còn xuất cảng sang nhiều nước như Pakistan và vài nước Trung Đông.

2. Trà trong thi văn Việt

2.1. Trà trong thơ Nguyễn Trãi: Cụ Nguyễn Trãi (1380-1442), đề cao trà trong tập thơ **Úc Trai Thi Tập**. Lúc này đã có các loại trà đen, trà xanh, trà ô long, vàng, trắng, ướp hoa và những tác phẩm thơ ca khác của cụ Nguyễn Trãi cũng đặc tả một thói quen uống trà thường ngày của cụ:

*"Nhàn nhàn quan rảnh sướng cho ta
Đóng cửa thâu ngày ít qua lại
Mây tỏa đầy nhà mai đốt bách
Tùng reo quanh gối, tối đun trà
Sửa mình chỉ biết làm hơn cả
Nên phận đâu cần học lắm mà
Vu khoát đời ta mang bệnh ấy
Không phương chữa lão nặng thêm ra
Thắp hương trước án, bên mai lũy
Quét tuyết đun trà, trước trúc tiên"*

và từng nhắc đến bóng Hồng Mai ở bài Ngôn chí trong Úc Trai thi tập:

*… Cởi tục chè thường pha nước tuyết
Tìm thanh trong vắt tịn chè mai.*

Cởi tục là cởi bỏ những ưu phiền thế tục, pha nước tuyết là nước trong nhất, nước băng, nước sương trong như tuyết. Chè mai là **chè Hồng Mai**, thứ chè của các thiền gia. Trên thi đàn Việt, bóng dáng trà Hồng Mai ẩn hiện qua nhiều thế kỷ và từng là thi hứng thăng hoa của biết bao thế hệ danh nhân – trà sĩ. Hương vị chè Hồng Mai vẫn còn đó suốt cả trăm năm, mặc cho bao cơn binh lửa đã diễn ra.

2.2. Trà trong thơ Nguyễn Bỉnh Khiêm

Cuối thế kỷ 15, Nguyễn Bỉnh Khiêm (1491-1585) rũ áo từ quan dung dị như một vị tiên thưởng trà trong cảnh sơn thủy hữu tình. Ông còn cho chúng ta thưởng thức loại trà mai khiến ông lâng lâng trong cõi mộng:

*Khát uống **trà mai** hương ngọt ngọt
Giấc nằm hiên nguyệt gió hiu hiu*

2.3. Trà trong thơ Tú Xương

Nhà thơ Tú Xương đã từng than thở về cái ma lực của "trà":

*Một **trà**, một rượu, một đàn bà
Ba cái lăng nhăng nó hại ta.
Chừa được cái gì hay cái nấy,
Có chăng chừa được rượu với **trà**!*

2.4. Trà trong truyện Kiều

Truyện Kiều cũng có nhắc đến **trà Hồng Mai**, giúp Hoạn Thư bớt cơn ghen khi bắt gặp người chồng là Thúc Sinh đang tình tự với Kiều: **c**hén trà thiền đã giúp nàng bình tĩnh lại, bỗng chốc tỉnh táo và trở nên cao thượng:

*Thiền trà cạn nước hồng mai
Thong dong nối gót thư trai cùng về*

Trà Hồng Mai là loại trà chọn chế biến từ gốc mai già, cắt khúc chẻ răm nhỏ đem sao, pha nước sôi có sắc hồng nhạt, vị thanh đậm, ngọt hậu rất đặc biệt. Đây là một loại thiền trà phổ biến ở các chùa chiền miền Bắc trong quá khứ.

Trà cũng còn được nhắc đến trong Truyện Kiều:
*Khi hương sớm, khi **trà** trưa
Bàn vây điểm nước, đường tơ hòa đàn*

3. Trà trên thế giới

Phần lớn trà được sản xuất tại Ấn Độ gọi là trà *Assam* (đôi khi nó được gọi là *C. sinensis assamica* hay *C. assamica*). Đây là loại cây nhỏ (thân đơn), lá to bản. Trong thiên nhiên, trà Assam có thể mọc cao đến 6 – 20 mét (20–65 ft); nhưng khi canh tác thì cây được xén kỹ chỉ còn cao nhỉnh hơn thắt lưng người. Ở những vùng đất trũng, cây trà cần độ ẩm cao (mưa nhiều) nhưng đất trồng phải ráo nước, không được úng. Trà Assam có hương vị ngọt khi pha nước uống, không giống như vị các loại trà Trung Hoa.

Ngoài trà Assam vừa đề cập, ta có thể kể thêm trà từ cây *Camellia sinensis,* sản xuất ra các loại trà quen thuộc như **trà đen, trà xanh, trà Ô Long v.v…** Cây trà xuất xứ từ Trung Quốc nhưng ngày nay, có thể gặp các đồn điền trà ngay tại các vùng đất cao ở Ethiopia, ở Rwanda v.v… Riêng ở Việt Nam, có thể gặp nhiều nơi ở miền Bắc như Tuyên Quang, Yên Bái; miền Trung có trồng trà vài nơi ở Quảng Trị (Cùa), Quảng Nam. Trên Cao Nguyên, có nhiều đồn điền trà ở Pleiku (đồn điền Cateka), đồn điền trà vùng Dran ở gần Dalat cũng như nhiều vườn trà nhỏ của nông dân vùng Bảo Lộc-Di Linh.

Đồi chè B'lao. Ảnh: Báo Bình Định.

4. Các loại trà khác nhau do chế biến

Tùy lứa tuổi mà lá trà có thể dùng làm thành phẩm trà khác nhau vì thành phần hóa học trong lá khác nhau. Thông thường, chỉ có lá chồi và 2 đến 3 lá mới mọc gần thời gian đó được thu hoạch để chế biến. Việc thu hoạch thủ công bằng tay diễn ra đều đặn mỗi 1 đến 2 tuần. Lá của trà dài từ 4–15 cm và rộng khoảng 2–5 cm. Lá tươi chứa khoảng 4% coffein.

Mỗi loại trà có đặc trưng, màu sắc, hương vị khác nhau. Ta có trà xanh, trà đen, trà Ô Long, trà trắng, trà vàng v.v… nhưng mọi trà đều từ lá của cây *Camellia sinensis* ; gọi như vậy vì cây trà gốc gác bên Tàu. Giống trà này có nhiều chủng loại nhưng không phải vì vậy mà trà có nhiều màu sắc khác nhau! Trà có nhiều màu là do cách biến chế lá trà sau khi thu hoạch, dựa vào hai biến số là **oxyhóa** và **lên men.**

Trà ngày nay thường được chia làm 5 loại, chính là "Ngũ sắc trà": **Hắc Trà, Bạch Trà, Hồng Trà, Lục Trà, Hoàng Trà.** "Ngũ sắc trà" này có thể làm dịu ngũ tạng, đạt đến mục đích cuối cùng là giúp con người khỏe mạnh, tâm thân an hòa.

Hoàng Trà là loại trà đã được lên men, có đặc điểm là lá vàng, nước vàng. Trong Ngũ hành, Hoàng Trà thuộc thổ, có vị ngọt, hương vị ngậy. Khi uống, Hoàng Trà nhập kinh tì, thông với kinh dạ dày. Cho nên, Hoàng Trà giúp điều dưỡng tì vị, trợ giúp tiêu hóa. Hoàng Trà thích hợp uống vào thời điểm giao mùa hạ và mùa thu.

Bạch Trà là loại trà chế biến tối thiểu từ các búp trà màu bạc và lá được chọn kỹ lưỡng, sau đó được hấp chín và sấy khô. Nhờ cách chế biến này, bạch trà còn chứa nhiều chất dinh dưỡng. Bạch Trà có tên gọi từ lớp lông tơ màu bạc trắng mịn phủ lên chồi chưa mở của cây chè. Bạch Trà có hương vị nhẹ, tinh tế và hơi ngọt.

Về Ngũ Hành, Bạch Trà thuộc Kim. Khi uống, Bạch Trà nhập kinh phế, thông kinh đại tràng, phế chủ bì mao. Cho nên Bạch Trà có tác dụng giải nhiệt, tán độc, hạ hỏa, thích hợp uống vào mùa thu. Trung Y nói: Mùa thu là mùa vạn vật xơ xác, tiêu điều, khiến miệng và lưỡi con người đều khô, cổ họng có cảm giác đắng, dễ phát sinh bệnh về hô hấp. Bạch Trà tính lạnh, có thể hạ hỏa, lợi niệu, nâng cao khả năng miễn dịch của cơ thể. Cho nên, mùa thu thích hợp để uống Bạch Trà.

Trung Y nói: Mùa đông khí của trời đất bị phong kín, nước đóng băng, dương khí dần dần bị tiêu tan, vạn vật ngủ đông, nhu cầu dinh dưỡng và năng lượng của nhân thể cần cao. Hắc Trà có thể giữ dương khí, kiện vị, làm ấm bụng nên thích hợp uống vào mùa đông.

Lục Trà (trà xanh) là những loại **trà không lên men,** là lá trà chưa trải qua quá trình héo và ôxi hóa. Do đó chứa nhiều chất chống oxyhóa và cũng có nhiều théine hơn. Trà xanh được chế biến từ những lá trà non, được hấp, đảo đều bằng tay hoặc bằng máy, rồi sấy khô. Nước có màu xanh lục nhạt. Đây là màu nguyên thủy của lá Trà không ủ.

Trà xanh được làm từ lá non, sau khi thu hoạch về, lá trà để cho héo bằng cách phơi khô dưới ánh nắng, hoặc sao khô trên chảo… là những phương pháp thủ công phổ biến. Sấy khô trong lò, thùng quay hoặc hấp là những phương pháp phổ biến hiện đại. Mục đích là để phá hủy các enzim (diệt men) và như vậy chặn đứng sự lên men, sau đó trải qua quá trình làm nguội nhanh để **không làm trà bị oxy hóa, giữ được trạng thái màu sắc xanh của trà**…

Sản lượng trà xanh thường là lớn nhất, chủng loại cũng nhiều nhất và được sử dụng rộng rãi nhất. Đặc điểm của trà xanh khi pha là nước thanh trong, lá trà có màu xanh…

Trà xanh Trung Quốc nổi tiếng nhất là trà *Long Tỉnh* (Rồng Trong Giếng) sản xuất ở Hàng Châu. Trà xanh tạo ra một loại đồ uống có màu nhẹ, xanh nhạt hoặc vàng chanh. Do không trải qua công đoạn oxy hóa nên nước trà thường có màu xanh hoặc vàng, có mùi cháy (trà xào) hoặc mùi lúa non (trà hấp), vị chát. Đây hoàn toàn là màu nguyên thủy của lá trà, không hề do ủ trà hay qua chế biến. Trà xanh giúp tăng cường hệ thống miễn dịch, giúp giảm cholesterol xấu, giúp giảm cân. Trà xanh được dùng phổ biến ở Việt Nam. Một số loại trà xanh được ướp thêm hương, hoa rất phổ biến tại miền Nam như trà lài (lục trà nhài), trà sen, trà sâm dứa, trà sói (gọi theo các tên loại cây/ hoa được ướp vào trà).

Hồng Trà là loại trà đã trải qua quá trình ô xi hóa hoàn toàn, có đặc thù là nước đỏ và hương vị ngọt ngào. Trong Ngũ hành, Hồng Trà thuộc hỏa, vị đắng. Trung y nói: Mùa hạ là mùa cây cối tươi tốt, là mùa trời, đất, khí hòa hợp, vạn vật sinh trưởng mạnh, nắng gắt như lửa, ngày dài đêm ngắn, nước trong cơ thể con người tiêu hao rất nhiều, khí huyết phần nhiều không đủ, tâm trạng phiền muộn, lo âu. Mùa này thích hợp uống Hồng Trà vì Hồng Trà lạnh giúp giảm nhiệt độ cơ thể, giải nhiệt, nâng cao tinh thần, giúp tim khỏe mạnh, dưỡng huyết…

Hắc trà (Black tea) có màu đen vì lá trà đều bị oxy hoá 100% với thời gian ủ lâu hơn để lá trà được ôxy hóa hoàn toàn làm cho lá trà có màu đen. Quá trình này còn gọi là lên men toàn phần. Chế biến loại trà này cũng phải qua nhiều giai đoạn hơn: làm héo (fletrissage) bằng cách sưởi nóng trong lò với nhiệt độ 90 độ C từ 10 đến 15 phút, cuộn tròn (roulage), rồi oxyhóa trong gian phòng với ẩm độ 90 đến 95% và nhiệt độ từ 20 đến 22 độ C trong vòng từ 1 tiếng đến 3 tiếng đồng hồ. Về ngũ hành, Hắc Trà thuộc thủy, có vị mặn chát. Khi uống, Hắc Trà nhập kinh thận, đi vào kinh bàng quang. Thận là ngọn nguồn của sự sống, là gốc của nguyên khí và cũng là vốn liếng, sức khỏe của con người. Cho nên, Hắc Trà có tác dụng kéo dài tuổi thọ của con người. Bàng quang là kinh mạch bài tiết của nhân thể, cho nên Hắc Trà giúp giảm cân, tiêu mỡ, thích hợp uống vào mùa đông, kích thích tiêu hóa.

Trà đen còn được gọi là **hồng trà** do nước trà có màu đỏ hồng; tùy vào mức độ oxy hóa trong quá trình lên men mà màu nước sẽ có sắc độ khác nhau. Những loại hồng trà nổi tiếng là trà Thiết Quan Âm (Phúc Kiến), Đại Hồng Bào ở Trung Quốc lục địa; Động Đình trà ở Đài Loan. Hồng Trà là loại trà phổ biến nhất ở phương Tây.

Trà Ô-long (Oolong tea) có màu sắc giữa trà xanh và trà đen; chế biến từ những lá non, phơi nắng trên những tấm phên bằng tre, vò nát và đựng trong các rổ tre. Mục đích của sự vò nát là để làm hư hại những mạch dẫn nhựa và cạnh lá, tạo ra màu đỏ. Sau đó, lá trà được **ủ ngắn hạn** (semi-fermented) trong vài tiếng đồng hồ, và sao liền tay trên các chảo nóng và sấy khô. Trà đen là loại trà được xuất cảng nhiều nhất và chiếm gần 60% sản lượng quốc tế. Khi uống, người Tây phương thường pha trà này chung với sữa hoặc đường.

Trà Phổ Nhĩ (**Pu-erh tea**) là loại trà cổ xưa và hiếm nhất, lấy tên từ một vùng ở Vân Nam (Trung Hoa). Loại trà này chỉ thích hợp cho những người sành uống trà mà thôi. Đầu tiên, lá trà trải qua giai đoạn cố định hóa để chặn đứng oxyd hóa sau đó cho cuộn tròn và phơi khô lần thứ nhất. Sau đó, họ **ủ cho trà lên men** trong căn phòng nhiệt độ phải cao hơn 25 độ. Nước của trà Pu-erh thường có ánh đỏ đậm hoặc nâu. Trà Pu-erh là loại trà độc nhất để càng lâu càng ngon (như rượu tây).

5. Chế biến trà đen.

Trà đen còn gọi là "Hồng Trà" vì khi pha, nước thường có màu hồng đỏ. Những loại hồng trà nổi tiếng là trà Thiết Quan Âm (Phúc Kiến), Đại Hồng Bào ở Trung Quốc lục địa; Động Đình trà ở Đài Loan. Những huyền thoại về "Trảm Mã Trà" hay "Hầu Trà" đều thuộc loại Hồng Trà. Hồng Trà là loại trà phổ biến nhất ở phương Tây. Khác với trà xanh và trà trắng, **trà đen là trà đã lên men và oxyhóa.**

Một quy trình chế biến **trà đen tiêu chuẩn trên thế giới được thực hiện như sau:**

a. Giai đoạn làm héo (flétrissage): Mục đích giai đoạn này là giảm bớt hàm lượng nước trong búp chè, tạo điều kiện thuận lợi cho quá trình vò. Khi làm héo, lượng nước của búp chè giảm đi 38 – 40%, làm cho búp chè dẻo dai hơn giúp cho quá trình vò đỡ giập nát. Khi lượng nước giảm thì hàm lượng chất khô trở nên đậm đặc, tạo điều kiện cho các phản ứng sinh hóa và các quá trình biến đổi khác diễn ra dễ dàng hơn, nâng cao chất lượng chè thành phẩm. Protein biến đổi sâu sắc để tạo thành các axit amin hòa tan. Một số chất khác như Vitamin C, diệp lục, tinh bột giảm đi, cafein có tăng lên một chút do axitamin hình thành cafein.

Điều kiện cần thiết để làm héo tốt là:

– Ẩm độ không khí : 60 – 70%

– Nhiệt độ không khí: 44 – 45° C

– Thời gian héo: 3 – 4 giờ

b. Giai đoạn vò (roulage): Các chất hòa tan trong nước có trong tế bào, đặc biệt là Catechin muốn thực hiện được quá trình oxy hóa dưới tác dụng của các enzym Polyphenoxlaza và Peroxidaza phải được tiếp cận với oxygen, vậy cần phải phá vỡ vỏ và màng tế bào để chuyển các enzym làm cơ chất của chúng ra bề mặt của lá. Ngoài ra, do quá trình vò, các chất hòa tan sẽ đi vào nước nóng tốt và nhanh hơn khi pha chè, và thể tích khối chè cũng giảm hẳn đi. Quá trình vò cần đạt được độ giập của tế bào là 70 – 75%. Tùy theo quy mô sản xuất mà mỗi cối vò từ 120 – 160kg. Vò 3 lần. Thời gian mỗi lần vò là 45 phút, độ nhiệt 22-24° C, độ ẩm không khí 90 – 92%.

Quá trình phân loại giữa các lần vò nhằm mục đích tách phần chè nhỏ đủ độ giập tế bào ra khỏi khối chè vò, tạo điều kiện thông thoáng giảm nhiệt độ và tạo ra các tính chất cơ lý mới để qua quá trình vò tiếp theo được thuận lợi.

Chè sau khi phân loại qua khỏi lưới sàng đã đủ tiêu chuẩn về kích thước và độ giập tế bào sẽ được rải vào các khoảng một lớp dày 4 – 5 cm và đưa sang quá trình lên men.

c. Giai đoạn lên men: Quá trình lên men là trung tâm của chế biến chè đen, là quá trình cực kỳ quan trọng ảnh hưởng đến phẩm chất chè thành phẩm. Chính nhờ quá trình này mà nguyên liệu sau hai quá trình chuẩn bị sơ khởi là làm héo và vò chịu những chuyển hóa sâu sắc về mặt hóa học để tạo nên màu sắc, mùi vị, ngoại hình của chè thành phẩm.

Các nhà khoa học chia quá trình lên men lá chè làm hai giai đoạn (2 pha). Giai đoạn một khi tế bào của lá bị phá vỡ sau lần vò 1, giai đoạn này kéo dài từ 2 – 3 giờ. Giai đoạn hai kể từ khi bắt đầu đưa chè vào phòng lên men cho đến khi quá trình lên men kết thúc.

Để thuận lợi cho quá trình lên men thì ở các phòng vò và lên men đều phải duy trì nhiệt độ trong giới hạn 24 – 26 độ C và độ ẩm không khí phải đạt 95 – 98%; không khí trong phòng vò và lên men cần điều chỉnh để đảm bảo cứ 7 – 100kg chè vò có khoảng 1m3 không khí sạch mát.

d. Giai đoạn sấy: Mục đích của giai đoạn này là dùng nhiệt độ cao để đình chỉ các quá trình hoạt động của men nhằm cố định phẩm chất chè, làm cho lượng nước còn lại khoảng 7 – 9% theo yêu cầu thương phẩm trên thị trường. Yêu cầu nhiệt độ sấy 95 – 105 độ C, thời gian sấy 30 – 40 phút. Sau giai đoạn sấy là hoàn thành quá trình chế biến chè thành phẩm, qua hệ thống phân loại, phân cấp đóng bao và đưa ra thị trường tiêu thụ.

e. Giai đoạn sàng chè: Sàng chè có hai dạng khác nhau:

– Sợi chè để nguyên vò xoắn lại, gọi là chè truyền thống hay chè OTD (Orthodox tea – OTD tea): Sau khi sàng phân loại trong quá trình tinh chế chia ra làm nhiều loại tùy thuộc vào chất lượng chè như OP (Orange Pekoe), P (Pekoe), PS (Pekoe Shouchong), BOP (Brokon orange Pekoe), BP (Broken Pekoe), BPS (Brokon Pekoe Shouchong), F (Faning S), Dust, chất lượng từ cao đến thấp theo nguyên liệu từ búp non, lá bánh tẻ, lá già.

– Sợi chè cắt thành từng mảnh nhỏ, gọi là chè CTC (Crushing= nghiền; Tearing = xé; Curling = vò xoắn lại): Mùi vị, hương như chè đen OTD nhưng pha nhanh, tiện sử dụng, rất được ưa chuộng ở các nước công nghiệp phát triển. Đối với những giống chè cành thuộc thứ chè shan do trọng lượng búp lớn có thể tiến hành chế biến theo quy trình công nghệ CTC để khắc phục ngoại hình cọng lớn đối với quy trình chế biến OTD.

g. Đóng thành phẩm: Sau khi hoàn thành các công đoạn trên chè sẽ được đóng gói thành phẩm để mang đi tiêu thụ.

6. Thay lời kết: Nếu trong văn hóa Tây phương, cà-phê hay rượu là những loại nước uống thông dụng thì trong văn hóa Đông phương, đó lại là trà. Tại Nhật Bản, trà còn được nâng lên một tầng cao hơn, đó là **trà đạo** kết hợp uống trà với tinh thần Thiền, nhằm làm sạch tâm hồn, tu tâm dưỡng tánh để đạt tới giác ngộ, vượt qua bờ bên kia. ■

Thái Công Tụng

THƠ ĐƯỜNG LUẬT

Tác giả:
Điều Ngự Giác Hoàng Trần Nhân Tông

Thích Như Điển dịch theo lối thơ lục bát

Vua Trần Nhân Tông là một minh quân đời thứ 3 triều Trần. Lúc còn là Thái Tử, Ngài đã được vua cha cho học Thiền cùng Tuệ Trung Thượng Sĩ. Khi lên ngôi, dù bộn bề trăm công nghìn việc, Ngài vẫn thực hành đời sống Đạo. Năm 41 tuổi, Ngài nhường ngôi cho con, xuất gia tu đạo ở núi Yên Tử, lấy hiệu Hương Vân Đại đầu đà, được tôn xưng là Điều Ngự Giác Hoàng. Ngài sáng lập dòng Thiền Trúc Lâm Yên Tử, trở thành vị Sơ Tổ của dòng Thiền đặc thù Việt Nam.

春曉
睡起啟窗扉，
不知春已歸。
一雙白蝴蝶，
拍拍趁花飛。

Xuân hiểu
Thụy khởi khai song phi,
Bất tri xuân dĩ quy.
Nhất song bạch hồ điệp,
Phách phách sấn hoa phi.

Buổi sớm mùa xuân
Bản dịch thơ lục bát
(Thích Như Điển)

Sáng mai thức giấc ngỡ ngàng,
Mở toang cánh cửa sáng toan lọt vào.
Xuân đà đến đấy hay sao,
Mà ta chẳng biết ra vào chẳng hay?
Bướm kia bay lượn suốt ngày,
Báo cho ta biết xuân này vui chung.
Hoa kia là chốn trùng phùng,
Để ta theo với như cùng cánh tiên.

Tượng Phật Hoàng Trần Nhân Tông
tại Huyền Không Sơn Thượng – Huế

Dương Kinh Thành

HƯƠNG TRÀNG-
CÔNG CHÚA HUYỀN TRÂN,
ĐÃ GIẢI THOÁT KHỎI
DUYÊN TRẦN
MÀ CHUYỆN ĐỜI VẪN CHƯA DỨT

Huyền Trân Công Chúa (hình: Internet)

Theo dòng sử liệu.

Câu chuyện về Công Chúa Huyền Trân (1287–1340), vẫn luôn thu hút nhiều người quan tâm, nhất là nghi án *'chuyện tình giữa biển khơi'* với vị võ tướng và là trung thần hàng đầu nhà Trần, Thượng Tướng Trần Khắc Chung (1247–1330).

Từ một đoạn văn của sử gia Ngô Sĩ Liên (1400–1498) trong Đại Việt Sử Ký Toàn Thư với lời lẽ lên án gay gắt, đã để lại di hậu mai sau nhiều nghi vấn tiếc nuối lẫn chê trách, gièm pha, tạo thành hai cực trắng đen rất rõ nét. Thế nhưng với người trong cuộc vẫn một mực lặng im, phó mặc cho hai thái cực này mặc sức tuôn chảy theo từng cảm xúc. Đặc biệt với Sư Cô Hương Tràm, tức Công chúa Huyền Trân từ ngày quy hồi cố quốc, bái yết Phụ Hoàng Trần Nhân Tông (1258–1308) trên non thiêng Yên Tử, rồi về ẩn tu dưới mái thảo am Am Nộm Sơn, một lòng chuyên hành công đức nhẫn nhục đến vô cùng. Sự lặng thinh này của Sư Cô Hương Tràng cho đến khi nhắm mắt, dường như là một bài toán đố cho hậu thế về bài học một khi đã hết dạ cạn lòng cho quê hương, đất nước, cho lợi ích đời sau, thì không có ngôn ngữ nào hay bất kỳ lý do gì để kể lể, mặc dù oan trái còn đeo đẳng trước cổng Từ Bi giải thoát của mình. Hơn 700 năm rồi, còn đó câu chuyện đời nhuốm nhiều gam màu thêu dệt khôn nguôi!

Năm Tân Sửu (1301) Thượng Hoàng Trần Nhân Tông sau chuyến du hóa khắp nơi và đặc biệt sang lân quốc Chiêm Thành để tỏ tình giao hảo, được vua quan nơi này ân cần tiếp đãi trọng thị và tỏ bề kính phục. Thời gian hơn nửa năm trên đất Chiêm Thành, tiếp cận với nhiều lãnh vực tôn giáo, lịch sử và điều kiện sống của người dân nơi đây, vị Thượng Hoàng tài ba mưu lược này sớm nhận ra được vị thế chiến lược có thể là phên dậu để giữ an bờ cõi Đại Việt phía Nam với vị vua trẻ dễ mến Chế Mân (? –1307), Vị vua thứ 34 của Vương quốc Chiêm Thành *(trị vì từ năm 1288 đến 1307)*, từng lãnh đạo tài ba, đánh bại đội quân xâm lược nhà Nguyên khi họ muốn đánh chiếm Chiêm Thành để làm bàn đạp tấn công lên Đại Việt. Đó là một trong nhiều lý do trong chuyến du hành mang tính chất ngoại giao đặc biệt này, để Thượng hoàng Trần Nhân Tông hứa gả con gái yêu kiều của mình cho cho Chế Mân sau bốn năm nửa *(nguyên do lúc này Công Chúa Huyền Trân chỉ mới 14 tuổi)*. Khi đã trở về lại nơi tu hành trên non cao Yên Tử, Thượng Hoàng đã triệu Huyền Trân đến, trước là chuyện văn đạo lý như thường khi trước kia, sau nữa kể lại chuyến du hành đã gặt hái được nhiều điều quý giá và đương nhiên chuyện Ngài hứa gả Huyền Trân cho Chế Mân cũng đã được đề cập tới. Nàng Công Chúa vẫn với thái độ hiếu kính một mực và đằm thấm dịu dàng lắng nghe từng lời Thượng Hoàng chỉ dạy. Và như một ấn chỉ cho con trước một cuộc hôn nhân mang nặng tình đất nước, Thượng Hoàng bảo Công Chúa Huyền Trân giơ hai bàn tay lên và nói *"Con có thấy trên bàn tay có hình bóng của Phụ Hoàng và Thái hậu không?."* Rồi Ngài nói tiếp trong niềm tin trao gởi cho con mình: *"Trên bàn tay con không những có ta, có mẹ mà còn có cả giống nòi đất nước."*

Năm Ất Tỵ (1305) Chế Mân cử Sứ thần là Bố Đài và hơn trăm người dâng tờ biểu, vàng ngọc, kỳ hương và các phẩm vật quý làm lễ vật, sang Đại Việt cầu hôn đúng theo giao kết bốn năm trước.

Năm Bính Ngọ (1306) Chế Mân lại xin dâng đất Châu Ô, Châu Lý, làm sính lễ, Vua Trần Anh Tông (1276–1320) mới thuận cho Công Chúa Huyền Trân về với Chế Mân. Huyền Trân đến Chiêm Quốc được Chế Mân phong Vương Hậu thứ hai với phong hiệu là Paramecvari. Do Chế Mân trước đây đã có Vương Hậu thứ nhất người Chăm và có người con với nhau là Chế Đa Đa, người đã được chỉ định kế vị Chế Mân ngày sau. Ngoài ra, Chế Mân cỏn có một Vương hậu khác là Tapasi, người Java (Indonesia ngày nay).

Dù rất được Chế Mân sủng ái, thuận chiều cho Huyền Trân đi đó đây trong Vương Quốc để tỏ lòng hành thiện với dân nghèo, nhưng cuộc hôn nhân này không kéo dài được bao lâu vì tháng 5 năm 1307 (Đinh Mùi) Chế Mân đột ngột qua đời. Vua Trần Anh Tông lo ngại nếu diễn biến xấu sẽ xảy ra với em gái mình do nhiều tập tục phức tạp của xứ người, nên vội sai Thượng Thư Bộc Xạ Trần Khắc Chung, người vốn có đầy vẹn mưu lược và nhạy bén trước mọi tình huống, cùng với An Phủ Sứ Đặng Vân, tức tốc sang Chiêm Quốc tìm cách đưa Công Chúa Huyền Trân trở về cố quốc.

Sau khi về lại Thăng Long, Công Chúa Huyền Trân xuất gia tại chùa trên núi Trâu Sơn (nay thuộc tỉnh Bắc Ninh). Cuối năm Tân Hợi (1311) Hương Tràng cùng một thị nữ trước đấy, cũng đã Quy Y, đến làng Hổ Sơn, Huyện Thiên Bản (nay thuộc tỉnh Nam Định), lập am dưới chân núi để tu hành, sau gọi là chùa Hổ Sơn hay còn gọi là Quảng Nghiêm Tự. Hương Tràng mất ngày mồng 9 tháng giêng năm Canh Thìn (1340), dân chúng thương tiếc tôn là Thần Mẫu và lập đền thờ bên cạnh chùa. Các triều đại ngày sau phong là Thần Hộ Quốc. Nhà Nguyễn thì ban chiếu ghi nhận công lao của *Công Chúa Huyền Trân, phong nàng bậc tang là "Trai Tĩnh Trung Đẳng Thần."*

Từ con đường quan lộ của Trần Khắc Chung…

Trần Khắc Chung (1242–1330) vốn tên thật là Đỗ Khắc Huy, nhờ công trạng trong chuyến đi Sứ sang Nhà Nguyên thương thuyết Ô Mã Nhi – trong cuộc chiến Nguyên Mông - Đại Việt lần thứ nhất (1285) được Vua Trần Nhân Tông cho đổi sang họ Trần và phong chức Đại Hành Khiển sau thăng Ngự Sử Đại Phu, Nội Quan Đại Hành Khiển. Trong triều Trần Anh Tông ông còn được phong các chức Đại An Phủ Kinh Sư, Thượng Thư Tả Bộc Xạ. Trần Khắc Chung phò triều nhà Trần qua các đời vua Trần Nhân Tông (1258–1308), Trần Anh Tông (1276–1320), Trần Minh Tông (1300–1357).

Một bậc công thần tài giỏi, tiếng tăm như thế, nên Công Chúa Huyền Trân luôn bày tỏ lòng mến mộ tài năng cũng như công lao đối với nhà Trần, do đó Công Chúa xin bái Trần Khắc Chung làm thầy. Ngoài những buổi học ở thiền cung, Trần Khắc Chung thường hay hướng dẫn Công Chúa đi cưỡi ngựa, ngao du sơn thủy và trao đổi bút pháp học được. Lúc này Trần Khắc Chung đã yên bề gia thất, có vợ là Ngọc Mỹ, con một vị quan trong triều, được tiếng là người đẹp nết, và có hai con nhỏ,

đứa lớn tên Trung Đế. Trong chuyện hôn nhân của Huyền Trân Công Chúa và Chế Mân, trong triều nội ai cũng phản đối, chỉ có hai người lên tiếng ủng hộ tán thành là Nhập Nội Hành Khiển Trần Khắc chung và Văn Túc Vương Trần Đạo Tái.

Nhiều tài liệu ghi chép rằng, khi Chế Mân mất, Công Chúa Huyền Trân trở thành góa bụa ở tuổi 20. Theo tập tục Chiêm Quốc thời bấy giờ thì *"vua chết, hoàng hậu phải chết theo"*, nhưng do Công Chúa đang mang thai Hoàng tử Chế Đa Đa nên việc hỏa thiêu được phép lùi lại. Nằm trong các kế hoạch đưa ra nhằm giải cứu Công Chúa Huyền Trân, vị võ tướng Trần Khắc Chung được tín cậy, và ông mang theo 5.000 quân sĩ lương thảo cùng một số chiến thuyền lớn để vượt biển. An Phủ Sứ Đặng Văn là vị quan được tháp tùng theo bên cạnh để hỗ trợ cho các kế hoạch của Trần Khắc Chung.

Vì sao triều đình vua Trần Anh Tông vẫn tin tưởng giao phó trọng trách cho Trần Khắc Chung lãnh đạo cuộc giải cứu và đưa Công Chúa Huyền Trân trở về hẳn chúng ta đã hiểu rất rõ. Và đây là câu giải đáp. Trong một tài liệu có ghi rằng:" *Sang đến nơi, Trần Khắc Chung nói với Thế Tử Chiêm Thành rằng: "Bản triều sở dĩ kết hiếu với vương quốc vì vua trước Hoàn Vương, người ở Tượng Lâm, thành Điền Xung, là đất Việt Thường: hai bên cõi đất liền nhau thì nên yên phận, để cùng hưởng hạnh phúc thái bình cho nên gả Công chúa cho Quốc Vương. Gả như thế vì thương dân, chứ không phải mượn danh má phán để giữ trường thành đâu! Nay hai nước đã kết hiếu thì nên tập lấy phong tục tốt. Quốc Vương đây mất, nếu đem Công Chúa tuẫn táng thì việc tu trai không người chủ trương. Chi bằng theo lệ tục bản quốc, trước hãy ra bãi bể để chiêu hồn ở trên trời, đón linh hồn cùng về rồi mới hỏa đàn sau."*

Câu nói này của Trần Khắc Chung làm chúng ta liên tưởng đến cuộc đi Sứ sang Nhà Nguyên năm xưa, đối đáp với Ô Mã Nhi, tuy không sắc bén mang tính đối kháng như lần trước, vì bây giờ đang là một kế sách khôn ngoan, mềm mỏng để đạt mục đích, nhưng cũng đủ thấy ngoài tài thao lược, chiến lược tài ba của ông đã thể hiện một cách nhuần nhuyễn, vận dụng thành công sức mạnh tâm lý để dẫn dắt đối phương. Sau đó *"cuộc giải cứu"* thành công ra sao chúng ta đều đã biết qua nhiều tài liệu ghi chép đầy đủ.

Đến nghi tình muôn thuở còn vương mang

Ở đây, khi đọc lại đoạn văn dưới đây trong *Đại Việt Sử Ký Toàn Thư* "Khắc Chung dong thuyền nhẹ, cướp lấy Công Chúa đem về, rồi tư thông với Công Chúa, đi đường biển loanh quanh chậm chạp, lâu ngày mới về đến kinh đô" thì câu chuyện sẽ rẽ sang hướng khác. Cũng chính từ đoạn văn này mà nhiều đời sau vẽ ra rất nhiều chuyện tình lăng mạng và cho đó là cặp *trai tài gái sắc.* Chúng ta sẽ không nhắc đến nhiều giả thuyết chung quanh việc phái đoàn của Trần Khắc Chung, Đặng Vân có mặt ở Chiêm Thành giải cứu Công Chúa Huyền Trân ra sao, và những bất hợp lý trong các nghi án, tai tiếng xưa nay v.v… vì đã có nhiều tài liệu, của nhiều nhà nghiên cứu, học giả quan tâm lâu nay, phân tích nhiều khía cạnh khá tường tận. Vấn đề đáng nói ở đây nhất là ở chỗ bên cạnh tài thao lược và mưu trí sắc sảo của Trần Khắc Chung, bên dưới ông còn có cả một ê-kíp hùng hậu hỗ trợ cho cuộc giải cứu đó. Trong cuộc giải cứu đó, nếu chú ý thêm những phần mà chúng ta liệt kê vào *phần ngoại sử*, thì câu chuyện sẽ được mở rộng ra rất nhiều khía cạnh. Thí dụ bộ phận nào lo chú tâm vào chuyện giao tế, đối phó, bộ phần nào lo việc bố phòng binh giáp v.v… một người giàu kinh nghiệm như Trần Khắc Chung không thể không nghĩ tới. Do đó, riêng về bộ phận binh giáp, bên dưới Trần Khắc Chung còn có hai đội quân *Tiền Quân Oai* và *Hậu Quân Oai.* Từ đó mở ra khung cảnh cho chúng ta thấy rằng, cuộc giải cứu Công Chúa Huyền Trân nào chỉ cứ hơn nửa năm trời lênh đênh trên mặt biển, mà có những khi phải tạt vào đất liền ven bờ để tránh hoặc nghi binh quân Chiêm Thành phát hiện đuổi theo. Sự hiện diện *hang trăm năm* của ngôi miếu dưới chân núi Xuân Dương của làng chài Nam Ô *(thuộc phường Hòa Hiệp Nam, Quận Liên Chiểu, TP. Đà Nẵng)* thờ vọng Công Chúa Huyền Trân là một trong những *"chứng tích"* quan trọng đáng lưu ý này. Theo Thạc sĩ sử học Lưu Anh Rô, trong Đại Việt Sử Ký Toàn Thư của sử gia Ngô Sĩ Liên biên soạn và phát hành vào thời Hậu Lê – năm 1697, tức đã sau 390 năm xảy ra vụ giải cứu Công Chúa Huyền Trân thoát khỏi họa "lửa thiêu" của người Chiêm Thành, lên án gay gắt đối với võ tướng Trần Khắc Chung, nhất là chuyện tư thông với Công Chúa Huyền Trân. Từ cơ sở này nhiều người đời sau thêu dệt nên, nên câu chuyện tình lâm ly bi đát giữa Huyền Trân Công Chúa và võ tướng Trần Khắc Chung, bên cạnh đó còn mượn câu ca dao *"Tiếc thay hạt gạo trắng ngần/ Đã vo nước đục lại gần lửa rơm",* cho rằng đó là muốn ám chỉ câu chuyện của Công Chúa Huyền Trân. Thạc sĩ Lưu Anh Rô còn đưa ra nhiều điều vô lý chung quanh việc giải cứu Công Chúa Huyền Trân, trong đó có một chi tiết thời tiết tháng 9, tháng 10 ở Miền Trung mưa bão liên miên. Một chiếc thuyền nhỏ làm sao có thể bám biển, chống chọi với phong ba bão tố. Cũng theo Thạc sĩ Lưu Anh Rô, dẫn lại chuyện kể về trận đánh chặn hậu của tùy tướng Trần Khắc chung ở làng Nam Ô, cùng miếu thờ vọng Huyền Trân Công Chúa, cho thấy dù đây là chuyện ngoài chính sử song cũng thêm một cứ liệu xác đáng để các nhà khoa học quan tâm mà có thể rửa sạch mối oan tình bấy lâu nay của người đồn đại giữa võ tướng Trần Khắc Chung và Công Chúa Huyền Trân.

Còn đây những ân tình

Mỗi khi đến Huế, vùng đất kinh kỳ triều Nguyễn, luôn nghe những bài ca mang giai điệu vấn vương, man mác buồn, thể hiện tâm tình người cô lữ với nước non. Trong đó, riêng điệu Nam Bình khoan nhặt khi nghe qua ai cũng biết đó chính là diễn bày tâm tình của Huyền Trân Công Chúa năm xưa:

Nước non ngàn dặm ra đi/ Mối tình chi
Mượn màu son phấn/Đền nợ Ô, Lý
Xót thay vì/ Đương độ xuân thì,
Số lao đao hay là nợ duyên gì?....

Nhưng nơi đây, không hề có một Công Chúa Huyền Trân của nghi án năm xưa mà chỉ có lòng biết ơn, nhớ đến công đức vô bờ bến của một con người dũng mãnh, hy sinh tất cả chỉ vì chữ hiếu trung và chỉ vì giang sơn đất nước. Một khúc nhạc của cố nhạc sĩ Phạm Duy (1921–2013) trong Trường ca *Con Đường Cái Quan,* đủ nói lên công đức của công Chúa Huyền Trân nằm sâu thẳm trái tim người dân đất Việt từ bao giờ:

Năm tê trong lúc sang xuân
Tôi theo Công Chúa Huyền Trân tôi lên đường
Đường máu xương đã lắm oán thương
Đổi sắc hương lấy cõi giang san
Tôi đi theo bước ái tình
Đi cho trăm họ được hòa bình ấm no
Đèo núi cao nghe gió vi vu
Thổi phấn son bay tới kinh đô….

Những được mất, những phải trái con người muốn thêu dệt chung quanh cuộc đời Công Chúa Huyền Trân, không nói thì tất cả ai ai cũng đều đã thấy được và đã nhìn nhận được. Nhưng còn chuyện được mất với những suy tư lạc lõng thì hãy nói như Hoàng Cao Khải (1850–1933), một nhà sử học triều Vua Thành Thái, bằng ngôn ngữ thực dụng mà vẫn phát lồ sừng sững một tượng đài đầy vẹn công ơn to lớn của đất nước:

Đổi chác khôn ngoan khéo nực cười
Vốn đà không mất lại thêm lời
Hai Châu Ô-Lý vuông ngàn dặm
Một gái Huyền Trân của mấy mươi....

Dần dà theo năm tháng, nhất là thời gian gần đây, đã có nhiều nghiên cứu, phân tích rõ hơn về nghi vấn giữa Công Chúa Huyền Trân và Thượng tướng Trần Khắc Chung. Những kiến giải theo chiều hướng tích cực, làm sáng tỏ thêm nét trong ngọc trắng ngà và giữ được nét trong sáng của một Công Chúa yêu kiều, được nhiều người kính mến.

Thời gian hơn ba năm qua, nằm trong ý niệm phần nào xóa tan đi nghi án oan tình của Huyền Trân Công Chúa, trả lại nét tinh anh cuộc đời của người nhất là với một Sư Cô Hương Tràng sống thanh bạch giữa chốn rừng thiền tĩnh lặng; Hòa thượng Thích Như Điển đã hoàn thành quyển truyện phóng tác lịch sử mang tên *"Mối Tơ Vương Huyền Trân Công Chúa"*, và đang tin tưởng cậy nhờ chúng tôi chuyển thể thành tác phẩm nghệ thuật. Đây là công trình Hòa thượng rất quan tâm đặc biệt và đặt nhiều kỳ vọng, góp tiếng nói để tôn vinh công hạnh cao cả của Công Chúa Huyền Trân. Theo tác giả, *đứng trên cả hai phương diện lịch sử dân tộc và lịch sử PGVN, chúng ta nên tham cứu đầy đủ và có cái nhìn công tâm để tránh điều không hay trong xã hội. Cả Nhà Lý hay Nhà Trần đều đã trải qua gần 400 năm của lịch sử Đại Việt (1010–1225 & 1226–1400) hầu như tất cả các bậc quân vương không nhiều thì ít đều có gắn bó với cửa chùa trước khi lên làm vua như Lý Công Uẩn, hay sau khi làm vua rồi tìm cách bỏ ngôi báu để đi xuất gia tìm đạo như Vua Lý Huệ Tông, Trần Cảnh, Trần Nhân Tông v.v... như vậy vua cũng là họ, Phật tử cũng là họ và Thiền sư cũng là họ. Đây cũng chính là sự biểu hiện trong lý nhân duyên sinh trong Kinh Hoa Nghiêm là "Trùng trùng duyên khởi và trùng trùng biến hiện"... Cũng như các nhà nghiên cứu phân tích và trên nhận định chính đáng, Hòa thương Thích Như điển viết tiếp: "Có những lý do để tôi viết quyển "Mối tơ Vương Huyền Trân Công Chúa" nhằm trả lại những gì của sự thật phải là sự thật, chứ không thể là những sự phán xét, nghi ngờ của những sự suy đoán phàm tình.*

Lý do thứ nhất là tuổi của Thượng Tướng Trần Khắc Chung bằng tuổi với Ông Ngoại của Huyền Trân Công Chúa là Hưng Đạo Vương Trần Quốc Tuấn, nên một Ông lão, không thể có tình riêng với người con gái 20 tuổi, đáng tuổi con cháu mình, dầu cho thời gian đi trên thuyền có bao nhiêu lâu đi chăng nữa cũng không thể xảy ra sự việc ấy được. Hơn nữa trên thuyền lúc ấy còn nhiều người khác.

Lý do thứ hai khiến chúng ta phải suy tưởng đến là vấn đề đạo đức của một xã hội trong thời Tam Giáo Đồng Quy như trong triều Trần, thì việc "Tam Tòng Tứ Đức", Tam Cương Ngũ Thường, là điều căn bản mà mọi người dân đều được giáo dục nghiêm ngặt. Trong khi với Huyền Trân Công Chúa thì chồng mới vừa chết, (lại đang mang thai).

Thêm một vấn đề nữa là qua "Ngọa Am Vân" chúng ta được biết, sau khi Huyền Trân về lại Thăng Long, nàng đã xin vua Anh Tông đi thẳng vào núi Yên Tử gặp Phụ Hoàng Trần Nhân Tông trình bày lại toàn bộ sự việc. Điều quan trọng hơn là sau đó Huyền Trân đã Quy Y Tam Bảo, sau đó thọ Bồ tát giới Đạo hiệu là Hương Tràng năm 1308, và trong năm này Thượng Hoàng Trần Nhân Tông cũng đã băng hà. Một năm sau 1309 Huyền Trân chính thức xuất gia tại chùa Nộn ở Bắc Ninh, chính thức trở thành một vị Tỷ Kheo Ni nghiêm hạnh trong suốt hơn 30 năm như thế mà lịch sử không hề đá động gì về cuộc đời và hành trạng tu tập của Bà.

Chính vì những kiến giải xác đáng đó, khi đặt bút chuyển thể *"Mối Tơ Vương Huyền Trân Công Chúa"*, chúng tôi có xin phép tác giả, Hòa thượng Thích Như Điển cho hư cấu thêm vào nhân vật vị tướng trẻ và đặt tên Trần Nhật Khải, một người học trò ưu tú và là bản sao của Trần Khắc Chân.

Nhân vật trẻ trung này đồng thời cũng là đồng môn của Huyền Trân Công Chúa trong những buổi học trong triều nội, gắn bó với nhau trong suốt thời niên thiếu và trưởng thành, và đã có thầm giao hẹn ước với nhau; để những câu ca xưa ứng vào cho nhân vật này thay vì Trần Khắc Chung trong các chuyện tình lâu nay hậu thế đã sai lầm:

*Thẹn với non sông thẹn với chàng
Hai Châu Ô-Lý một Huyền Trân
Đường sang Chiêm Quốc với trông núi
Ngẹn khúc từ ly biệt cố nhân.*

Và cũng chính Nhật Khải là người trực tiếp giải cứu Huyền Trân bên Chiêm Quốc, theo từng chiến thuật mà thầy mình - Trần Khắc Chung đã chỉ đạo, và trên đường phò tá trở về Đại Việt, chàng đã chết do bị trọng thương trong các cuộc đối kháng với quân Chiêm đuổi theo!

Cửa Thiền đóng lại, mặc lao xao sự đời.

Không rõ ngày đó, Giới Luật Tỳ Kheo Ni có được bổ sung hay hoàn chỉnh đầy đủ như hiện hành, để có thể hiểu và biết rõ hơn công hạnh nhẫn nhục ấy của Sư Cô Hương Tràng ra sao. Thế nhưng từ công hạnh và bề dày tu tập của Phụ Hoàng Trần Nhân Tông trước và sau khi Sư Cô Hương Tràng vâng lệnh lên đường sang Chiêm Quốc và trở về, đã tiếp nhận thêm lời dạy của người, đã rẽ sang cuộc sống khiêm cung để rồi không lâu sau đó, tiếp bước Phụ Hoàng sống cuộc đời của một Ni chúng xuất gia. Qua đó, chúng ta có thể nhận định Sư Cô Hương Tràng đã thực thi những lời Phật dạy qua khai thị của Phụ Hoàng một cách chuyên tâm, bỏ mặc bên đời, thậm chí trong hoàng cung những hồi ức vàng son của một nàng Công Chúa cành vàng lá ngọc xứ Đại Việt một thời. Không có một lời oán trách, than vãn, giữ đúng hạnh nguyện an lành thư thái; đã khiến cho tất cả, kể cả sử gia cũng phải lặng thinh từ đó.

Người đời thường bảo nhau *"Nhẫn một chút sóng yên gió lặng/ Lùi một bước biển rộng trời cao."* Trong cuộc đời mình, từ nàng Công Chúa danh giá cho đến một Sư Cô Hương Tràng tu hạnh, Huyền Trân Công Chúa nào có tuyên chiến với ai, với bất cứ thế lực nào đâu mà đòi hỏi phải nhẫn phải nhịn cho im sự đời? Thế mà Sư Cô Hương Tràng vẫn giữ đúng hạnh nhẫn nhục trong hơn 30 năm trời dưới mái chùa mộc mạc. Dường như chính mái chùa và công hạnh từ nhẫn cộng với bao nhiêu công trạng bao la dành cho quê hương đất nước, đã làm nhiều ý đồ xấu phải chùng bước và im bặt trước ngưỡng cửa tam quan cũng chừng ấy thời gian?

Những lời thêu dệt điêu ngoa, những ý đồ đen tối cũng dường như đã biết ngượng ngùng khi người mình vu vạ không có một phản hồi dù là một lời nhỏ. Sư Cô Hương Tràng đã trả lại cho đời những gì mình không có, thanh thản một góc thanh bần nhìn trời cao biển rộng và luôn hãnh diện với quê hương ngàn đời. Vì thế, có lẽ không thừa khi nhắc lại câu thứ mười trong *"10 Điều Tâm Niệm"* do cố Hòa thượng Thích Trí Quang 1923–2019), dịch từ *Tâm Ảnh Lục, Luận Bảo vương Tam Muội*, để làm dấu kết cho bài viết này:

"Oan ức không cần biện bạch, vì biện bạch là hèn nhát mà trả thù thì ân oán thêm kéo dài." ∎

Dương Kinh Thành
(Trung Tâm Nghiên Cứu Phật Giáo Việt Nam)

Tượng Sư cô Hương Tràng tại đền Huyền Trân Công chúa ở Huế

Các tài liệu chú thích và trích dẫn:

Bách Khoa Toàn Thư - Wikipedia
Trung tâm Huyền Trân - Thừa Thiên Huế
H.T Thích Như Điển: "Mối Tơ Vương của Huyền Trân Công Chúa"
Phòng GD & ĐT Huyện Thanh Trì
Nghiên cứu Lịch Sử Văn Hóa
Thạc sĩ sử học Lưu Anh Rô
Phạm Trường Giang
Đời Sống Pháp Luật
BQL Khu Di Tích LS-VH đền Trần, chùa Tháp, TP. Nam Định
Tập nhạc "Danh nhân, Anh Hùng Dân Tộc ngàn xưa"
Và các tài liệu khác…

Lâm Minh Anh

TÂN NIÊN HÒA LẠC

Mùng ba Tết, ông Lý đang loay hoay sửa sang, ngắm nghía mấy chậu mai, đào trước hiên nhà thì nghe có tiếng gọi cửa. Ông rất ngạc nhiên và cảm động khi thấy cả nhà ông Tư hớn hở bước vào với đủ các thứ quà Tết như: cam quýt nhà trồng; bánh chưng, bánh dày, các loại mứt, tất cả đều do Lam Ngọc tự làm. Ông Tư đi trước, Tân theo sau, Lam Ngọc tay dắt bé Minh Châu đi cuối. Cả nhà lần lượt chúc Tết ông Lý làm ông xúc động quá, mãi mới nói nên lời cảm kích. Sau vài tách trà, nhâm nhi ít bánh mứt, trò chuyện vui vẻ ngày xuân, Tân và Lam Ngọc xin phép cáo từ để đưa con đến bên ngoại chúc Tết, rồi sẽ quay lại đón ông Tư về. Vợ chồng Tân đi rồi, ông Lý nói một cách rất chân thành:

- Tôi thật ngưỡng mộ gia đình bác quá! Làm sao mà thời buổi này còn cảnh ba thế hệ sống chung mà lại thuận hòa đến thế? Bác may mắn có dâu con hiền thục, cháu nội khôi ngô. Phúc báu thế, kể ra là lớn đấy.

Ông Tư khiêm tốn nói:

- Không hẳn thế đâu bác! Phúc một phần do nghiệp lực, phần nữa do tu tâm dưỡng tánh mà ra. Tôi nhờ đọc kinh sách Thánh hiền, nhờ những châu ngọc tìm được trong đó đem áp dụng trong đời sống, đọc sách là sự hưởng thụ thanh cao nhất của nhân loại đấy. Hôm nay đầu năm mới, tôi với bác cùng tìm hiểu về chữ Hòa cho vui, ý bác thế nào?

Ông Lý vui vẻ tán thành ngay:

- Trước hết cần giải nghĩa nguyên gốc chữ Hòa. Rồi sau đó, lần lượt nêu ra những nghĩa chung của nó được áp dụng theo thời gian:

Giáp cốt văn viết: Hòa 龢, bên trái là chữ Dược 龠 một loại nhạc khí thổi ra tiếng như: sáo, tiêu, sanh. Chữ Dược 龠, trên là Tập 亼 (hợp lại), giữa là Phẩm 品 (chỉ các lỗ sáo) và dưới là Sách 册 (những thẻ tre cuộn lại thành sách). Nếu ghép Tập chung với Sách thành Luân 侖 (biểu thị tôn ti, trật tự, trên dưới, trong ngoài rõ ràng). Bên phải Dược 龠 là Hòa 禾 (mạ, thóc, cây lúa…). Khi gộp chung lại thành Hòa 龢, mang nghĩa hài hòa, thể hiện quan niệm truyền thống hòa hợp giữa thiên nhiên và con người. Chữ Hòa này xuất hiện lần đầu tiên vào thời Ân Thương, chỉ thanh âm hài hòa trong âm nhạc.

Kim văn viết: Hòa 和, bên trái Hòa 禾 (đã giải thích ở trên) và bên phải Khẩu 口 (cái miệng, nơi phát ra tiếng). Khi hai chữ này kết hợp lại, mang nghĩa âm thanh tương ứng hoặc phụ họa. Chữ Hòa này được tìm thấy thời Chiến Quốc. Kể từ đó nó thay thế cho chữ Hòa 龢 kia và được dùng cho đến ngày nay.

Tuy nhiên, Thuyết Văn Giải Tự của Hứa Thận, thời Đông Hán lại phân biệt hai chữ Hòa 龢, 和 có chút khác nhau:

* Hòa 龢, chỉ cho thanh âm hài hòa trong âm nhạc.

* Hòa 和, biểu thị nhạc khí hòa theo, phụ họa, hoặc diễn tấu, hoặc hòa theo tiếng hát lời ca. Trong nghệ thuật diễn tuồng, được hiểu là một người hòa hoặc hồi đáp một người khác. Theo nghĩa đó, trong Luận ngữ, thiên Thuật Nhi, viết: Tử dĩ nhân ca nhi thiện, tất sử phản chi, nhi hậu hòa chi. 子以人歌而善必使反之而後和之 (Khổng Tử khi nghe người ca hát mà thấy hay thì nhờ người đó hát lại rồi liền họa theo). Người xưa trong yến tiệc đãi khách, có ca hát và hòa thơ (nếu thấy hay với lời ca hay thơ, thì họa lại). Do đó gọi là Lễ kính. Ngày nay, không thấy hay nghe nói hình thức họa lại nữa. Tương tự, qua hình thức hay phương cách hát hò đối đáp, trong Kinh Thi, Trịnh Phong và Quốc Phong với thể hứng "Thác Hề" (Cây khô) có lời thơ như sau:

蘀兮蘀兮 Thác hề, thác hề
風其吹女 Phong ký xuy nhữ
叔兮伯兮 Thúc hề, Bá hề!
倡予和女 Xướng dư hòa nhữ.

Tạm dịch:
Cây khô sắp rơi!
Gió thổi rụng thôi.
Hỡi chàng Thúc Bá!
Hễ chàng khởi xướng
Em thời họa (hòa) theo

Đến đây, liệt kê một số những cách hiểu phong phú về ý nghĩa từ ngữ Hòa được sử dụng rộng rãi trong sử sách xưa nay:

Với nghĩa yên hòa: Hòa hợp, hòa mục, hòa mỹ, hòa hài, hòa thanh…

Với nghĩa tĩnh hòa: Nhu hòa, dung hòa, tường hòa, dịu hòa, hòa ái, hòa khí…

Với nghĩa ngừng tranh chấp: hòa thuận, hòa hảo, hòa giải, hòa ước, hòa nghị, hòa bình…

* Hòa, tương ứng dã (Thuyết Văn); Hòa, hài dã (Quảng Nhã); Hòa, thanh âm tương hòa (Lão Tử); Hòa, bách tính hòa (Tuân Tử); Hòa, nhan sắc dũ hòa, nghĩa là đã có sắc đẹp tính lại hiền hòa (Ngụy Công Tử liệt truyện). Hòa trong từ ngữ Hòa Thượng 和尚 tiếng Phạn là *upādhyāya*, chỉ chức vụ cao nhất của tu sĩ Phật giáo trong tự viện. Hòa nam 咊南, dịch theo tiếng Phạn có nghĩa là đảnh lễ, dốc lòng kính lễ. Hòa quốc là nước Nhật Bản, Hòa văn là tiếng Nhật.

* Hoà trong một số thành ngữ như: Phong hòa nhật lệ 風和日麗 (gió mát nắng tươi); tâm bình khí hòa 心平氣和 (tâm tĩnh lặng sẽ khởi sự hòa). Hòa nhan duyệt sắc 和顏悅色 (gương mặt hiền hòa làm nên sắc đẹp). Dĩ hòa vi quý 以和为贵 (lấy điều hòa thuận làm quý trọng). Hòa bích 和璧 (Bảo Ngọc)

Ông Tư ân cần rót tách trà mạn sen mời ông Lý thấm giọng rồi nhẹ nhàng góp lời:

- Tôi thấy có rất nhiều thành ngữ về chữ Hòa mà người ta vẫn hay dùng nhưng mấy ai biết xuất xứ, tiện đây nhờ bác nói sơ qua cho.

Ông Lý gật đầu đồng tình, thong thả nói:

- Trong Luận Ngữ thiên Học Nhi, Hữu Tử viết: Lễ chi dụng HÒA VI QUÝ, tiên vương chi đạo tư vi mỹ 禮之用,和為貴. 先王之道斯為美 (chỗ dụng của lễ, hòa thuận là quý, đạo trị nước của các đời vua trước khiến cho tốt đẹp đều làm thế…). Như vậy có thể thấy được quan điểm của Hữu Nhược (một môn đồ của Khổng Tử) trong việc trị an thiên hạ phải coi trọng sự hòa hợp. Theo đó, Ngẫu Ích Đại Sư có lời bình: Lễ hữu sở hành giả tri hòa nhi đắc hòa hỷ! (Lễ sở hữu sự thực hành, người biết hòa sẽ đạt được sự hành (hạnh) ấy).

Trong Chu Dịch, quẻ Phong Trạch, Trung Phu viết: Minh hạc tại âm, ký tử hòa chi… 鳴鶴在陰, 其子和之 (Như chim hạc mẹ hót trong bóng râm, chim con hòa theo). Khổng Tử giảng rộng nghĩa: Tiếng hót của chim hạc biểu thị lời nói hay, vậy con người nên thận trọng về ngôn hạnh cho hòa hợp với đạo lý ở đời. Cũng trong Chu Dịch, quẻ Kiền viết: Kiền đạo biến hóa, các chính tính mệnh, Bảo Hợp Thái Hòa, nãi lợi trinh 乾道變化各正性命保合太和乃利貞 (Biến hóa của đạo trời (Kiền hoặc càn) vật nào được đúng tính mệnh của vật ấy, giữ được hòa khí mới tốt đẹp và vững bền).

Ông Tư thắc mắc :

- Câu "đồng thanh tương ứng, đồng khí tương cầu" 同聲相應, 同氣相求 cũng trong Chu Dịch phải không bác Lý? Phải chăng Hòa là một giá trị cốt lõi của Nho gia trong văn hóa Hoa Hạ truyền thống?

Ông Lý chậm rãi pha một ấm trà mới rồi đổ vào ấm cũ, đợi một lúc ông cầm lên lắc nhẹ để nước trà "hòa" vào nhau hoàn toàn.

Ông Tư chăm chú nhìn và chợt hiểu ra phần nào ẩn ý của ông Lý nên mỉm cười, ông Lý cũng cười, trong khoảnh khắc của sự im lặng ấy cả hai tìm được chữ Hòa của "đồng khí tương cầu". Ông Lý từ tốn nói tiếp sau khi cả hai cùng thưởng thức tách trà HÒA thật thơm ngon:

- Trước hết, câu "Đồng thanh tương ứng, đồng khí tương cầu" mà bác nói trên quả thật từ trong Kinh Dịch, quẻ Kiền mà ra. Sau để trả lời cho câu hỏi thứ hai của bác, tôi sẽ đề cập tiếp. Với Nho gia, tư tưởng "thượng" (chuộng) Hòa của Khổng Tử bắt nguồn đồng quan điểm của Sử Bá (1046-77 TCN) thời Tây Chu đến Yến Anh (578-500 TCN) thời Xuân Thu. Trong Quốc ngữ, Trịnh ngữ viết: "Phu hòa thực sinh vật, đồng tắc bất đoạn. Dĩ tha bình tha vị chi hòa, cố năng phong trưởng nhi vật quy chi. Nhược dĩ đồng bì đồng, tận nãi khí hỹ!" 史伯曰: 夫和實生物同則不斷以他平他谓之和故能豐長而物歸之若以同裨同盡乃棄矣! (Chỉ khi có sự hài hòa, vạn vật mới được sinh ra, điều này không đoạn dứt. Dù có yếu tố bất đồng nhưng nếu hòa hợp được nhau thì vẫn có thể phát triển, nhưng đã bất đồng mà cộng chung lại thì sẽ đình trệ hoặc mất đi.) Trong Tả Truyện. Chiêu Công, năm thứ 20, ghi lại lời đối đáp giữa Tề Cảnh Công và Yến Anh như sau:

Yến Anh viết: Cứ diệc đồng dã, yên đắc vi hòa 晏英曰: 據亦同也, 焉得為和 (Cũng vì đồng nhau mà đưa tới hòa.)

Công viết: Hòa dữ đồng dị hồ. 公曰: 和與同異乎 (Vậy thì đồng (giống nhau) và hòa có gì khác không?)

Đối viết: Dị. Hòa như canh yên…dĩ tương thành dã 對曰異: 和如羹焉…以相成也. (Khác chứ! Hòa là sự qua lại tương trợ nhau của những sự vật tuy có khác biệt).

Theo nghĩa trên, trong Luận Ngữ, thiên Tử Lộ, Khổng Tử giảng giải rất rõ rằng: "Quân tử hòa nhi bất đồng, tiểu nhân đồng nhi bất hòa" 君子和而不同小人同而不合. (Quân tử hòa vui với người nhưng không nhất thiết làm giống như người. Tiểu nhân thì ngược lại). Đây là ý nghĩa then chốt sự Hòa thật sự giữa con người với nhau. Hòa ở đây, cho phép sự thống nhất cuối cùng của hai bên từng đối lập, cũng có nghĩa là tìm được sự thỏa thuận giữa những ý kiến trái nghịch vì lợi ích chung của đoàn thể (nhỏ như trong một gia đình, lớn như một quốc gia, thế giới). Cũng trong Luận Ngữ, thiên Quý Thị, Khổng Tử viết: Cầu! Hòa vô quả, an vô khuynh. 孔子曰：求，和無寡安無傾 (Này Cầu! Hòa khí khiến người tìm đến mình nên không bị cô độc, yên tức bình an thì nước nhà không nghiêng đổ). Hòa ở đây, mang ý nghĩa Hòa hợp yêu thương nhau là mối tương quan giữa người trong xã hội. Trong thiên Tử Trương, Khổng Tử miêu tả ngữ cảnh: Phu tử chi đắc bang gia giả. Sở vị lập chi tư lập, đạo chi tự hành, nỗi chi tư lại, động chi tư hòa, kỳ sinh dã vinh, kỳ tử dã ai 夫子之得邦家者所謂立之斯立道之斯行餒之斯來動之斯和其生也榮其死也哀 (Muốn lập nên nhà nước thì gầy dựng dân đứng vững, dẫn dắt dân tiến hành, vỗ yên dân ủng hộ, khuyến khích dân hòa hợp. Có thế mới được dân tôn trọng, khi chết được dân xót thương).

Tử Tư (cháu nội Khổng Tử) mở rộng nghĩa Hòa cho rằng chữ này được xuất phát từ ước muốn được sống hòa thuận tốt đẹp của con người. Sách Trung Dung viết: Phát nhi giai trung tiết, vị chi hòa. Hòa dã giả, thiên hạ chi đạt đạo dã 發而皆中節謂之和.和也者天下之達道也. (Trung tiết được xem là hài hòa chính trong nội tâm của mỗi cá nhân. Cũng là cách thức, đường hướng cho con người thành tựu cái Đạo về nhân cách). Lại viết: Trí trung hòa, thiên địa vị yên, vạn vật dục yên 致中和，天地位焉，萬物育焉 (Khi đạt đến độ hòa điệu với Trời đất, vạn vật thì Trời đất ở đúng ngôi vị của mình, nhờ thế mà mọi vật được nuôi dưỡng và phát triển tốt). Cũng trong Trung Dung, (chương 10) ghi lại lời dạy Khổng Tử với Tử Lộ: Cố quân tử hòa nhi bất lưu 故君子和而不流 (Quân tử hòa thuận với mọi người mà không a dua, giữ vững lập trường trong mọi tình huống).

Đến khi Mạnh Tử (học trò của Tử Tư) chủ trương "thiên thời, địa lợi, nhân hòa", lại nói thêm: "Thiên thời bất như địa lợi, địa lợi bất như nhân hòa" 天時不如地利,地利不如人和. Như thế, trong ba yếu tố giúp tạo nên sự thành công cho một sự kiện hay công việc, "nhân hòa" là yếu tố quan trọng nhất. Chu Dịch đã viết về sức mạnh của chữ Hòa như sau: "Nhị nhân đồng tâm, kỳ lợi đoạn kim" 二人同心其利斷金 (Hai người đồng hòa một lòng thì tạo nên sức mạnh như lưỡi dao bén cắt đứt cả kim loại).

Ông Tư gật gù tỏ vẻ rất hứng thú về những gì ông Lý nói, để biểu lộ sự quan tâm, ông ân cần mời bạn dùng chút mứt hạt sen, hai ông vui vẻ thưởng thức mứt Tết uống trà, hương bạch mai ngoài vườn thoang thoảng làm ai cũng sảng khoái cả tâm hồn. Ông Tư bày tỏ:

- Theo những gì bác trình bày ở trên thì tôi nhận thấy Hòa trong chữ Nho (văn hóa Hoa Hạ) có ba điểm chính như sau: *Hòa lạc* là phẩm chất của đạo đức. *Trung Hòa* là bản thể của đạo đức. *Thái Hòa* là bản gốc của thế giới. Đó chính là định hướng giá trị "Đức Hòa vi quý" mà Hữu Nhược (một môn đệ của Khổng Tử) đã kết luận.

***

Nói đến đây, hai ông chợt nghe có tiếng xe hơi đỗ ngoài cổng liền nhìn ra ngoài thì thấy vợ chồng Tân và Lam Ngọc đi vào. Ông Tư hỏi bé Minh Châu đâu, Tân lễ phép thưa thằng bé ở lại bên ông bà ngoại chơi thêm mấy ngày nữa cho ông bà vui. Ông Tư vui vẻ khen Tân cư xử thế là phải. Được dịp, Tân hết lời ca ngợi gia đình Lam Ngọc rất Hòa thuận, mọi người nhường nhịn, tự thấy lỗi mình trước khi trách người, nói năng Hòa nhã. Tất cả tạo nên Hòa khí tốt lành trong nhà.

Lam Ngọc bấm nhẹ tay chồng ra hiệu ngăn anh tiếp tục… khoe thêm nữa. Cô khéo léo chuyển câu chuyện sang hướng khác:

Lúc chúng con vừa đến có nghe ba và bác Lý đang bàn về chữ Nho gì đó. Chúng con xin phép được cùng nghe có được không ạ?

Ông Lý gật đầu mỉm cười nói:

Năm mới chúng tôi mạn đàm về chữ Hòa ấy mà! Nhìn cảnh gia đình bác Tư hòa hợp như thế này khiến tôi nhớ đến trong Lễ Ký, thiên Lễ Vận viết: Phụ tử đốc, huynh đệ mục, phu thê hòa, gia chi phì dã.父子篤兄第睦夫妻和家之肥也 (Cha con hòa thuận, anh em đồng lòng, vợ chồng hòa hợp, gia đình ấy phú quý). Như thế, muốn gia đình thịnh vượng, bình yên thì mỗi thành viên trong nhà cần thực hiện chữ Hòa là đủ. Còn nữa, trong Kinh Thi, Lộc Minh chi thập, có bài thơ Thường Đệ, kỳ 7, diễn tả cảnh gia đình hạnh phúc như sau:

THƯỜNG ĐỆ 裳棣
Thê tử hảo hợp　　　　妻子好合
Như cổ sắt cầm,　　　　如鼓瑟琴
Huynh đệ ký hấp　　　　兄弟既翕
Hòa lạc thả thâm (đam)　和樂且湛
Tạm dịch:
Gia đình thê tử sum vầy
Đàn cầm hòa sắt tràn đầy nhịp êm
Anh em hòa thuận dưới trên,
Hòa vui yên ấm, tình thêm sâu dày.

Lam Ngọc rót trà mời hai ông rồi nhỏ nhẹ thưa:

- Bác Lý nói đến sự hòa hợp đem lại thịnh vượng và hạnh phúc trong gia đình, cháu lại nhớ đến câu tục ngữ xưa: "Gia đình hòa khí, phúc vận khai" hoặc "Hòa khí trí tường, bình an thị phát" (Nếu giữ được sự hòa thuận trong gia đình thì bình an, may mắn sẽ đến). Theo cách hiểu của cháu, Hòa là sự an lạc của nội tâm khác với Đồng thuận là biểu hiện bên ngoài. Nói cách khác, triết lý Hòa là sự vừa phải, không thái quá mà cũng không bất cập.

Tân hào hứng tiếp theo lời vợ:

Nhưng cháu thấy Nho gia cũng chỉ quan niệm Hòa về nhân bản, hay nói đến cách xử thế, là hết lòng làm đúng luân lý và trách nhiệm. Hôm nay ở nhà nhạc phụ, chúng cháu được nghe chút ít về chữ Hòa trong Phật gia. Nhân đây, xin bác vui lòng giảng giải thêm cho chúng cháu rõ hơn.

Ông Lý mỉm cười nhìn sang ông Tư, nhẹ nhàng nói:

À! Về việc này thì bác cũng rất muốn nghe ba cháu giảng giải, có lẽ các cháu không hề biết cha mình cũng có nghiên cứu về Phật Pháp đấy.

Ông Tư toan từ chối khi nghe ông Lý "đưa đẩy" qua mình, nhưng thấy các con đang rất tin tưởng chờ đợi, ông bèn nghiêm túc nói:

Bác Lý nói làm tôi ngượng quá! Kiến thức về Phật Pháp của tôi không lớn hơn... hạt cát bao nhiêu. Nhưng mà thôi, hiểu thế nào thì tôi nói thế ấy vậy. Tôi có đọc trong sách "Tổ Đình Sự Uyển" quyển 5 ghi lại: Khi Đức Thế Tôn lần đầu tiên nói cho tôn giả A Nan và Sa di Châu Na về Lục Hòa Kính Pháp, còn được gọi là Lục Khả Hỉ Pháp gọi tắt là Lục Hòa Pháp, một trong những Pháp chính của Phật đà, là sáu Pháp người xuất gia cần tuân thủ tu hành để giữ gìn sự hòa hợp trong sinh hoạt của tăng đoàn, từ đó Phật Pháp sẽ thường trụ và phát triển nhằm đem lại lợi lạc cho tất cả chúng sinh. Lục Hòa Pháp theo kinh Duy Ma Cật viết: Ư Lục Hòa Kính, khởi chất trực tâm 於六和敬 起質直心. Chất 質 ở đây là chân chất, thật thà, mộc mạc, Trực 直 là ngay, thẳng, không quanh co, khuất lấp. "Khởi chất trực tâm" là khởi đầu của sự ngay thẳng, chân thật, tâm không còn khúc mắc nữa. Kinh Pháp Cú tán dương: "Chúng tập hòa khoái, hòa tắc thường an" 眾集和快和則常安. Trong phẩm Thuật Phật viết: Vui thay hòa hợp tăng già. Lành thay tứ chúng cộng hòa đồng tu. Nội dung của Lục Hòa Pháp như sau:

1/ Thân hòa đồng trụ 身和同住
2/ Khẩu hòa vô tranh 口和無諍
3/ Ý hòa đồng duyệt 意和同悅
4/ Giới hòa đồng tu 戒和同修
5/ Kiến hòa đồng giải 見和同解
6/ Lợi hòa đồng quân 利和同均

Ý nghĩa của Lục Hòa Pháp thì ba tin là các con đều hiểu cả rồi.

Tân và Lam Ngọc đồng thanh nói lời cảm ơn khi ông Tư vừa dứt lời, Lam Ngọc nhìn Tân hội ý, anh gật đầu khuyến khích cô bày tỏ ý kiến. Cô liền mạnh dạn nói:

Dạ thưa bác Lý, thưa ba, con nhận thấy Lục Hòa Pháp chẳng những cho giới xuất gia mà còn áp dụng cho tất cả mọi người, nhất là trong gia đình:

1/ Vợ chồng con cái ý thức mình sống chung trong nhà chính là THÂN HÒA ĐỒNG TRỤ.

2/ Mọi người trong gia đình đều thông cảm, nhường nhịn, không cãi nhau, chính là KHẨU HÒA VÔ TRANH.

3/ Các thành viên trong gia đình luôn tìm được ý kiến chung cuối cùng, chính là Ý HÒA ĐỒNG DUYỆT.

4/ Người lớn làm gương đạo đức, người nhỏ ngoan ngoãn học theo những điều thiện lành đã được chứng kiến trong nhà, chính là GIỚI HÒA ĐỒNG TU.

5/ Tất nhiên thỉnh thoảng người nhà cũng có sự bất đồng quan điểm nhưng nếu chịu ngồi lại, bình tĩnh cùng nhau thảo luận để tìm ra giải pháp chung, chính là Ý HÒA ĐỒNG DUYỆT.

6/ Mọi thứ vui thích về vật chất lẫn tinh thần cả nhà chia xẻ cùng nhau, không ai có phần nhiều hơn ai, chính là LỢI HÒA ĐỒNG QUÂN.

Kết quả của Lục Hòa Pháp nếu khéo áp dụng trong mỗi gia đình thì nhà nhà hạnh phúc, quốc thái dân an còn gì tốt đẹp hơn?

Ông Lý đưa mắt nhìn ông Tư, ngầm chúc phúc cho ông có cô con dâu hiểu đạo Hòa hiếu. Tân vội hỏi qua vấn đề khác khi Lam Ngọc dứt lời vì lần đầu tiên anh thấy cô nàng thao thao nên sợ bị… lỡ lời thì phiền lắm.

Thưa bác Lý, cuối cùng thì chữ Hòa trong đạo Lão thế nào? Cháu nghĩ rằng ít nhiều gì đạo Lão Trang cũng nói về chữ này.

Ông Lý trầm ngâm, cân nhắc một lúc rồi chậm rãi nói:

Có chứ! Nhưng đây bác chỉ nói một vài hiểu biết của mình thôi. Từ ngữ Đạo giáo, chỉ nguyên khí, trong Kinh Thái Bình, Hòa Tam Khí Hưng Đế Vương Pháp viết: Nguyên khí hữu tam, thái dương, thái âm, trung hòa 元氣有三太陽太陰中和. Lại viết: Thiên địa, tứ phương vị chi lục hòa 天地四方謂之六和. Còn Trang Tử trong thiên Tề Vật Luận viết: Lục hòa chi ngoại, thánh nhân tồn nhi bất luận, lục hòa chi nội, thánh nhân luận nhi bất nghị 六和之外聖人存而不論六和之內聖人論而不議 (Phần ngoài của lục hòa, thánh nhân để yên (tồn tại) mà không luận đến. Phần trong của lục hòa, thánh nhân luận mà không bàn (nghị sự) đến).

Như thế triết lý Hòa (cái lý của triết Hòa) là dung hòa, không tranh chấp, theo dòng chảy của tự nhiên mà hợp với bản thể của Đạo, bản tính của con người. Ở đây có chiều hướng nguyên lý vũ trụ (thiên nhân hợp nhất, theo lời Trang Tử) có ý nghĩa siêu hình. Cho nên Đạo Hòa, theo Trang Tử thì không khoanh vùng, không phân chia, không có sự đối đãi hẳn hoi, tuyệt đối. Riêng trong sự kết giao của con người thì làm sao mới có sự hòa thuận, Trang Tử chỉ rằng: Quân tử chi giao đạm nhược thủy, tiểu nhân chi giao cam nhược lễ. Quân tử đạm dĩ thân, tiểu nhân cam dĩ tuyệt. (Sự giao tiếp của người quân tử nhạt như nước lã, của tiểu nhân nồng như rượu. Tình cảm của quân tử tuy nhạt nhưng lâu bền như nước, của tiểu nhân tuy có vẻ nồng nàn như rượu nhưng chóng bốc hơi, tan biến).

Mọi người bỗng im lặng đồng ngẫm nghĩ đến lời nói của Trang Tử mà ông Lý đề cập, trong đời sống, quả thật thời nào cũng có hai hạng người như thế. Tân kết thúc buổi mạn đàm khi xin phép cả nhà cho mình được đọc một bài thơ của Trạng Trình Nguyễn Bỉnh Khiêm mà anh nghĩ là rất có ý nghĩa **Hòa**:

HÒA VI QUÝ (*)
Ở thế đừng tranh tiếng trượng phu
Làm chi cho có sự đôi co
Đây cậy đây khôn, đây chẳng chịu,
Đấy rằng đấy phải đấy không thua
Duật nọ hãy còn đua với bạng*
Lươn kia hầu dễ kém chi cò.
Chữ rằng: Nhân dĩ hòa vi quý,
Vô sự thì hơn kẻo phải lo.

Ông Lý tiễn mọi người ra tận cửa với một món quà Xuân đầy ý nghĩa đó là câu chữ Nho " GIA HÒA VẠN SỰ HƯNG" 家和萬事興 mà ông đã viết sẵn trên giấy lụa nhằm tặng "Tam đại đồng đường" của ông Tư, nhìn Tân dắt tay cha, Lam Ngọc mở cửa xe, rồi cẩn thận xem ông ngồi đã yên ổn chưa, ông Tư nhẹ nhàng cảm ơn con dâu, trước khi xe chuyển bánh, cả nhà đồng đưa tay cười vui vẫy chào.

Ông Lý hoan hỉ nhìn theo, nghĩ thầm: Thật đúng là **TÂN NIÊN HÒA LẠC!** ∎

Chú thích:

(*) *Thơ văn Nguyễn Bỉnh Khiêm* dựa theo các bản Nôm *Trình quốc công Nguyễn Bỉnh Khiêm thi tập* (AB.635), *Bạch Vân Am thi tập* (AB.157), *Trình quốc công Bạch Vân Am thi tập* (AB.309).

Bản quốc ngữ trong *Bạch Vân quốc ngữ thi tập* (Nguyễn Quân). *(Nguồn Thiviennet)*

Duật là con dã giun; bạng là con trai. Câu này nhắc đến câu chuyện chép khác trong *Chiến-quốc sách*: Một con trai đang há miệng phơi mình; con dã mổ vào thịt trai; trai liền ngậm miệng cặp chặt lấy mổ dã. Hai con cứ thế găng nhau; bỗng có người đánh cá, trông thấy, bắt cả hai con. Bởi câu chuyện này chữ nho mới có câu: «Bạng duật tương trì, ngư ông đắc lợi 蚌鷸相持, 漁翁得利». «Trai và dã cặp lấy nhau, thành ra ông lão đánh cá được lợi». Có bản chép «qua nọ» có nhẽ sai.

Lươn cậy mình dài, cò cậy mỏ dài, chắc kém gì nhau? Người lấy hòa bình làm quí *(Nguồn Wikisource)*.

Thơ Nguyễn Chí Trung

Bảy khúc mùa thu

1

Đồi nho lá đã rụng rồi
Còn trên đất ướt một hơi thở dài
Trong đầu quanh quẩn dẳng dai
Nhớ ai nhớ cả những ngày cùng ai

Trời mưa đã mấy ngày nay
Mờ mờ tối tối sương dây dưới đèn
Thoảng đêm nào mới vừa quen
Bây giờ vuốt mặt để quên chăng người ?

2

Trời mưa đổ xuống mặt đồi
Từng cơn vật vã từng hồi nhớ thương
Trong hơi tàn lạnh mặt đường
Dấu Tình Yêu cũ chẳng vương vấn còn

Hình như trăng đã độ tròn
Mà âm u quá nghe mòn máu tim
Bây giờ ta kiếm ta tìm
Một lòng dung nạp bình yên ta về

3

Bờ sông khói sóng rủ rê
Đưa hồn ta đến những mê tưởng nào
Hồn ta hướng một vì sao
Mà u tối thế, làm sao nhạt mờ

Trời mưa đổ xuống giấc mơ
Mà ta chưa tỉnh còn chờ đợi thêm
Biết bao lá rụng bên thềm
Trái sầu chưa rụng qua miền nhân gian

4

Thế rồi đồi đã hết vàng
Một mầu đen thẫm đưa tàn lạnh dâng
Ra đồi đứng ngó bâng khuâng
Bây giờ Cái Chết đã gần thế ư ?

Quả là nước mắt thừa dư
Đem đi khóc những miền dư cõi thừa
Giấc chiêm bao ấy đã vừa
Xá gì chữ nghĩa mà đưa gửi Lời

5

Trời ơi trời ở trên trời
Chúng ta Thi Sĩ là người khổ đau ?
Trần Gian, ấy là Cõi Nào ?
Tiếng kinh cầu, tiếng mưa rào qua đêm

Đất phơi để lộ nỗi niềm
Dấu chân để lại buồn phiền đi qua
Bài Thơ nào lỡ viết ra
Thì trân trọng gửi cho ma không hồn

6

Thời Gian chỉ là chiều hôm
Màng chi Cuộc Sống cho buồn không nguôi
Nhưng ta đã lỡ yêu người
Cho nên ta phải một đời vỡ tan

Yêu là cả một lầm than
Sống là cả một tiền oan không ngờ
Ngồi bên bàn viết đợi chờ
Tiếng Hư Vô đọng câu Thơ dở chừng

7

Bao giờ hơi thở mới ngưng
Tầng sương trắng đặc trên lưng đồi mù
Chuông bò tiếng vọng âm u
Ở đâu đó tiễn mùa thu đang tàn

Hình như tất cả dở dang ?
Giọt chừng chưa tạnh tuyết man mác về ?
Hôm xưa gió bão cũng vì ?
Hôm nay hồn lạc thầm thì gọi nhau ?

17.10 – 23.11.90
(Bụi Bặm)

RỒNG TRONG DÂN GIAN

Nguyễn Quý Đại

Theo lịch vạn niên thì Tết Nguyên Đán năm 2024 Dương lịch là ngày 10/2/2024 rơi vào ngày thứ Bảy, âm lịch là ngày mồng một tháng Giêng năm Giáp Thìn. Con rồng trong cung hoàng đạo, đứng vị trí thứ 5 trong số 12 con giáp. Lịch năm Giáp Thìn (甲辰) thứ 41, theo Thiên Can Địa Chi là: Giáp Tý, Ất Sửu, Bính Dần, Đinh Mão, Mậu Thìn, Kỷ Tỵ, Canh Ngọ, Tân Mùi, Nhâm Thân, Quý Dậu…. chu kỳ sáu mươi năm (năm 2024 Giáp thìn 2036 Bính thìn (thứ 53) tới năm 2072 trở lại năm Nhâm thìn.

Về đời sống, trong khoa học cũng như thi ca của 12 con giáp như: hổ, rắn, khỉ, chuột được nuôi trong sở thú, heo, gà, chó, mèo, trâu, ngựa được thuần hóa thành gia súc, nhưng con rồng không thể tìm đâu ra trong thực tế. Rồng sống trong những câu chuyện thần thoại từ Á sang Âu trong các phim hoạt hình giả tưởng. Tuy nhiên con rồng là biểu tượng đặc biệt trong văn hóa, tín ngưỡng của dân tộc Việt Nam, liên quan đến truyền thuyết **Con Rồng Cháu Tiên** chuyện huyền thoại Lạc Long Quân lấy nàng Âu Cơ đẻ ra bọc trăm trứng và nở thành một trăm người con… Rồng là biểu tượng của sự cao quý tốt đẹp, thăng hoa và thịnh vượng, rồng xuất hiện thể hiện cái đẹp chân, thiện, mỹ. Hình ảnh con rồng đã ăn sâu vào tâm thức của người Việt, những di tích lịch sử, cổ vật có hình rồng bay phượng múa, (long-lân-qui-phụng) được sử dụng trong kiến trúc tôn giáo, điêu khắc và hội họa, hình rồng mang bản sắc riêng.

Từ đời Lý rồi qua các triều đại rồng có những khác biệt, thân rồng uốn hình 12 khúc, đại diện 12 tháng trong năm. Thân mềm mại uốn lượn thể hiện sự biến hóa. Trên lưng có vây nhỏ liền mạch và đều đặn. Đầu rồng có bờm dài, râu cằm, không sừng. Mắt lồi to, hàm mở rộng có răng nanh, bốn chân mỗi chân có ba, bốn móng cong nhọn. Đầu rồng ngẩng cao, há miệng rộng vờn đớp viên ngọc quý (ở Nhật Bản, Đại Hàn và Trung Hoa rồng hay cầm ngọc bằng chân trước). Rồng luôn tìm kiếm viên ngọc đó như một vật hình cầu lơ lửng ngay gần miệng rồng để diễn tả ý rồng nhả ngọc, rồng chầu ngọc, hay rồng tranh ngọc.

Rồng ở các nước Á châu có nhiều khác biệt với rồng ở Âu châu, rồng Á châu có mình rắn, vảy cá, bờm sư tử, sừng hươu và biết bay, là con vật linh thiêng. Ngược lại các nước Âu châu rồng "Dragon" là một loài quái vật thân con khủng long có cánh dơi là biểu tượng của cái ác và sự hung dữ đều phun ra lửa hay nước phá hủy tất cả. Sức mạnh của rồng ở trong miệng và đuôi của nó.

Những hình tượng đó đều sinh ra từ trí tưởng tượng của con người và là đặc điểm của mỗi nền văn hóa, nên rồng Đông phương có những nét khác rồng Tây phương.

- Fairy Dragon, rồng màu sắc sặc sỡ, có cánh chuồn chuồn hoặc cánh bướm, cổ dài, đuôi dài, mắt to.

- Azure Dragon, loại rồng thường có màu xanh lục hoặc xanh blue, sống rất thọ, hay gặp ở Bắc Cực.

- Chimera, loại rồng 3 đầu, hung ác, có sải cánh rộng, ở trong rừng núi cao, rồng mang sức mạnh của thiên nhiên là 4 yếu tố tạo nên vũ trụ: Gió, Lửa, Đất và Nước. Sự khác biệt về rồng của Đông phương cũng như Tây phương đều giúp con người nhận thức khám phá về thế giới thêm phong phú.

Hiện tượng vòi rồng hút nước.

Vòi rồng hút nước là hiện tượng một luồng không khí lớn xoáy tròn mở rộng ra từ một đám mây dông xuống tới mặt đất. Lốc xoáy do có 2 luồng gió mạnh thổi ngược chiều và lệch nhau tạo nên xoáy mạnh cuốn nước lên cao giống như vòi rồng, sức hút ở trung tâm cơn lốc lên đến 100km/giờ. Do đó con lốc này có thể hút nước biển và cả những con cá đem lên trời, đường kính của vòi rồng có thể thay đổi từ 20m đến khoảng 50m. Người ta gọi vòi rồng âm Hán-Việt là "lục long quyển", tiếng Anh Tornado có nguồn gốc từ tiếng Tây Ban Nha là tornar.

Nhìn từ xa vòi rồng có thể có màu đen hoặc trắng, tùy thuộc những thứ mà nó cuốn theo, vòi rồng xuất hiện ở trên đại dương thường hút nước biển lên cao tạo thành các cây nước (waterspouts).

Rồng sống trong huyền thoại

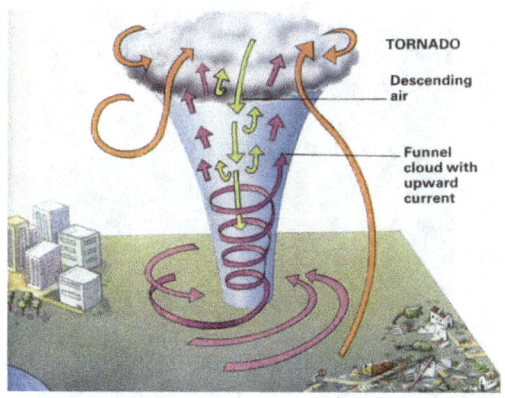

Trong dân gian, rồng vẫn là sự kích thích trí tưởng tượng tạo cảm hứng sáng tác cho con người. Ở Việt Nam hình tượng rồng đại diện cho uy lực triều đình, rồng được thêu lên áo bào vua. Áo vua được gọi là long bào, mũ vua được gọi là long quân, giường vua ngủ được gọi là long sàng, sân vua được gọi là long đình, xe vua dùng được gọi là long xa, thuyền vua ngự được gọi là thuyền rồng… Cột trụ chùa, cung điện, bia trụ xưa nay đều có hình rồng uốn éo theo chiều đứng, (loại rắn bò uốn éo theo chiều ngang)

Lý Công Uẩn lật đổ nhà tiền Lê năm Kỷ Dậu 1009, lên ngôi tức Lý Thái Tổ trị vì (1010-1028) có công lập nên nhà Lý. Tháng 7 năm 1010 vua dời đô từ Hoa Lư (Ninh Bình) ra thành Đại La, có huyền thoại rằng khi vua đi thuyền đến Đại La thì rồng xuất hiện trên trời, báo điềm lành cho triều đại tốt đẹp nên vua đổi tên Đại La thành Thăng Long, có nghĩa là "rồng bay lên." Từ đó bắt đầu một giai đoạn lịch sử mới đối với vận mệnh của dân tộc trên đất Thăng Long. Vua Minh Mạng (trị vì 1820-1841) đổi Thăng Long (821 năm) thành Hà Nội năm 1831, nhà thơ Huy Cận đã hoài cổ Thăng long với "đất ngàn năm văn vật":

Đây Thăng Long đất sắp tròn nghìn tuổi
Rồng bay lên ngày tháng tốt tâu vua

Lý Công Uẩn mắt thần nhìn nước non mở hội
Bốn phương trời Đại Việt lập kinh đô

Trong thi ca, tục ngữ lưu truyền, hay các truyện thần thoại ly kỳ, hấp dẫn đều do trí tưởng tượng trong đời sống dân gian đó là những ước mơ và khát vọng của con người về rồng…

Phận gái lấy được chồng khôn
Xem bằng cá vược vũ môn hóa rồng.

Nghĩ con cá lý ngư cũng như thân thiếp
Chờ cho mãn kiếp tu hóa rồng
Thôi anh đừng mong vợ mong chồng
Để cho em xa lánh bụi hồng gió trăng

Nước lên khỏi bực tràn bờ
Thương thì nói vậy, biết chờ đặng không
Đặng không tôi cũng gắng công
Chừng nào ao cá hóa rồng sẽ hay.

Trí tưởng tượng thật phong phú, rồng không ấp trứng nhưng nở ra rồng

Trứng rồng lại nở ra rồng
Liu diu lại nở ra dòng liu diu
Trứng rồng lại nở ra rồng
Hạt thông lại nở cây thông rườm rà

Sông Trà sát núi Long Đầu
Nước kia chảy mãi rồng chầu ngày xưa
Núi Long Đầu lưu danh hậu thế
Chùa Thiên Ấn ấn để hậu hoàng
Ai về xứ Quảng cho nàng về theo

Sự chênh lệch về kiến thức trong tình yêu, tình vợ chồng xưa cũng như nay, quả là một trở ngại lớn lao trong việc xây dựng hạnh phúc gia đình:

Rồng nằm bể cạn phơi râu,
Mấy lời anh nói dấu đầu hở đuôi.
Rồng vàng tắm nước ao tù,
Người khôn ở với người ngu bực mình.

*Rồng giao đầu, Phụng giao đuôi,
Nay tui hỏi thiệt: Mình thương tui không mình ?*

*Rồng chầu ngoài Huế, ngựa tế Đồng Nai
nước sông trong chảy lộn sông ngoài
thương người quân tử lạc loài tới đây*

*Rồng đen lấy nước thì nắng,
Rồng trắng lấy nước thì mưa ..*

Cái đẹp phát xuất từ tâm tư con người, quan niệm của người bình dân thời xưa cho chúng ta thấy được một phần nhân sinh quan :

*Lỗ mũi em thì tám gánh lông
Chồng yêu, chồng bảo râu rồng trời cho
Đêm nằm thì ngáy o o
Chồng yêu, chồng bảo ngáy cho vui nhà.*

*Hôm qua anh đến chơi nhà
Thấy mẹ nằm võng, thấy cha nằm giường
Thấy em nằm đất, anh thương
Anh đi mua gỗ đóng giường tám thang
Bốn góc thì anh bịt vàng
Bốn chân bịt bạc, tám thang chạm rồng*

Ví von rồng qua các câu đố về tàu cau và con gà trống

*Đầu rồng đuôi phụng le te
Mùa đông ấp trứng mùa hè nở con
Đầu rồng, đuôi phụng cánh tiên
Ngày năm bảy vợ, tối ngủ riêng một mình.*

Cá Hồi vượt thác về nguồn

Thực vật và động vật mang tên rồng

Các loại cây xương rồng tên khoa học: Cactaceae có từ 24 đến 220 chi, tùy theo nguồn (90 chi phổ biến nhất), trong đó có từ 1.500 đến 1.800 loài. Cây xương rồng có nguồn gốc từ vùng sa mạc Mỹ châu và một số mọc trong rừng nhiệt đới, xương rồng có gai và thân, lá cây chứa nước dự trữ hai lá mầm và có hoa nở đẹp lâu tàn. Trái Thanh Long (Dragon Fruit) của Việt Nam thơm ngon xuất cảng ra thị trường thế giới…

Nhiều loại cá gọi là cá rồng, cá rồng Á châu (tên khoa học: Scleropages formosus) Cá rồng được tìm thấy ở một số nước như: Thái Lan, Indonesia (Bocneo, Sumatra), Malaysia. Úc loại cá này theo màu sắc và hình dáng chia ra làm 4 loại chính là:

Kim long quá bối Cross Back Golden Malaysia (giống này từ Malaysia):

Huyết long Super Red (giống này từ Indonesia)

Kim long hồng vĩ Red Tail Golden (giống này từ Indonesia)

Thanh long Green Arowana giống này có ở nhiều nơi trên vùng nhiệt đới.

Rồng lá Leafy seadragon

Loài cá Rồng Lá Leafy Seadragon (Phycodurus eques), cá Rồng Tảo The Weedy Seadragon (Phylloptreyx Taeniolatus) là những loại cá đẹp trông giống như một thân cây có những cái lá thật lạ, lộng lẫy là những phiến da, treo khắp đầu, thân, đuôi, rồng lá sống ở độ sâu từ 5-35m, ở vùng nước ôn đới theo duyên hải miền Nam Australia trong khu rừng tảo bẹ dưới biển, ở Viện Hải Dương Học Long Beach California có nuôi những loại đó.

Cá vượt vũ môn theo truyền thuyết cho rằng loại cá chép vượt vũ môn để hóa rồng. Người Tàu đời nhà Hạ quan sát mùa vượt thác của cá Hồi về những dòng suối trên cao để đẻ trứng, họ không hiểu về tập tính đời sống loại cá này nên bịa ra lối giải thích rằng đoàn cá thi vượt qua các bậc cao gọi là vũ môn để hóa rồng bay đi, con nào không thành công thì chết.

Theo tài liệu dẫn chứng đó là loại cá Hồi Salmon/ Lachs dòng họ Salmonidae có 4 loại chính: Chinook, Coho, Sockeye và King Salmon. Đời sống hấp thụ cả hai môi trường đối nghịch là nước mặn lẫn nước ngọt. Cá Hồi được sinh trưởng tại vùng nước ngọt, nơi bắt nguồn của các con sông, suối, hồ. Sau đó chúng xuôi theo dòng ra biển sống tại các đại dương bao la. Đến mùa giao phối, chúng lại ngược dòng thời gian dài một vài tháng, quay về nguồn vượt thác để sinh sản rồi chết. Trứng nở ra thế hệ con cái lại tiếp tục quay ra biển sinh tồn duy trì nòi giống….

Những địa danh có hình tượng rồng

Sân rồng, thuyền rồng của ông Kỹ sư Nguyễn Thành Nam (1909-1990), là người sáng lập Đạo Dừa; hay còn gọi là Hòa đồng Tôn giáo; Cuộc sống tu hành thức ăn chỉ là trái cây và dừa (nên người đời gọi Ông Đạo Dừa) ông thành lập Đạo Dừa tại cồn Phụng ở Bến Tre vào năm 1963. Khu vực hành đạo của Đạo Dừa rộng khoảng 1.500m2 hiện vẫn còn "Sân rồng", có hình 9 con rồng ôm thân cột, hình ông ốm nhỏ đứng giữa 9 bà vợ tượng trưng cho 9 con rồng (vợ nhưng không quan hệ tình dục?).

Sông chín rồng là sông Cửu Long, hay Cửu Long Giang (九龍江), là tên gọi chung cho các phân lưu của sông Mê Kông chảy trên lãnh thổ Việt Nam. Bắt đầu từ Phnom Penh, nó chia thành 2 nhánh: bên phải là sông Bassac (sang Việt Nam gọi là Hậu Giang) và bên trái là Mê Kông (sang Việt Nam gọi là Tiền Giang), cả hai đều chảy qua đồng bằng châu thổ rộng 3,3 hecta ruộng lúa phì nhiêu, nước sông chảy ra biển có chín cửa. Từ Hậu giang các cửa: Định An, Ba Thắc, Tranh Đề. Từ Tiền giang các cửa: Tiểu, Đại, Hàm Luông, Cổ Chiêm, Cung Hầu, Ba Lai, nên sông Mê Kông còn được gọi là sông Cửu Long, tức "sông chín rồng", ngày nay do môi trường thay đổi một cửa sông đã bị cát bồi biến mất một con rồng! nhưng trong lòng của nhân gian vẫn còn 9 con rồng.

Sông Cửu Long chín cửa hai dòng
Người thương anh vô số
Nhưng anh chỉ một lòng với em

Ngoài ra còn có nơi mang tên long tức rồng: Vĩnh Long, Bình Long, Long Bình, Hạ Long, Phước Long, Long Mỹ, Long Hải, Long Xuyên, Long Khánh, Long An, Long Hồ, Long Đất, Long Thành, Long Biên…

Những phim và sách mang tên rồng

Các phim Tàu kiếm hiệp và võ thuật nổi tiếng như: Ngọa hổ tàng long, Mãnh long quá giang, Thiên long bát bộ, Long hổ đấu, các phim họat hình của Nhật: Truyền thuyết về rồng, Tales From Earthsea, legen of the Millennium Dragon 2011, ngoài ra còn có các loại phim Dragonnica, Dragon and Elf Beauty wallpaper from Dragons wallpapers; D War, Dinosaur and Dragon…

Loạt truyện Bảy viên ngọc rồng được phát hành với 3 loạt truyện, 17 phim họat hình, Video game. Năm 2008, hãng 20th Century Fox sản xuất bộ phim đầu tiên với người thật đóng trình làng năm 2009. Các tên tài tử điện ảnh võ thuật Tàu được nhiều người biết như Thành Long (Jackie Chang) Lý Tiểu Long (Bruce Lee) Địch Long, truyện Tam Quốc có Triệu Tử Long, Ngọa Long Khổng Minh Gia Cát Lượng, Đào Duy Từ có "Ngoạn Long Cương Vãn"…. Tác phẩm "Con Rồng An Nam" của cựu Hoàng Bảo Đại (1913-1997) Hoàng đế thứ 13 là con *"rồng nằm"* cuối cùng của nhà Nguyễn đã qua đời và bị lãng quên trên xứ người. Tác giả Bill-Hayton viết "Vietnam Rising Dragon."

Người Tây phương coi rồng là biểu tượng cho sự xấu xa, độc ác, là đối tượng mà con người cần phải chinh phục, thì ngược lại Đông phương xem rồng là biểu tượng cho sự tốt đẹp, may mắn và thịnh vượng… Dù quan niệm khác nhau nhưng năm 2024 Giáp Thìn đến mọi người dù Âu hay Á đều mơ ước một tương lai tươi đẹp hơn, đời sống vượt qua những khó khăn sau bệnh dịch Covid, kinh tế sớm phục hồi, giảm bớt lạm phát… Mong Ukraine chiến thắng đánh đuổi quân xâm lược Nga ra khỏi bờ cõi xây dựng lại đất nước trong hòa bình và thịnh vượng cũng như Israel và các nước ở Trung Đông sớm chấm dứt xung đột, chiến tranh làm cho nhân loại khổ đau nghèo đói… Năm mới dân tộc Việt Nam hy vọng có nhiều đổi mới sống với các quyền tự do căn bản một xã hội công bằng, bác ái, bớt tham nhũng hối lộ, xây dựng đất nước phú cường, hội nhập với thế giới Tây phương văn minh tiến bộ. Theo kịp những con rồng tại Đông Nam Á Châu, kinh tế phát triển giàu mạnh cất cánh bay cao, để chúng ta có thể tự hào là **Con Rồng Cháu Tiên**.

Năm Giáp Thìn chúng tôi kính chúc gia đình quý Độc giả báo Viên Giác bình an, khỏe mạnh, con cháu thành đạt như mong ước, đời sống hạnh phúc đầy vơi.

Tài liệu tham khảo:

-Thi ca bình dân Việt Nam Ng. Tấn Long-Phan Canh NXB Sống Mới Saigon 1969.

-Ca dao trữ tình Việt Nam NXB Giáo Dục.

-Tài liệu, hình trên các Website và Wikipedia.

Rồng Giáp Thìn 2024

Hồ Thanh Trước

Dương lịch 2024 được tính theo Âm lịch là năm Giáp Thìn, năm «con Rồng». Rồng được xếp vào hàng thứ 5 trong 12 con giáp (Thập Nhị Chi).

Tại Việt Nam, Rồng mang một biểu tượng quan trọng trong nguồn gốc dân tộc qua truyền thuyết lịch sử «con Rồng cháu Tiên», Lạc Long Quân (Rồng) lấy bà Âu Cơ (Tiên). Trước năm 1975, Hàng Không Việt Nam, công ty duy nhất trên thế giới mang huy hiệu Rồng và Rồng cũng là huy hiệu của Không Lực Việt Nam Cộng Hòa.

Tuy nhiên trên thực tế, rồng là một loài vật chỉ có trong trí tưởng tượng của nhân loại và rất khó để xác định nguồn gốc địa lý hoặc lịch sử về nơi phát sinh ra sự tưởng tượng này, dường như có từ những nền văn minh đầu tiên, thậm chí có lẽ từ thời kỳ đồ đá cũ. Qua các thống kê tài liệu cho thấy có nhiều loại rồng khác nhau trên khắp thế giới; mô hình rồng bắt đầu từ Châu Phi, sau đó đã lan đến Đông Nam Á, trước khi lan sang Úc rồi đến Châu Mỹ và, trong làn sóng cuối cùng, đến Châu Âu thời kỳ đồ đá cũ.

Hình dạng và bản tánh của rồng rất khác biệt trong hầu hết các trường hợp, rồng Đông phương là một con vật tốt lành và thường mang ý nghĩa cao cả, trong khi rồng phương Tây thường tượng trưng cho cái xấu, ác.

Rồng Đông phương

Theo Đông phương, trong văn hóa dân gian rồng là một sinh vật thần thoại có thân hình dài uốn lượn phủ đầy vảy với bốn chân, không cánh, nhưng thường bay lượn trên mây. Vẻ ngoài của nó giống như sự kết hợp của một số loài động vật khác, với cơ thể loài bò sát, bàn chân cọp, móng vuốt đại bàng, đầu lạc đà có lông, tai bò và sừng hươu. Với cặp mắt hung dữ tiếp thêm sức mạnh cho vẻ ngoài hung dữ của rồng.

Rồng là biểu tượng của sức mạnh và quyền lực, được kính trọng và tôn vinh, do đó các triều đại vua chúa ở Nhật Bản, Trung Hoa, Hàn Quốc, Việt Nam, thường dùng rồng làm biểu tượng và trang sức, từ áo mão, cờ, ấn tín, cho đến đền đài cung điện, v.v…. Tuy nhiên, qua mỗi quốc gia, mỗi triều đại hình tượng rồng được thay đổi đôi chút:

- Rồng Nhật Bản chỉ có ba móng thay vì năm không giống như người anh em họ Trung Hoa.

Rồng Nhật ba móng

- Tại Việt Nam, hình tượng rồng cũng thay đổi qua các triều đại vua, chúa.

Rồng Việt Nam & Rồng Trung Hoa

Theo truyền thuyết trước khi trở thành rồng, sinh vật này phải trải qua nhiều giai đoạn phát triển kéo dài hàng ngàn năm. Đầu tiên là một con rắn trước khi biến thành cá chép rồi vài thế kỷ sau, khi vượt qua cuộc thi «Vũ môn» cá chép biến thành rồng.

Rồng Tây phương

Rồng xuất phát từ nhiều thần thoại châu Âu khác nhau, khác với rồng phương Đông ở nhiều khía cạnh. Con rồng được miêu tả trong câu Kinh thánh như một con quái vật có bảy đầu. Trong truyền thống phương Tây (thần thoại Hy Lạp, Celtic và Bắc Âu), nó là một sinh vật bò sát có cánh, bụng to, cổ và đuôi dài, thở ra lửa mà nhiều vị anh hùng hoặc vị thần sẽ phải chiến đấu với rồng để thiết lập an ninh cho nhân loại.

Thánh Georges giết rồng, lễ Doudou, Mons, Bỉ quốc

Rồng trong Thiên Chúa giáo

- Thiên Chúa giáo coi con rồng là biểu tượng của cái ác, quái thú của ngày tận thế, hiện thân của Satan và ngoại giáo.

- Sauroctones là những người, thường là các vị thánh địa phương trong những thế kỷ đầu tiên của Thiên Chúa giáo, những người đã săn bắn, giết chết, khuất phục hoặc thuần hóa rồng những con vật hung ác.

- La Ducasse de Mons hay «Doudou» là một lễ hội nổi tiếng diễn ra hàng năm vào Chủ nhật Trinité (57 ngày sau Lễ Phục sinh) tại thành phố Mons ở Bỉ. Với nguồn gốc từ thời Trung cổ, được UNESCO công nhận là một trong những di sản truyền khẩu và phi vật thể của nhân loại. Lễ hội bao gồm hai phần quan trọng: lễ rước Thánh Waudru và cuộc chiến giữa Thánh Georges và Rồng. Cuộc chiến chống lại con rồng của thánh Georges là một chủ đề thường được nhắc đến, đặc biệt là từ thế kỷ 13. Nó tượng trưng cho chiến thắng của đức tin trước cái ác.

Huyền thoại «Thánh Georges giết rồng» từ thời Trung cổ đã trở thành chủ đề quan trọng trong nghệ thuật biểu tượng Thiên Chúa giáo. Nhiều tác phẩm miêu tả Thánh Georges giết rồng được tạc thành tượng, tranh, hay thảm được trang trí trên tường trong các giáo đường, viện bảo tàng khắp nơi trên thế giới.

- Trước khi Thiên Chúa giáo phổ biến ở Tây phương, rồng phương Tây đã từng là biểu tượng quốc gia của người Viking, người Celt và người Saxon, được tôn trọng không khác gì rồng trong truyền thống Đông phương. Các chiến thuyền «Drakkar» của người Viking đã từng gây kinh hoàng tại Âu châu vào thế kỷ thứ 9 đến 11, thường có hình đầu rồng trước mũi và đuôi rồng sau lái. Danh từ «Drake» trong ngôn ngữ Thụy Điển nghĩa là «Rồng», danh từ này xuất phát từ cổ ngữ Thụy Điển «Dreka».

- Với sự phát triển của Thiên Chúa giáo, rồng và rắn mang ý tiêu cực, chúng được mô tả là những «Satan» độc ác trong Kinh Tân Ước. Kể từ đó, rồng ở phương Tây thường gắn liền với các ác và hoàn toàn khác biệt với những rồng tốt lành của Đông phương.

Rồng trong Phật giáo

- Trong Phật giáo, theo truyền thuyết lúc đức Phật đản sinh thì có 9 con Rồng phun nước tắm cho Phật, gọi là Cửu Long phún thủy.

- Trong kinh Diệu Pháp Liên Hoa, phẩm thứ 12 Đề Bà Đạt Đa có nói sự kiện Long nữ, con gái Long vương thành Phật. Câu chuyện Long nữ thành Phật có ý nghĩa thâm sâu: Tất cả chúng sinh

VIÊN GIÁC | **45**

đều có Phật tính, dù là loài nào, nam, nữ, già, trẻ, bé, lớn đều có khả năng thành Phật nếu như đầy đủ trí tuệ và công đức phước báu, tu hành không thối chuyển, có tâm từ bi rộng lớn, có vô ngại biện tài. Cũng như Long nữ vốn là loài rồng (súc sinh), lại mang thân nữ, chỉ mới tám tuổi thôi, nhưng nhờ tu tập, tích chứa công đức phước báu, có tâm tánh, ý chí của bậc nam nhi trượng phu quân tử (Long nữ biến thành thân nam), hội đủ điều kiện nhân duyên thành tựu Lục độ vạn hạnh, chứng đạt tâm thanh tịnh, sạch vô minh phiền não mà Long nữ đã thành bậc Đẳng Chánh giác.

- Theo kinh điển Phật giáo, Rồng là một trong Thiên Long Bát Bộ Chúng thường theo ủng hộ Phật pháp: Trời, Rồng, Dạ xoa, Càn thát bà, A tu la, Ca lâu la, Khẩn na la, Ma hầu la già.

Rồng trong dân gian

Rồng thường được biết qua phim ảnh, nghệ thuật, tranh vẽ, sách vở, văn hóa, thành ngữ, v.v… trên toàn thế giới. Các quốc gia Đông Nam Á thường có các đội múa rồng, tôi đã được xem đội múa rồng tại Đài Loan với 100 đội viên, tạo thành rồng dài vài chục thước, thật sống động.

Tuy nhiên rồng là loài động vật duy nhất thoát được nghịch cảnh mà các loài động vật khác phải chịu dưới bàn tay loài người, nghịch cảnh này được tả trong phẩm Sám Hối Nghiệp Sát Sinh trong Kinh Thủy Sám:

"Hoặc là nuôi gà, hay nuôi heo con, bò dê chó heo, các loại ngỗng vịt, để tự cung cấp bếp núc của mình, hoặc thuê kẻ khác làm thịt mà bán, khiến chúng chưa tắt tiếng kêu bi thương, lông cánh đã rụng, vảy mai đã rã, thân đầu rời nhau, xương thịt tan tác. Rồi lột rồi xé, rồi mổ rồi cắt, xào đốt nấu nướng, bao nhiêu đau đớn độc địa thảm thiết, đều trút vào những loài vô tội một cách ngang trái." ….

Rồng thoát được nghịch cảnh này bởi vì rồng chỉ là một động vật tưởng tượng không hiện hữu; nếu không dù là rồng Âu hay rồng Á cũng khó thoát khỏi nghịch cảnh tả trong kinh!

Nguyện cho năm Giáp Thìn 2024, rồng sẽ mang lại nền hòa bình cho nhân loại và giúp cho các loài động vật bớt phải chết dưới bàn tay loài người.

Nguyên Trí – Hồ Thanh Trước

Tài liệu tham khảo:
- *Tài liệu hình ảnh tham khảo trên Wikipedia*
- *Tài liệu của thành phố Mons về Thánh Waudru*

Thơ Tùy Anh
TÌM NỤ TẦM XUÂN

Người về tìm Nụ Tầm Xuân
Nụ Tầm Xuân thuở ân cần trao nhau
Thời gian thế cuộc bể dâu
Không gian xa vắng nhuốm màu quan sơn,

Người về nhịp bước chân đơn
Dội trong tiềm thức nỗi buồn xa xưa
Ngồi trong quán vắng chiều mưa
Vu vơ nhìn ngọn gió lùa bên song.

Ngẩn ngơ trong nỗi nhớ mong
Nghe trong gió lạnh ngập ngừng vào Xuân
Xuân phân - ngày ấy Xuân phân
Chia tay nhau hẹn một lần hồi hương.

Nào ai ngờ! Chuyện vô thường
Non sông cách một đại dương xa vời!
Thế thôi! Cũng đành thế thôi
Đành theo vận nước làm người lưu vong!

Nay về tìm lại bóng hồng
Dáng xưa chắc cũng theo chồng nơi đâu?
Ôi đời một cuộc bể dâu
Mà nghe tan tác nỗi sầu mênh mang.

*

Người về tìm giấc mơ hoang
Nụ tầm Xuân vốn đã tàn giấc Xuân…

(Asklopios Klinikum Harburg, 04.6.2023)

Tranh Cát Đơn Sa

TẾT CỦA NGƯỜI VIỆT NAM

Chúc Thanh

Trên thế giới chỉ có dân tộc Việt Nam nói riêng và nói chung là dân Á Đông (Tàu, Nhật v.v…) là yêu mến ngày Tết và trọng mùa xuân hơn cả. Mùa xuân là mùa đem lại một sức sống mới cho vạn vật: cây cối dâm chồi nảy nụ, rồi hoa đua nở, cầm thú vui tươi và người người như trẻ ra. Người ta sửa soạn đón xuân ăn Tết với niềm vui rộn rã tràn ngập tâm hồn. Và người Việt Nam ăn Tết lâu hơn mọi dân tộc khác.

Dải mây trắng đỏ dần trên đỉnh núi
Sương hồng lam ôm ấp mái nhà tranh
Trên con đường viền trắng mép đồi xanh
Người các ấp tung bừng ra chợ Tết.
Họ vui vẻ kéo hàng trên cỏ biếc
Những thằng cu áo đỏ chạy lon ton
Vài cụ già chống gậy bước lom khom
Cô yếm thắm cho môi cười lặng lẽ
Thằng em bé nép đầu bên yếm mẹ
Hai người thôn gánh lợn chạy đi đầu
Con bò vàng ngộ nghĩnh đuổi theo sau (…)
(Thơ Bàng Bá Lân)

Ngày Tết ở chữ "Tiết Nhật" là ngày đầu tiên của một năm mới, "ngày tư, ngày Tết" thì ai ai cũng náo nức, thưởng xuân được thể hiện nhiều cách: cúng lễ ông bà, gia tiên, đi lễ đầu năm, chúc tuổi, sêu Tết v.v… gọi chung là ăn Tết… vì ngày Tết là ăn ngon là hẳn nhiên rồi.

"Mùng ba ăn cuốn… Mùng bốn ngồi không." Và hết Tết cũng thấy tiếc và nhớ nhớ, vì cuộc vui chóng tàn quá! Thật vậy, hồi chúng ta còn nhỏ, chắc có vài lần ta đã bồi hồi hỏi mẹ: "Sao không Tết lâu hơn một chút?." Hay ngây thơ hơn: "Sao một năm không có vài lần Tết?" thi sĩ Tản Đà, cùng tâm sự, đã xướng lên rằng:

Xuân ơi! Xuân hỡi!
Vắng xuân lâu, ta vẫn đợi chờ mong
Trải bao nhiêu ngày, tháng hạ mưa đông
Ròng rã nỗi nhớ mong xuân có biết?
Khứ tuế, xuân quy, sầu cửu biệt,
Kim niên, xuân đáo, khánh tương phùng
(Tản Đà)

Người ta cầu mong xuân mau trở lại, người ta quý chuộng mùa xuân cho đến nỗi phải đặt ra bao nhiêu từ đẹp, ý hay để có chữ xuân được bao hàm trong đó: *Khóa xuân (một nền đồng tước khóa xuân hai kiều)* (ND)

Xuân tình ý nói một cách thơ mộng hơn tình yêu trai gái *xuân tín* là tin vui.

Xuân niên hay *xuân thụy* chỉ giấc ngủ ngon, dù là ngủ vào mùa đông hay mùa hạ cũng vậy.

Có sự vui vẻ cũng gọi *đêm xuân*.

Xuân còn được dùng để chỉ tuổi trẻ hay người đẹp:

Khi về hỏi liễu chương đài
Cành xuân đã bẻ cho người chuyên tay (ND)

Xuân cũng dùng để chỉ người cha:

Xót thay huyên cỗi xuân già,
Tấm lòng thương nhớ biết là có nguôi (ND)

Vậy thì xuân là tất cả những gì đẹp nhất, tươi trẻ nhất và mọi người yêu quý nhất.

Vì quan niệm như thế đó nên mới phát sinh ra bao nhiêu phong tục, lễ nghi, hội hè, đình đám vào xuân: "chơi xuân kẻo hết xuân"

Óc tưởng tượng của người Việt Nam chúng ta phong phú là chừng nào thì xuân và ý niệm về xuân bao la là chừng nấy. Bởi thế, đến Tết là nhà nhà người người lo nghỉ ngơi, hoãn lại công việc đang làm dở, đón đông quân và thưởng xuân cái đã…

Chẳng phong lưu cũng ba ngày Tết
Kiết cú như ai cũng rượu chè…

Thiên hạ ăn Tết phè phỡn, thỏa thê… ăn quá đến phát ngán "dửng dưng như bánh chưng ngày Tết"; ăn quá đến nỗi một Trần Tế Xương phải bực mình cay cú:

Chí cha chí chát khua giày dép
Đen thủi đen thui cũng lượt là

Hoặc tức khí hơn:

Lẳng lặng mà nghe nó chúc nhau
Chúc nhau trăm tuổi bạc đầu râu
Phen này ông quyết đi buôn cối
Thiên hạ bao nhiêu đứa giã trầu.

…Mùa xuân như thế đó: với muôn vàn sắc thái, có uy lực cải lão hoàn đồng, làm lòng người và cây cỏ chim muông như bừng tỉnh sau một giấc ngủ dài. Thiên hạ trân trọng mùa xuân như vậy hẳn đúng? Đơn giản thôi, mùa xuân tự nó đáng yêu rồi:

Trong làn nắng ửng khói mơ tan…
Đôi mái nhà tranh lấm tấm vàng
Sột soạt gió bên tà áo biếc
Trên giàn thiên lý bóng xuân sang
(thơ Hàn Mạc Tử)

Này nhé, mùa xuân khí hậu dịu dàng ấm áp, không lạnh cóng, không nóng đổ mồ hôi! Trời hồng hồng sáng trong trong… không gian phảng phất mùi hoa thơm vừa hé nụ, đâu đây chim hót líu lo hót đầu cành… tất cả là những yếu tố tạo nên sự phục sinh về tâm hồn và thể xác. Ta hãy nghe đây, nữ sĩ Hồ Xuân Hương ỡm ờ viết câu đối Tết:

"Tối ba mươi khép cánh càn khôn, ních chặt lại kẻo ma vương đưa qui tới…
Sáng mồng một, lỏng theo tạo hóa, mở toang ra cho thiếu nữ rước xuân vào"

Đó là giai thoại thêu dệt cho vui ngày Tết và vô hình trung các hiện tượng trên của muôn loài cũng ít nhiều là những biểu hiện cảm ứng của mùa xuân. Còn nếu như ta muốn tìm hiểu sâu hơn về bản chất, nối kết nhân sinh quan vào phần nào vũ trụ quan của người Á Đông mà suy ra thì dân Việt Nam và Trung Hoa vốn sống về nghề nông và yêu thiên nhiên. Thiên nhiên hỗ trợ cho nhà nông và giúp ích rất nhiều cho việc đồng áng. Thiên nhiên cho ra sự "sinh" thể hiện rõ rệt nhất là ở mùa xuân.

Thiên địa chi đại đức viết sinh (kinh dịch)

Đất trời, âm dương vận chuyển là sự biến hóa khôn cùng của sinh tử tử sinh. Con người nhập thế thì mưu cầu sự sinh mà xa lánh sự tử. Cực chẳng đã, khi không tránh được cái tử, thì tự an ủi là:

sự sinh như sự tử ?
sự tồn như sự vong.

Còn thì luôn luôn cái gì thiện cho về sự sinh, con người hướng về ý niệm thiện để cầu mong sự sinh tốt đẹp luôn luôn. Muốn thiện tất phải có lòng nhân (nhân cũng cho ra cái mầm của sự sinh nữa) do đấy mà Khổng giáo xếp chữ nhân đứng đầu ngũ thường. Nếu có: Nhân, Lễ, Nghĩa, Trí, Tín thì sống hợp lòng người thuận lòng trời và bồi dưỡng sự "sinh" thêm rạng rỡ.

Bởi được bắt nguồn từ lòng kính yêu sự sinh sống và thiên nhiên ruộng đồng, trân trọng Khổng Mạnh nên người Việt Nam ta cũng như người Hoa xem Tết Nguyên Đán là ngày rất thiêng liêng:

Ngày đầu năm các gia đình sum họp thờ cúng gia tiên là những đấng đã sinh thành tạo dựng cho chúng ta ngày nay.

Nhà cầm quyền: Vua chúa, Quốc trưởng bày hương án nghênh xuân, tế lễ trời đất, tổ tiên, cầu cho quốc thái dân an (theo kinh lễ: ngày lập xuân làm lễ Tịch Điền là khai ruộng sau đó là lễ Khai Trường).

Mùa xuân giảm án tử hình, cấm hành thủ độc ác, nói chung là cấm hủy diệt sự sinh.

Trọng đức "sinh" còn không hẳn là tuân theo

một số quy luật một cách cứng nhắc và bất động, mà còn nương ở sự Trung Dung, là cách hành động theo quân bình rất mực Á Đông, nghĩa là vất bỏ đi những gì thái quá và bất cập và bảo tồn cái tính mền dẻo, uyển chuyển khi hình sự.

Chuộng sự cân đối, thích sự trung hòa, biết ăn ở cư xử… hợp lòng người, thuận đạo trời, cũng do đó mà nếu cái gì hợp lòng người, thuận lòng trời (thiên thời + địa lợi + nhân hòa) thì vững bền và sinh sôi nảy nở phồn thịnh. Cái gì nghịch lòng người, phản đạo trời ví như cây chết gốc mất ngọn thì đi đến chỗ triệt: Putin thế nào cũng sẽ chết mà thôi! Trong nhân quần xã hội cũng như trong gia đình hoặc mỗi cá nhân: cương, nhu, tình, lý, danh chính, ngôn thuận! Nhất nhất hệ ở chỗ trung dung là toàn hảo.

Mùa xuân thì thật lý tưởng cho ý niệm về Trung Dung, vì tiết xuân tạo cho con người trạng thái bình tĩnh, an lạc nhất: ngoại cảnh và nội tâm hòa hợp làm con người yêu đời yêu người và ham sống hơn, từ đó sự sinh và ý niệm về Trung Dung sẽ tươi nở: khí hậu thời tiết êm dịu, vào xuân, đất trời cũng thay đổi: không quá nóng như nhập hạ, không buồn bã tê buốt như đông hàn, không hắt hiu ảm đạm giống thu sang. Ngày đêm dài bằng nhau: giấc ngủ điều hòa giúp cho thần khí sáng suốt… lòng lâng lâng một niềm vui, cuộc sống dạt dào ý nghĩa đến độ thích chí hát vang lên:

"Xuân vừa về trên bãi cỏ non…
Gió xuân đưa lá vàng xuôi nguồn
Hoa cười cùng tia nắng vàng son
Lũ ong trên đường cánh tung tròn
Có một chàng thi sĩ miền quê
Ngắt bông hoa biếu nàng xuân thì
Có một bầy em bé ngoài quê
Hát câu i tờ đón xuân về." (Phạm Duy)

Tại sao dám bảo mùa xuân là thuận lợi cho ý niệm Trung Dung? Dựa theo kinh dịch, một năm có 12 tháng mỗi tháng gồm 6 hào (âm hoặc dương, hoặc âm+dương) được tóm tắt sơ lược như sau:

Mùa đông
-Tháng 10 (tháng Hợi) quẻ khôn + đất 6 hào âm --> tháng tối nhất.
-Tháng 11 (tháng Tý) quẻ phục (5 hào âm+1 hào dương): cực âm sinh dương tiết Đông chí.
-Tháng 12 (tháng Sửu) quẻ lâm (4 hào âm + 2 hào dương: âm giảm và dương tăng lên.

Mùa xuân
-Tháng giêng 1 (tháng Dần) quẻ thái (3 hào âm+3 hào dương): tam dương khai thái, tháng tốt nhất. Vì âm dương quân bình, khi âm dương bằng nhau, âm bắt đầu lui dần.
-Tháng 2 (tháng Mão) (2 âm + 4 dương).
-Tháng 3 (tháng Thìn) (1 âm + 5 dương).

Mùa hạ
-Tháng 4 (tháng Tỵ) 6 hào dương quẻ càn, tháng thuần dương nóng nhất số hào lên cực dương lại giảm lần nhường cho hào âm sinh ra.
-Tháng 5 (tháng Ngọ) 1 âm + 5 dương quẻ cấn.
-Tháng 6 (tháng Mùi) 2 âm + 4 dương quẻ độn.
-Tháng 7 (tháng Thân) 3 âm + 3 dương.
-Tháng 8 (tháng Dậu) 4 âm + 2 dương.
-Tháng 9 (tháng Tuất) 5 âm + 1 dương.

Nói chung là cực âm thì sinh dương, cực dương thì sinh âm, vận chuyển ngũ hành âm dương nối tiếp nhau thật nhịp nhàng, đều đặn. Tháng giêng quẻ thái (gọi là tam dương khai thái) được lấy làm mùa xuân, ngày đầu tháng gọi là tiết nhật. Chọn là Tết Nguyên Đán. Đây là theo lịch từ đời Hạ gọi là kiến dần. Người viết lịch kiến dần hẳn là mong cho thiên hạ được cát tường như ý, thân tâm an lạc như kiến dần (= tăng phúc, tăng lộc và tăng thọ).

Tóm lại dân Việt Nam ta sở dĩ trân trọng ngày Tết, đặt ra bao nhiêu tục lệ để tôn vinh ngày Tết là vì yêu cái lẽ *sinh tồn*, quý sự *trung dung* trong cuộc sống.

Đó như một bản năng bẩm sinh của dân tộc, thể hiện từ rất lâu đời bàng bạc trong cuộc sống: yêu thiên nhiên, yêu ruộng đồng, cách bài trí bàn thờ ông bà, trong ngôn ngữ cử chỉ giao tế với nhau thường ngày qua bao thay đổi, cuộc sống hiện tại: con người khổ sở, nỗi ai oán ngày một ngút ngàn: phải chăng vì đã thiếu hoặc mất luôn hai đức tính dân tộc đó?

Thiết lập lại và duy trì được 2 điều căn bản đó, hy vọng mỗi cá nhân sẽ có thân tâm an lạc, mỗi gia đình đầm ấm hạnh phúc hơn. Xã hội an vui và nhân loại thái bình!

Đó hẳn là toàn thế giới đang mong ước?

Chúng ta mong ước và cầu nguyện đấng toàn năng phù trợ cho chiến tranh Trung Đông và Đông Âu sớm kết thúc để mọi người dân thế giới thoát nạn binh đao. Nhân loại an hòa. ∎

(Phỏng lược theo tinh thần bài giảng của Giáo Sư Phan Khoang, Đại Học Văn Khoa Sài Gòn)

TRUYỆN CỔ PHẬT GIÁO

Nước trong chậu còn nhiều không con?

Tịnh Ý giới thiệu

Một thời đức Thế Tôn đang cư ngụ ở vườn Veluvana (Trúc lâm) thành Rajagaha (Vương xá), Ngài sang vườn Ambalathika (vườn Sóc) thăm trưởng lão Xá-lợi-phất. Thầy La-hầu-la, cũng đang tu học tại đây.

Thấy đức Thế Tôn đến thăm, La-hầu-la vô cùng hoan hỷ đảnh lễ Người, rồi sửa soạn chỗ ngồi, cũng như múc nước cho đức Thế Tôn rửa chân. Rửa chân xong, đức Thế Tôn muốn dùng ảnh dụ "chậu nước rửa chân", để dạy cho La-hầu-la bài học về nếp sống phạm hạnh. Đức Thế Tôn bèn đổ chậu nước xuống sân cỏ, nhưng cố ý giữ lại một ít nước trong chậu rồi quay sang ôn tồn hỏi La-hầu-la:

- Con thấy nước trong chậu còn nhiều không?
- Bạch Đức Thế Tôn, dạ nước còn rất ít.
- Này La-hầu-la! Con thấy đó, những người nói dối mà không biết xấu hổ thì căn lành của họ sẽ không còn lại được mấy như số nước còn trong chậu này vậy.

La-hầu-la nín thinh, sợ hãi.

Đức Thế Tôn lại đổ hết nước trong chậu và hỏi:

- Bây giờ con xem còn giọt nước nào trong chậu nữa không?
- Bạch Đức Thế Tôn, trong chậu đã hết nước.
- Vậy đó, La-hầu-la, những người vẫn tiếp tục nói dối mà không biết xấu hổ, không biết tu sửa, thì thiện căn của họ sẽ mất hết như số nước trong chậu này.

La-hầu-la cúi đầu yên lặng.

Đức Thế Tôn lại lật úp cái chậu rồi hỏi tiếp:

- Con có thấy cái chậu bị lật úp không?
- Bạch đức Thế Tôn, con có thấy.
- Cũng vậy, một người không biết thực tập Chánh ngữ, suốt đời nói dối, không thấy xấu hổ thì nhân cách của họ cũng bị đảo lộn như cái chậu này. Này La-hầu-la, là Sa-môn thì đừng bao giờ nói dối, dù chỉ là lời nói để đùa cợt cho vui miệng. Cũng đừng bao giờ nói dối để mưu cầu sự kính phục của người khác. Này La-hầu-la, chớ bao giờ nghĩ rằng, nói dối không mấy tội lỗi. Một người mà thường xuyên dối trá, thì không có việc ác gì họ lại không thể làm. Tác hại của sự nói dối lâu dài sẽ thật vô cùng tai hại.

Rồi đức Thế Tôn nhìn lên góc phòng hỏi tiếp:

- Con có biết tấm gương để phía bên kia dùng để làm gì không?

- Bạch Đức Thế Tôn, tấm gương dùng để soi mặt.
- Vậy đó, La-hầu-la, mỗi một thời khắc, Sa-môn phải quán sát thân miệng ý của mình như người đang soi gương vậy. Này La-hầu-la! khi ta nói một lời, tức ta đã tạo ra khẩu nghiệp. Con cần phải quán sát lời nói đó như sau: 'Lời nói này có thể hại ta, có thể gây tổn thương cho người khác, có thể làm đau khổ cả hai. Vậy thì lời nói này bất thiện, đưa đến đau khổ cho mình và cho người. Quả báo của nó chắc chắn là đau khổ'. La-hầu-la! con phải từ bỏ khẩu nghiệp như vậy. Nếu lỡ một khẩu nghiệp như vậy xảy ra thì con phải thưa trình, tỏ lộ trước các vị Đạo sư và các vị đồng Phạm hạnh có trí. Sau đó lại phải biết sửa đổi, an trú trong chánh niệm và tu tập ngày đêm trong thiện pháp.

Nhưng nếu một lời con nói ra là chân thật, mang lại an lạc, tin yêu, hy vọng và hạnh phúc cho người khác và cho chính mình, thì khẩu nghiệp này là thiện, mang đến an lạc và quả báo cũng sẽ an lạc…

(Phỏng theo *Trung bộ Kinh* - HT Thích Minh Châu "Kinh Giáo giới La-hầu-la ở rừng Ambala" và *Đường Xưa Mây Trắng* - Thích Nhất Hạnh- "Con hãy học hạnh của đất").

Chú thích:

Tôn giả La-hầu-la là con trai của Phật. Thầy xin xuất gia từ khi còn rất nhỏ và được gởi đến ở với Tôn giả Xá-Lợi-Phất. Năm mười một tuổi thầy đã có lần nói dối với Tôn giả chỉ vì sự ham chơi. Thầy nghĩ rằng chỉ cần nói dối một lần để khỏi bị trách phạt, nhưng không ngờ vì phải biện hộ cho lỗi lầm ấy của mình, thầy đã tiếp tục nói dối thêm nhiều lần nữa.

Thầy tưởng rồi mọi người sẽ không biết. Nhưng không ngờ không những Tôn giả Xá-lợi-phất biết, Đức Thế Tôn biết và cả đại chúng cũng biết. Và hôm ấy thầy nhận được lời dạy dỗ trực tiếp từ Đức Thế Tôn, cũng là người cha ruột của mình.

Không biết là Đức Thế Tôn đã tình cờ sang thăm Tôn giả Xá-lợi-phất hay Người đã có chủ ý đến thăm để dạy cho La-hầu-la bài học ấy.

Nhận xét:

* Không phải tự nhiên mà nói dối trở thành một trong Năm Giới đầu tiên, quan trọng nhất của người Phật tử. Bởi khi một người nói dối, hoặc để lừa gạt người khác, hoặc để mưu cầu sự kính phục của người, thậm chí để đùa giỡn, mua vui… thì trước hết họ đã tự trả giá đắt: Họ không biết "tàm quý"[1] là gì, lừa dối người là tự coi thường mình, làm

---

[1] tàm quý 慚愧. Theo Luận Câu xá có hai cách giải thích về Tàm và Quí như sau. Cách thứ nhất: Tàm là lòng tôn kính các công đức và người có đức, Quí là lòng sợ tội lỗi. Cách thứ hai: Tàm là

sao người khác tôn trọng, tin cậy họ được?

* Sát, Đạo, Dâm, Vọng (sát sanh, trộm cắp, dâm dục, dối trá) đứng đầu các Giới mà người Phật tử phải gìn giữ, bởi giữ gìn các giới đó, giúp con người hình thành đạo đức, nhân cách của mình.

* Luật pháp của các quốc gia cũng đặt ra những điều trừng phạt sự dối trá, lừa đảo. Có những hình thức đòi hỏi sự tuyên thệ, những điều mình làm mình nói là chân thật.

* Các tôn giáo khác cũng đặt giới *Vọng ngữ* lên hàng đầu. Trong mười điều răn của Thiên Chúa có điều răn "không làm chứng dối."

* Khổng giáo dạy: "Nhân vô tín bất lập" (Người không giữ chữ Tín thì không nên giao thiệp). Nhân, Lễ, Nghĩa, Trí, Tín (tức ngũ thường) là năm phạm trù đạo đức của người quân tử. Kẻ sĩ ngày xưa coi trọng lời hứa. "Nhất ngôn ký xuất, tứ mã nan truy"; nghĩa: một lời nói ra bốn ngựa theo không kịp.

Chỉ vì muốn mua lấy tiếng cười của Đắc Kỷ mà Trụ Vương đã cho đốt Hỏa đài, vốn dành để báo động khi quân Hung nô xâm lấn bờ cõi, để rồi khi quân giặc xâm lăng thực sự, thì dù có đốt, chư hầu cũng không ai còn tin để đem quân ứng cứu.

* Đối với bậc xuất gia, khi có ai chưa chứng đắc mà tự nhận mình đã chứng đắc, đã đạt được pháp của bậc thượng nhân, đã sở đắc thánh trí để lòe bịp người khác… thì bị rơi vào giới trọng Parajika (Ba-la-di), phải bị tẩn xuất, không còn được sống chung với chư tăng.

Bởi lúc đó vị ấy chẳng khác nào *cái chậu đã bị lật úp* mất rồi!

Buddhistische Geschichten
Ist noch viel Wasser im Becken, mein Kind?
Präsentiert von Tịnh Ý, übersetzt von Mỹ Đình

Einst lebte Buddha im Veluvana-Garten in Rajagaha und besuchte Sāriputta im Ambalathīka-Garten (Eichhörnchengarten). Der Novize Rahula studierte ebenfalls dort.

Als Rahula sah, dass Buddha zu Besuch kam, war er überglücklich, verbeugte sich vor Buddha, richtete einen Sitzplatz her und schöpfte Wasser, damit Buddha seine Füße waschen konnte. Nachdem Buddha seine Füße gewaschen hatte, wollte er das Beispiel des 'Fußwaschbeckens' nutzen, um Rahula eine Lektion über moralische Lebensführung zu lehren. Buddha schüttete das Wasser aus dem Becken auf das Gras, behielt aber absichtlich etwas Wasser im Becken und fragte Rahula ruhig:

- Rahula! Siehst du, wie viel Wasser noch im Becken ist?
- Ehrwürdiger Buddha, es ist nur sehr wenig Wasser übrig.
- Siehst du, Rahula, so wie das wenige Wasser im Becken, so gering ist die Tugendhaftigkeit derjenigen, die lügen und sich nicht schämen.

Rahula hörte schweigend zu, erschrocken und ängstlich. Dann schüttete Buddha das restliche Wasser aus dem Becken und fragte:

- Siehst du jetzt noch einen Tropfen Wasser im Becken?
- Ehrwürdiger Buddha, das Becken ist nun leer.
- So ist es, Rahula. Diejenigen, die weiterhin lügen und sich nicht schämen, die sich nicht bessern, verlieren all ihre guten Eigenschaften, wie das Wasser aus diesem Becken verschwunden ist.

Rahula verharrte schweigend mit gesenktem Kopf. Buddha kippte das Becken um und fragte weiter:

- Siehst du, wie das Becken umgekippt ist?
- Ja, ehrwürdiger Buddha, ich sehe es.
- Ebenso wird eine Person, die nicht die Praxis der Rechten Rede ausübt und im Leben lang lügt, ohne Scham zu empfinden, einen zerrütteten Charakter haben, ähnlich wie dieses umgekehrte Becken. Rahula, als ein Mönch solltest du niemals lügen, nicht einmal im Scherz oder um Lob von anderen zu erhalten. Denke niemals, dass Lügen harmlos ist. Wer regelmäßig lügt, für den gibt es keine böse Tat, die er nicht begehen könnte. Die langfristigen Auswirkungen des Lügens sind enorm schädlich.

Dann schaute Buddha in eine Ecke des Raumes und fragte weiter:

- Weißt du, wofür der Spiegel dort drüben verwendet wird?
- Ehrwürdiger Buddha, der Spiegel wird benutzt, um das Gesicht zu betrachten.
- So ist es, Rahula. In jedem Moment sollte ein Mönch seine Gedanken, Worte und Taten beobachten, wie eine Person, die in den Spiegel schaut. Höre, Rahula! Wenn wir sprechen, erzeugen wir verbale Handlungen. Du musst deine Worte sorgfältig betrachten: 'Kann dieses Wort mir schaden, kann es anderen schaden, kann es beiden Leid zufügen? Wenn ja, dann sind diese Worte unheilvoll und führen zu Leid für dich und andere. Die Frucht davon wird sicherlich Leid sein'. Rahula, du musst solche verbalen Handlungen vermeiden. Solltest du dennoch einmal solch eine Handlung begehen, musst du sie den Lehrern und den Mitpraktizierenden, die Weisheit besitzen, gestehen und offenbaren. Danach musst du dich korrigieren und in Achtsamkeit und täglicher Praxis der guten Lehre verweilen.

Aber wenn ein Wort, das du sprichst, wahr ist, anderen und dir selbst Frieden, Vertrauen, Hoffnung und Glück bringt, dann ist diese verbale Handlung gut, sie bringt Frieden, und die Frucht davon wird ebenfalls Frieden sein…

(Nach der Sammlung der 'Mittleren Sutras' - HT Thích Minh Châu, 'Die Lehre von Rahula im Ambala-Wald' und 'Lerne die Tugenden der Erde' von TS Thích Nhất Hạnh)."

Anmerkung:

Rahula ist der Sohn Buddhas. Er bat schon in sehr jungen Jahren um die Aufnahme in den Mönchsorden und wurde zu dem verehrten Sāriputta geschickt. Mit elf Jahren log Rahula einmal gegenüber seinem Lehrer Sāriputta, nur um dem Spieltrieb nachzugeben. Er dachte, dass ein kleiner Schwindel ausreichen würde, um einer Bestrafung zu entgehen, aber um diesen Fehler zu vertuschen, log er weitere Male.

Rahula dachte, dass niemand davon erfahren würde. Aber zu seiner Überraschung wussten nicht nur der verehrte Sāriputta und Buddha davon, sondern auch die gesamte Gemeinschaft. Und an jenem Tag erhielt er eine direkte Belehrung von Buddha, seinem leiblichen Vater.

Es ist nicht bekannt, ob Buddha zufällig Sāriputta besuchte oder ob er mit der Absicht kam, um Rahula diese Lektion zu erteilen.

Kommentar:

* Es ist kein Zufall, dass Lügen zu einem der ersten und wichtigsten der *Fünf Silas* für Buddhisten geworden ist. Denn wenn jemand lügt, sei es um andere zu täuschen, um Bewunderung zu suchen, oder sogar nur zum Spaß, dann zahlt diese Person zuerst einen hohen Preis: Sie wissen nicht, was

---

khi mình phạm tội mặc dầu không có ai biết nhưng tự cảm thấy hổ thẹn, còn Quí là khi mình tạo tội mọi người đều biết mà mình xấu hổ. Như vậy Tàm và Quí đều là tâm hổ thẹn, nhưng vì đối với người khác và với chính mình mà chia làm hai.

"tàm quý"² bedeutet, indem sie andere täuschen, erniedrigen sie sich selbst. Wie können andere sie respektieren und vertrauen?

* *Sát, Đạo, Dâm, Vọng* (Töten, Stehlen, sexuelles Fehlverhalten und falsche Rede) stehen an der Spitze der Gebote, die Buddhisten befolgen sollten, denn die Einhaltung dieser Gebote hilft, Moral und Charakter zu formen.

* Die Gesetze der Länder stellen ebenfalls Strafen für Betrug und Täuschung auf. Es gibt Formen, die die Eidesleistung erfordern, dass das, was man tut und sagt, wahr ist.

* Andere Religionen stellen ebenfalls die falsche Rede an vorderster Stelle. In den Zehn Geboten des Christentums gibt es das Gebot "Du sollst nicht falsch Zeugnis reden wider deinen Nächsten."

* Konfuzianismus lehrt: "Nhân vô tín bất lập" (Ein Mensch, der das Vertrauen nicht wahrt, sollte nicht interagieren). Nhân, Lễ, Nghĩa, Trí, Tín (Die fünf Konstanten (五常): Menschlichkeit (仁), Gerechtigkeit (義), Ritueller Anstand (禮), Weisheit (智), Aufrichtigkeit/Verlässlichkeit (信) sind die fünf moralischen Kategorien eines Edelmannes. In der Vergangenheit legten Gelehrte großen Wert auf ihr Versprechen. "Nhất ngôn ký xuất, tứ mã nan truy" bedeutet, dass ein gegebenes Wort nicht einmal von vier Pferden eingeholt werden kann.

Nur um das Lachen von Đắt Kỷ zu gewinnen, ließ König Trụ das Feuer auf dem Signalfeuer-Turm entzünden, das eigentlich dazu diente, vor Einfällen der Hunnen zu warnen. Als die Feinde wirklich einfielen und das Feuer entzündet wurde, glaubte kein Vasall mehr daran und kam zur Hilfe.

* Für Ordensleute gilt: Wer behauptet, Erleuchtung erreicht zu haben, obwohl dies nicht der Fall ist, und vorgibt, die Weisheit eines Heiligen erlangt zu haben, um andere zu täuschen, verstößt gegen das schwere Parajika-Gelübde (Bà-la-di). Dies kann zur Ausstoßung führen, sodass man nicht länger mit anderen Mönchen zusammenleben darf. Denn in diesem Moment ist man wie ein umgestürztes Becken, ohne jeglichen Nutzen!

---

² Tàm quý 慚愧. Gemäß dem Abhidharmakośa gibt es zwei Erklärungen für *tàm* und *quí*: Die erste ist, dass *tàm* die Ehrfurcht vor Tugend und tugendhaften Personen ist, während *quí* die Angst vor Sünde bedeutet. Die zweite Erklärung besagt, dass *tàm* das Schamgefühl ist, das man empfindet, wenn man sündigt, auch wenn es niemand weiß, während *quí* das Schamgefühl ist, das man empfindet, wenn alle von der Sünde wissen. Somit sind *tàm* und *quí* beide Formen des Schamgefühls, aber sie unterscheiden sich je nachdem, ob sie sich auf andere oder auf sich selbst beziehen

TRUYỆN NGẮN THIẾU NHI

GIA ĐÌNH MÌNH LÀ CON PHẬT

Thi Thi Hồng Ngọc

✦ MẸ LÀM PHỤ BẾP

Dì đến thăm, thấy cô cháu 9 tuổi Thảo An của mình đang đứng bếp tráng bánh cuốn, mẹ bé đứng cạnh lo việc cho nhân vào rồi cuốn bánh lại. Dì phục quá, hỏi bé học ở đâu ra mà làm giỏi thế? Bé hồn nhiên nói:

- Cháu và mẹ cùng học trên Youtube đấy. Mẹ luôn luôn khuyến khích bằng cách làm bếp chung với chúng cháu. Mẹ chỉ chúng cháu cắt rau, đậu, nấu bếp chung với mẹ vui lắm. Khi chúng cháu nấu được rồi, mẹ vẫn không bỏ đi xem ti vi để các con tự làm.

- Nhưng các cháu biết nấu rồi thì còn cần mẹ để làm gì nữa?

Con bé cười hồn nhiên:

- Thì… cần mẹ làm phụ bếp!

Thu Hoài

CẢM KÍCH

Em có thể rời khỏi nhà rất sớm
lúc bình minh còn mê ngủ góc trời
khi bước về, chân rã rời - xẩm tối
lặn, khuất chân đồi, hoàng hôn chơi vơi

Em có thể là mẫu nghi thiên hạ
nếu tình cờ, lọt vào mắt quân vương
em cũng tình cờ, nhưng vào xóm hạ!
dằn xóc - quanh co, qua mỗi nẻo đường

Em có thể, mang nỗi lòng trăn trở
nhìn mảnh vải đen trên ngực - để tang!
sau mảnh áo là trái tim thổn thức
bao nhiêu mảnh đời? chờ em cưu mang

✦ LY SỮA ĐẬU NÀNH

Cả ba bé đều rất thương Sư Ông, chẳng bao giờ chúng bị Sư Ông la mắng khi lỡ cười nói to hay nghịch đuổi trong chùa. Mỗi lần lên chùa mà có Sư Ông về, bọn trẻ con thích lắm vì được nghe Sư Ông kể chuyện Phật giáo cho nghe, được chút quà nho nhỏ. Các bé nhớ mãi câu chuyện rất cảm động về chú chim Oanh Vũ nuôi cha mẹ bị mù như thế nào mà Sư Ông có lần kể. Tuy rất nghiêm nhưng Sư Ông cũng lại rất hiền nên ai cũng kính trọng, họ không có cảm giác e ngại khi tiếp xúc với Ngài. Mấy ngày trước được mẹ cho biết sẽ đi chùa và lần này có Sư Ông về. Chị Cả Thảo An nói:

- Mình sẽ làm bánh táo cúng dường Sư Ông.

Chị Hai Thảo Mai phản đối

- Không! Bánh táo lớn mà lại có đường không tốt cho Sư Ông. Em nghĩ mình làm chả giò chay thì hơn.

Cô Út Thảo Hiền sáu tuổi thỏ thẻ:

- Mình làm cái gì đó Bio (thiên nhiên) mà chùa chưa ai làm cho Sư Ông. Em muốn làm món sữa đậu nành, hai chị chịu không?

Cuộc họp kết thúc với số phiếu đồng thuận ý kiến của cô Út.

✦ PHẬT LÀ AI?

Tối đầu tiên học Phật pháp trong nhà do mẹ lập chương trình. Tuy mẹ bận rộn cả ngày nhưng vẫn dành thời gian dạy dỗ các con, mẹ bảo các con là kho tàng châu báu của mẹ mà. Không chịu khó, kiên nhẫn thì không thể tìm được châu báu.

"Chủ tọa" là mẹ, ba và các con vừa là khán giả vừa là cổ động viên. Sau khi kể xong câu chuyện về *Cuộc Đời Đức Phật*, mẹ bảo cả nhà nêu ra suy nghĩ của mình. Ba nói trước:

- Đức Phật thật vĩ đại! Khó có ai làm được như Ngài.

Thảo An ra vẻ thông hiểu:

- Con biết rồi, Đức Phật thương La Hầu La lắm, nhưng Phật cũng thương hết mọi người khác nữa nên mới ra đi tìm cách "cứu" hết, phải không mẹ?

Thảo Mai ngẫm nghĩ một lát rồi từ từ nói:

- Đức Phật "thương nhiều người và vật" như vậy còn hơn người ta chỉ thương con mình thôi, sao Phật có thể "tốt" đến thế hở mẹ?

Thảo Hiền rụt rè nhỏ nhẹ nói:

- Con muốn giống Đức Phật, con muốn đi tu.

✦ ĐÀN KIẾN

Thấy ba xách chai xịt côn trùng định xịt vào đàn kiến đang bò trên bậc của sổ, Thảo An vội chạy ra đưa tay chắn lại, giọng cô bé khẩn khoản:

- Ba ơi! Đừng giết đàn kiến, để con "khuyên" chúng trước đã. Ba nhìn nè, chúng nó đang trên đường về nhà, đi có hàng lối như một đoàn quân, tha theo hạt cơm vì chúng nó cũng biết đói như mình. Chúng nó cũng có tổ như mình có nhà, nếu bị giết hại thì cũng đau đớn lắm. Ba ơi, đừng xịt thuốc nha!

Ba ngập ngừng nhìn con, rồi hạ giọng:

- Nhưng con nghĩ xem nếu để yên, kiến bò vào đồ ăn thức uống nhà mình thì sao, con sẽ làm gì?

Thảo An chạy vào nhà lấy một ít đường, mở cửa sổ ra, rải đường bên ngoài rồi chắp tay nghiêm trang khấn:

- Kính chào các "Thiện tri thức kiến", chúng tôi không muốn sát hại các vị, vậy xin các vị từ nơi nào hãy quay trở lại nơi ấy. Tôi xin niệm Phật để quý vị thoát khỏi thân kiến lên làm người biết tin theo Phật Pháp, tu tập và cuối cùng sẽ được về cõi Phật A Di Đà.

Khấn xong cô đứng niệm Phật, rồi đọc chú Vãng Sinh rất lâu. Ba cũng buông bình xịt kiến xuống niệm Phật theo con. Khi hai cha con vào nhà, ba hỏi:

- Ai dạy con những lời khấn vái vừa rồi vậy? Con tin là "Thiện tri thức kiến" ấy hiểu được hết hay sao?

Thảo An mỉm cười nói:

- Con học theo lời dạy của các thầy trên mạng Internet. Con hy vọng nó sẽ ứng đúng như lời các thầy dạy. Đợi lát nữa rồi mình sẽ xem sao nghe ba.

Nói xong cô bé đến trước bàn thờ lạy Phật và niệm Quán Thế Âm Bồ Tát để cầu nguyện cho đàn kiến.

Khi mẹ đi chợ về, ba kể lại câu chuyện rồi cả nhà ra tò mò mở cửa sổ ra xem.

Đàn kiến đã "dọn nhà" đi đâu tự lúc nào! ■

Em có thể là chị
là em
là người vợ quý
gồng gánh một đời dành cho tình yêu
gánh cả tấm lòng trên vai gầy yếu
Em đáng vinh danh: người phụ nữ yêu kiều

Em có thể đã hoặc đang là mẹ
mang nước nguồn về từ tận đầu non

không cần tô son
vẽ vời
sơn phết
dâng hiến cả đời dành cho các con

Ta nhìn em, qua tấm hình rất mẹ
Xin tạ lòng này - cảm kích, ơn em

Thu Hoài, Tháng Mười Hai 2023

Trần Thị Nhật Hưng

Chiếc Tủ Lạnh

Hình: Pixabay

Tôi là chiếc tủ lạnh. Tôi cùng sống trong một đại gia đình với những thành viên: bà nội, cha mẹ và bảy người con. Từ nhiều năm qua, tôi có rất nhiều niềm vui cũng như nỗi buồn với gia đình này. Hôm nay, tôi muốn kể cho quí vị nghe về cuộc đời của tôi.

Cứ mỗi sáng sớm, người mẹ thường đến với tôi, nhưng không bao giờ bà chào tôi. Đã vậy, bà còn nắm tay tôi giựt mạnh. Điều đó làm cho tôi đau lắm, nhưng tôi vẫn phải mở cửa ra cho bà. Bà nhìn vào khắp bụng tôi, quét cặp mắt một vòng để kiểm soát, xem có cái gì ở trong đó. À ha, bà tìm thấy, nào sa lát, rau cải, nước uống, bơ, bánh mì, mứt, thịt, và cả…phó mát nữa. Phó mát rất hôi, thứ mà tôi kinh sợ nhất.

Bà lấy một vài thứ cho bữa điểm tâm của gia đình bà. Dùng xong, sau đó, bà cùng chồng đến sở làm. Bảy đứa con đi học.

Tại nhà, chỉ còn bà nội và tôi. Bà nội là người phụ nữ rất dễ thương và dịu dàng. Bà đến với tôi nhẹ nhàng, có lấy vài thứ trong tôi cũng rất nhẹ nhàng. Đôi khi bà còn tặng tôi một vài thứ khi bà vừa đi dạo ở đâu đó trở về. Tôi rất yêu bà.

Bảy đứa con thì vô cùng sống động, nhộn nhịp. Đối với tôi, điều đó rất vui nhưng cũng làm cho tôi mệt. Chúng thăm tôi mỗi ngày, mỗi giờ. Cửa của tôi phải làm việc rất nhiều. Nhưng chúng không bao giờ cho tôi một thứ gì cả. Điều đó bình thường thôi, đối với tôi không sao cả. Chúng còn trẻ con mà, chưa kiếm ra tiền. Phải không? Và tôi vẫn luôn luôn yêu chúng.

Trái với đám trẻ con, người cha trong nhà rất yên lặng. Hiếm khi ông đến thăm tôi. Tuy nhiên, nếu ông thăm, ông luôn đến với một chai rượu đỏ, rượu trắng hay một chai Champagne.

Đại để cuộc sống tôi là như vậy đó. Trong gia đình này tôi thưởng thức tất cả những món mà họ có. Tôi ăn và uống tất cả những thứ mà họ cũng ăn và uống.

Nhưng chỉ vào mùa hè, đối với tôi thật khủng khiếp.Trong khi họ thưởng thức một tuần lễ cuộc du lịch vô cùng thích thú, họ để tôi ở nhà một mình với cái bụng đói queo. Phật ơi, lần đầu tiên tôi bị sốc, buồn và khóc thật nhiều. Nhưng với thời gian, tôi cũng quen và nhận ra rằng đó là số phận của tôi, và tôi phải chịu đựng. Tôi không được phép đòi hỏi, vì càng đòi hỏi nhiều nhu cầu, tôi chỉ càng thêm đau khổ mà thôi.

Đức Phật đã luôn luôn dạy rằng, con người và mọi vật đều phải trải qua bốn sự kiện: Sanh, Già, Bệnh, Chết (*) và cuộc sống luôn luôn vô thường. Tôi không thể ngoại lệ.

Một ngày kia, người con cả trong gia đình có một tiệc mừng, em tổ chức tại nhà. Mẹ em mua cho em rất nhiều thực phẩm để nấu. Và tôi phải nhận tất cả thứ đó. Mẹ mua quá nhiều đến nỗi bụng tôi căng cứng. Tôi quá no, không thể chịu đựng nổi, bụng tôi bụt ra nhưng không ai trong gia đình biết điều đó để khâu lại. Tôi bị bệnh và chỉ qua một đêm, tôi tắt thở. Tôi đã chết, đúng như quy trình qua lời Phật dạy.

Và điều chắc chắn rằng, con đường cuối đời tôi, chẳng bao lâu cũng ra nơi phế thải, như con người ra nghĩa địa vậy. Điều ấy bình thường thôi trong cuộc sống vì đó là cuộc sống. Do đó chúng ta không nên buồn nhiều, không sợ hãi, mà sẵn sàng đón nhận nó. ■

(*) *Phật Giáo gọi là «Tứ Diệu Đế» hay «Bốn Sự Thật Cao Quý». Đây là giáo lý nói đến bốn loại khổ đau như là sự thật bất biến trong cuộc đời. (1) Sinh (Jāti): Sinh được coi là khổ đau đầu tiên vì nó đánh dấu sự bắt đầu của một cuộc đời đầy những khổ đau khác và tiếp tục chu kỳ tái sinh. (2) Già (Jarā): Sự già nua được coi là khổ đau thứ hai vì nó đi kèm với sự suy giảm thể chất và tinh thần, tiến gần hơn đến cái chết. (3) Bệnh (Vyādhi): Bệnh tật mang lại sự khó chịu và khổ đau về thể chất và tinh thần, nó nhắc nhở về sự không ổn định và mong manh của cuộc sống. (4) Chết (Maraṇa): Cái chết được coi là khổ đau cuối cùng vì nó đánh dấu sự kết thúc của cuộc sống và thường gắn liền với đau đớn, buồn bã và mất mát.*

Tran Thi Nhat Hung

Ein Kühlschrank

Foto: Internet

Ich bin ein Kühlschrank und lebe bei einer Großfamilie bestehend aus Eltern, Großmutter und sieben Kindern. Über viele Jahre hinweg habe ich sowohl fröhliche als auch traurige Momente mit dieser Familie erlebt. Heute möchte ich Ihnen von meinem Leben berichten.

Jeden Morgen kommt die Frau früh zu mir. Sie begrüßt mich nie, sondern ergreift sofort fest meine Hand, um sie zu ziehen. Das tut mir sehr weh. Aber dann muss ich auch meine Tür öffnen. Sie betrachtet meinen gesamten Innenraum und überprüft, was vorhanden ist. Sie findet Salat, Gemüse, Getränke, Butter, Brot, Marmelade, Fleisch... und auch Käse, der sehr stinkt und den ich nicht mag. Die Frau nimmt dann etwas für das Frühstück ihrer Familie heraus. Danach gehen die Eltern zur Arbeit und die sieben Kinder in die Schule.

Zu Hause sind dann nur noch die Oma und ich. Die Oma ist eine liebevolle und zärtliche Frau. Sie nähert sich mir ganz leise und nimmt auch leise etwas aus mir heraus. Manchmal bringt sie mir etwas mit, wenn sie von ihrem Spaziergang zurückkommt. Ich mag sie sehr!

Die sieben Kinder sind sehr lebhaft. Ihre Besuche sind für mich erfreulich, aber auch anstrengend. Sie kommen jeden Tag zu mir, zu jeder Tageszeit. Meine Tür muss dabei viel leisten. Aber sie hinterlassen mir nie etwas. Das macht mir jedoch nichts aus. Sie sind noch Kinder und haben noch kein eigenes Einkommen, nicht wahr? Trotzdem liebe ich sie.

Im Gegensatz dazu ist der Mann der Familie sehr ruhig. Er besucht mich nur selten. Wenn er es jedoch tut, bringt er immer etwas mit, sei es Rotwein, Weißwein oder Champagner.

Das ist im Großen und Ganzen mein Leben. In dieser Familie erlebe ich all die Speisen und Getränke, die sie zu sich nehmen. Ich esse und trinke, was sie essen und trinken. Aber der Sommer ist für mich besonders hart. Als sie sich einmal für eine Woche Urlaub entschieden, ließen sie mich ganz allein zu Hause, und ich litt großen Hunger. Mein Buddha! Anfangs war das ein Schock für mich. Ich war sehr, sehr traurig und weinte viel! Aber mit der Zeit habe ich mich daran gewöhnt und erkannt, dass es mein Schicksal ist und ich es ertragen muss. Ich darf nicht zu viel erwarten. Je mehr ich verlange, desto unglücklicher werde ich.

Der Buddha lehrte stets, dass Menschen und Dinge vier Phasen durchlaufen müssen: Geburt, Alter, Krankheit und Tod.[**] Auch ich bin keine Ausnahme.

Eines Tages organisierte das älteste Kind eine Party und feierte ein Fest zu Hause. Ihre Mutter kaufte viele Lebensmittel, die ich aufnehmen musste. Sie kaufte so viel, dass mein Inneres überfüllt war. Ich war übervoll und konnte es kaum aushalten. Meine Tür ließ sich nicht mehr schließen. Ich war krank, aber niemand in der Familie bemerkte es. Und in nur einer Nacht ging ich kaputt. Wie Buddha sagte, war ich danach tot.

Es ist gewiss, dass mein letzter Weg bald zum Wertstoffhof führen wird, so wie Menschen letztendlich zum Friedhof müssen. Das ist ein normaler Teil des Lebens und so ist das Leben eben. Wir sollten nicht traurig sein, keine Angst haben und uns darauf vorbereiten. ■

[**] Im Buddhismus werden die «Vier Edlen Wahrheiten» als zentrale Lehre betrachtet, die sich mit dem Leiden (Dukkha) beschäftigt. Die vier Leiden, die oft erwähnt werden, sind Teil des ersten Aspekts dieser Wahrheiten. Sie sind: (1) Geburt (*Jāti*): Im Buddhismus wird die Geburt als Leiden betrachtet, da sie den Beginn eines Lebens voller weiterer Leiden markiert und den Zyklus der Wiedergeburt (Samsara) fortsetzt. (2) Alter (*Jarā*): Das Altern wird als Leiden angesehen, da es mit körperlichem und geistigem Verfall, Verlust von Fähigkeiten und Schönheit sowie der Annäherung an den Tod einhergeht. (3) Krankheit (*Vyādhi*): Krankheit bringt körperliches und emotionales Unbehagen und Leiden mit sich. Sie erinnert an die Unbeständigkeit und Zerbrechlichkeit des Lebens. (4) Tod (*Maraṇa*): Der Tod wird als ultimatives Leiden betrachtet, da er das Ende des Lebens bedeutet und oft mit Schmerz, Trauer und Verlust verbunden ist. Diese vier Aspekte des Leidens verdeutlichen die vorübergehende und oft schmerzhafte Natur der menschlichen Existenz und sind grundlegend für die buddhistische Auffassung von der Notwendigkeit, über das materielle und vergängliche Leben hinauszublicken und nach einem tieferen, dauerhaften Frieden und Erleuchtung zu streben.

Mạch xuân tràn dâng

Hoàng Quân

Bên cạnh công việc chính trên hãng, mỗi cuối tuần tôi thêm nghề "gõ đầu trẻ", trở thành cô giáo của trường Việt Ngữ Suối Mở ở thành phố Offenbach, gần thành phố Frankfurt, Đức. Thật là một tình cờ lý thú, tách tên Offenbach thành hai phần, theo nghĩa tiếng Đức: Offen là mở, Bach là suối. Thế là trường Việt Ngữ được kèm theo chữ Suối Mở. Bên dòng suối tươi mát, có ngôi trường mở rộng cánh cửa đón tiếp những người đến với nhau trong tình thân ái, những người yêu ngôn ngữ Việt, yêu văn hóa Việt.

Ngày khai giảng, tôi nhận lớp mới, nhỏ nhất trường. Tôi đặt tên lớp Mẫu Giáo, vì học trò lần đầu đến trường Việt Ngữ, chứ nhiều em đã lên lớp Ba trường tiểu học Đức. Lớp chỉ hơn mười học trò, mà tôi bận rộn như những cô giáo ngày xưa với sĩ số lớp hơn 50 em. Tất cả học trò cần được chú ý đặc biệt. Những ngày đầu đưa con đến trường, nhiều phụ huynh tâm sự, phải năn nỉ các con, hứa hẹn ngày lễ dẫn đi chơi, mùa hè gia đình du lịch xa... Đi học được mấy tuần, học trò cảm thấy đến trường Việt Ngữ cũng vui. Thế là, đến sáng thứ Bảy, học trò chuẩn bị sẵn sàng và nhắc cha mẹ: "Ba Mẹ mau mau chở con đến trường kẻo trễ học." Nghe vậy, cả phụ huynh lẫn nhà trường cùng vui, cùng mừng.

Cách đây hơn 30 năm, thời sinh viên Đại Học Sư Phạm, tôi đã thực tập, dạy Anh văn lớp 11. Tôi chưa biết mình có thể áp dụng vốn liếng sư phạm ngày xưa như thế nào. Nhưng bây giờ, dạy tiếng Việt cho lớp Mẫu Giáo, tôi thực hành châm ngôn: vừa dạy, vừa dỗ. Dỗ ngon, dỗ ngọt để mỗi thứ Bảy học trò chịu hy sinh mấy tiếng đồng hồ, đến trường học. Học trò nào của lớp cũng là học trò đặc biệt nhất của cô giáo.

Hầu hết thầy cô trong ban giảng dạy cũng như ban điều hành của trường vẫn còn trong tuổi lao động. Ai nấy giống Robinson trên hoang đảo, lóng ngóng chờ gặp Friday, anh chàng Thứ Sáu, chấm dứt một tuần lễ tất bật với công việc cày cấy, kiếm cơm. Học trò cũng vậy, trong tuần, các em bận rộn với chữ nghĩa tiếng Đức ở trường tiểu học, trung học. Nhiều trò còn "gánh" thêm những môn học khác như học đàn, học võ, tham gia sinh hoạt của sở cứu hỏa thành phố. Ấy, vậy mà mỗi sáng thứ Bảy, đúng 10 giờ rưỡi sáng, thầy cô, học trò tề tựu đông đủ ở khuôn viên trường Việt Ngữ Suối Mở.

Thường lệ, trường học, công sở có giám học, giám thị, giám đốc... Trường Việt Ngữ Suối Mở không có các chức vị "giám" này. Trường Suối Mở chỉ có những người "giám... làm." Để có mặt ở trường, nhiều người đi về cả 100 cây số. Việc chợ búa phải lo trong tuần, hoặc chiều thứ Bảy. Từ sáng đến trưa thứ Bảy, những người "giám làm" toàn tâm, toàn ý phục vụ trường Việt Ngữ.

Ngày xưa, trường học thường có ông cai trường. Ngoài việc mở cổng trường, cửa lớp, đánh trống trường... vợ chồng ông cai trường mở quầy bán hàng ăn vặt cho học trò. Ngày nay, mấy ông cai trường của trường Việt Ngữ Suối Mở "đa năng, đa tài" hơn các ông ngày xưa. Các ông cai đến trường khệ nệ những hộp to tướng xếp đầy bánh mì kẹp xúc xích, phô mai... hoặc *paté chaud* thơm ngon. Khác ông cai trường ngày xưa, các ông cai trường ngày nay tự móc túi mình, mua bánh mì tươi giòn, mua bột, mua thịt, cặm cụi bào chế món ngon đem mời học trò. Giờ ra chơi, thấy bầy trẻ bu quanh quầy thức ăn, vừa ăn uống, vừa rôm rả chuyện trò với nhau, các ông cai trường mặt mày hí hửng, lòng vui như tết. Các ông bận tíu tít, mời trò này ăn bánh mì, rót cho trò kia ly trà trái cây... Nghề cai trường cho trường Việt Ngữ Suối Mở là công việc không lương, lại tốn thì giờ lẫn tiền bạc. Thế mà, lắm người hớn hở nộp đơn xin việc.

Chuông reo hết giờ học, học trò lao nhao ra khỏi lớp, để lại phòng học bàn ghế xô lệch, trên sàn đầy giấy ngổn ngang. Vài bác phụ huynh học sinh le te xách chổi vào các phòng học. Đôi lần thấy bác thủ quỹ lồm cồm bò trên sàn gom những mảnh giấy xé vụn dưới bàn, cô giáo ái ngại, nói giả lả:

-Học trò xả rác làm người lớn phải dọn dẹp.

Bác thủ quỹ cười, phát biểu một câu dễ thương hết sức:

-Không sao cô giáo. Tụi nó cứ việc xả, mình dọn bao nhiêu cũng được. Miễn là tụi nhóc chịu đi học tiếng Việt.

Khi nghe bài hát *Those were the days* rộn rã trong phần cuối của phim *Les Grands Esprits*, phim về một thầy giáo và cách cư xử trong giờ học với học sinh cá biệt, tôi bỗng dưng liên tưởng đến các thầy cô giáo và các thành viên trong ban điều hành trường Việt Ngữ Suối Mở. Thật ra, lời của bài hát chẳng liên quan đến những người tâm huyết của trường. Nhưng tôi thích câu *for we were young and sure to have our way*. Đa số chúng tôi đang trên đường về hưu, hoặc đã qua rất xa tuổi thanh niên, tôi không dám lạm dụng chữ *young*. Nhưng hẳn nhiên chúng tôi *sure to have our way*. Chúng tôi sẵn lòng bỏ nhiều công sức, thì giờ và nhiệt huyết góp vào nỗ lực gìn giữ tiếng Việt, tiếng Mẹ của thế hệ chúng tôi, cho bầy con cháu sinh trưởng ở Đức.

Trường Việt Ngữ Suối Mở theo nguyên tắc "mùa nào, thức ấy." Giờ học cuối, trước khi nghỉ hè, học trò rộn ràng tiếng ca: "Hè về, hè về nắng tung nguồn sống khắp nơi..." Tết Trung Thu học trò thi làm lồng đèn, thi vẽ. Nếu trời không mưa gió bão bùng, học trò cùng thầy cô giáo đi quanh trường, cao giọng: "Tết trung thu rước đèn đi chơi." Nhưng lễ lớn nhất trong năm của trường Việt Ngữ Suối Mở là tết Nguyên Đán. Hội tết Nguyên Đán của trường với chương trình văn nghệ do các nghệ sĩ mầm non đảm trách thật phong phú, hấp dẫn. Từ mùa hè, các thầy cô đã bắt đầu mời học trò làm ca sĩ, diễn viên... cho những tiết mục mừng xuân. Nào là hoạt cảnh *Thằng Bờm*, nào là kịch *Những Người Bạn*, nào là những màn múa quạt, múa nón, múa võ... Hai lớp nhỏ đảm trách hợp ca bài *Đón Xuân* của nhạc sĩ Phạm Đình Chương. Nhiều trò chưa rành mặt chữ, nhưng vẫn chăm chú nhìn lời ca và hát theo. Các ca sĩ tí hon phát âm chưa được "tròn vành, rõ chữ", mà vẫn véo von hai bè. Nhóm này: "kìa trong vạt nắng" vừa dứt, nhóm kia hát đuổi tiếp ngay: "kìa trong vạt nắng." Ồ, biết đâu, các bé đây sẽ là hậu duệ của ban hợp ca Thăng Long.

Sau nhiều tuần chuẩn bị, ngày hội tết Nguyên Đán của trường Việt Ngữ Suối Mở diễn ra thật tưng bừng. Nơi đây đang cuối đông, trời đất vẫn co ro trong giá rét. Nhưng hội tết của ngôi trường Việt Ngữ Suối Mở, đã mang đến cho mọi người hương xuân tươi vui, một ngày hội xuân đáng nhớ với nhiều ấn tượng đẹp đẽ. Ra về, mọi người vẫn còn ấm áp bên tai lời chúc xuân tươi, xuân lành. Chúng ta có thể nuôi dưỡng niềm tin và hy vọng rằng vẫn còn nhiều người yêu tiếng Việt. Các em, các con, các cháu sẽ vẫn nói được tiếng Mẹ. Giữa những bận rộn của gánh nặng cơm áo nơi trời Âu, chúng ta có được những giờ phút vui cùng nhau, cùng sinh hoạt trong tình thân ái. Những kỷ niệm quý giá này làm đẹp, làm tươi con đường chúng ta đi và là những khoảnh khắc hạnh phúc thăng hoa cuộc sống của chúng ta.

Trong trí tôi vang vang lời ca tươi tắn của các ca sĩ tí hon: "Kìa trong vạt nắng, mạch xuân tràn dâng..." ■

Mèo con lạc lõng

Elena Pucillo Truong

Nguyên tác: Un gattino sperduto
Bản dịch của Trương Văn Dân

Mỗi buổi sáng tôi thường xuống quán cà phê nằm dưới sân chung cư, vừa thưởng thức ly cà phê sữa đá vừa ngắm những chiếc lá của hàng cây rung khẽ vì ngọn gió đến từ dòng kênh.

Vẫn là những tiếng chào, những nụ cười đáp lại của những người khách quen thuộc… một điều thật ra rất đơn giản nhưng thường giúp tôi thư giãn trước khi bắt đầu một ngày mới.

Sáng hôm đó, ngoài những người đàn bà bán rau quả, trái cây hay đậu phộng luộc tôi bỗng chú ý đến một thân hình bé nhỏ đang đến gần.

Mỏng manh như một đóa hoa, một bé gái đang mặc trên người chiếc áo màu xanh da trời, đang chầm chậm đến từng bàn để mời mọi người mua vé số.

Nguồn: Internet

Nhỏ bé, gầy gò, với chiếc áo ngắn tay phô ra hai cánh tay trần màu bánh mật, bé gái đó thu hút tôi bởi cái nhìn thật buồn từ đôi mắt to đen. Thoạt đầu bé không đến gần mà chỉ đứng liếc nhìn tôi từ xa, như không muốn mình bị phát hiện. Có lẽ bé đang tò mò, nên nhìn một lát rồi bé tiếp tục đi bán ở các bàn khác. Thỉnh thoảng một vài người gọi bé đến gần chỉ để dò vé số, hy vọng trúng được chút gì, nhưng cũng có người mua vài tấm rồi cho thêm bé ít tiền.

Những lần như vậy tôi nhìn thấy bé cẩn thận mở túi xách, cầm lấy xấp vé số ra mời khách rồi sau đó bỏ vào ngăn trong, vé một bên và tiền một bên. Sau đó bé kéo fermeture rồi mới đi bán tiếp.

Ý nghĩ đầu tiên của tôi khi lần đầu nhìn thấy là bé còn quá nhỏ để có thể đi mưu sinh trên đường phố một mình. Mỏng manh như một cuống hoa, bé có thể bị quật gãy từ những bạo lực và tàn ác trong cái thế giới này.

Mà làm sao cha mẹ bé có thể yên tâm để bé đi làm một mình trên những con đường giữa thành phố này? Tại sao bé không đang ở một ngôi trường nào đó cùng với những bạn bè cùng tuổi? Tôi tự hỏi mình như thế, mặc dù trong đầu cũng đã hình thành những câu trả lời có thể. Và tôi đã không thể không nghĩ đến bé nên những ngày sau đó tôi thường đưa mắt tìm kiếm đứa bé gái gầy gò và có đôi mắt đen to ấy.

Lúc này là những ngày trước Tết, cuối năm thành phố vắng người, ai để dành được một ít tiền thì có thể về quê. Nhưng hình như năm nay nhiều người buôn gánh bán bưng không về được, giá tàu xe đắt đỏ, nên họ đành phải chọn mưu sinh trên đường với hy vọng là bán được chút gì để tạm đắp đổi qua ngày.

Như thường lệ, chúng tôi thường hẹn bạn ở quán cà phê. Sáng hôm đó tôi xuống trễ, và đang ngồi nói chuyện với một chị bạn thì thấy từ xa đứa bé gái đang tiến đến gần.

Tôi chuẩn bị sẵn một ít tiền và nói khi bé bước đến gần:

– Lại đây! Bác không mua vé số, nhưng tiền này là lì xì Tết để mừng tuổi bé.

Bé bất ngờ, mở to mắt nhìn tôi, bối rối đưa một bàn tay vuốt lọn tóc vừa rơi phủ mắt mà khuôn mặt như đang tỏa sáng. Bé cầm lấy tờ giấy bạc trong lòng bàn tay, trông bé nhỏ như bàn tay của một con búp bê, cảm ơn rồi rời đi, thỉnh thoảng dừng bước, ngoái đầu nhìn lại phía sau.

Còn tôi, sau chiếc kính che nắng, cảm giác là nước mắt mình cũng đang lăn xuống. Điều mà tôi cảm nhận là một nỗi đau từ sâu thẳm trong tim. Trong óc tôi lúc đó xuất hiện bao nhiêu hình ảnh, quá khứ và tương lai, bao nhiêu điều lẽ ra phải khác, nhân bản hơn, nhưng không phải vậy.

Vài ngày trôi qua… Rồi Tết cũng qua nhanh. Trời không lạnh và những cơn gió nhẹ đầu xuân đã đem đến cho tôi sự mát mẻ khi ngồi thưởng thức ly cà phê ban sáng.

Cứ thế, chúng tôi ngồi tán gẫu với các bạn còn ở lại thành phố, không về quê ăn Tết, và trong lúc cười vui, thì đây, bé gái xuất hiện. Tôi gần như không nhận biết lúc bé đến gần và, thật bất ngờ, bé phủ người rồi nằm dài lên hai cánh tay tôi bằng một vòng ôm rất mạnh.

Sửng sốt về sự thân thiện bất ngờ và lòng yêu thương không chờ đợi này, tôi giật mình và cảm động, ôm bé giữa hai vòng tay, cảm giác dường như cái thân hình nhỏ bé này đang thổn thức. Tôi không biết điều gì đã xảy ra sáng hôm ấy nhưng cái thân hình bé nhỏ như chú mèo con lạc lõng kia cứ bám vào tôi như đang tìm một sự cứu rỗi.

– Bé tên là gì?
– Dạ, Bảo Trâm!

Vài câu hỏi thông thường nữa và bằng cái giọng lảnh lót như chim Bảo Trâm lễ độ trả lời. Đã 9 tuổi mà bé gầy ốm quá nên trông như nhỏ tuổi hơn, nhà ở bên kia chiếc cầu gỗ phía sau chợ xổm, không được đi học vì cha mẹ không có đủ tiền. Trong gia đình ngoài bé ra còn có một anh trai cũng đi bán vé số và một em nhỏ chỉ vừa một năm tuổi nên mẹ bé phải ở nhà trông con. Ba của bé đi làm phụ hồ, và cái gia đình nhỏ ấy chỉ có thể sống lây lất nhờ tiền thu nhập mỗi ngày.

Có bao nhiêu trẻ em đang tồn tại như vậy, chúng tồn tại và cảm thấy bằng lòng và cảm thấy mình may mắn khi mỗi ngày có thể ăn được một bữa cơm! Nhưng bên cạnh đó cũng có những cuộc đời khác trong thành phố, nhiều em bé lớn lên với ipad, điện thoại thông minh, video game đầy bạo lực... chúng hoàn toàn không biết gì về đời sống thực vì đã quen và chỉ quan tâm đến đời sống ảo!

Tôi mời Bảo Trâm uống nước và chỉ trong một hớp em đã làm cạn ngay ly trà đá. Tôi đưa một ly khác em cũng uống hết, cảm ơn, rồi tiếp tục đi bán.

Tôi và các bạn, tất cả yên lặng và có lẽ cùng chung ý nghĩ nên ai nấy đều nhìn theo hướng đi của chú mèo con lạc lõng với đôi mắt đen to, đang lầm lũi bước đi dưới nắng, giữa những cơn khát đến khô cổ và có lẽ cả đói, trên những nẻo đường thành phố.

Mấy ngày sau tôi cũng lại thấy Bảo Trâm, lần này em mặc một chiếc áo màu vàng có những chấm tròn nhiều màu xen với những con bọ rùa màu đỏ. Bé đến và chạy ào đến, nằm dài lên người tôi. Rồi bé thu hình, đưa hai cánh tay dài và khẳng khiu ôm lấy tôi, còn người thì run khe khẽ, có lẽ vì những cơn gió lạnh đầu xuân nên bé áp đầu tìm hơi ấm trên vai tôi. Tôi để yên bé nằm trong lòng mình, chiếc xách tay của bé nằm lắc lẻo giữa bé và tôi, hai tay bé quấn chặt quanh cổ.

Sau một lát tôi mời bé uống nước, cho bé một ít tiền và bỏ một chiếc bánh mì thịt vào túi xách trước khi bé tiếp tục đi bán.

– Cháu bán gần hết rồi, chỉ còn có ít vé nữa thôi... vừa nói bé vừa đưa tôi xem một xấp vé số được buộc lại bằng một sợi dây thun.

Bé cẩn thận kéo fermeture để đóng túi xách, gỡ tay ra khỏi vòng tay của tôi rồi vẫy tay chào.

Rồi chỉ một lát sau, bé bất ngờ đến chạm nhẹ vào tôi từ phía sau lưng:

– Cháu bán hết rồi... cháu bán nhanh... bé vừa nói vừa nhìn tôi mỉm cười.

Nói xong cháu bước đến trước mặt tôi, buông người nằm xuống và thu mình trên đầu gối. Thỉnh thoảng tôi đưa tay vuốt tóc và ve vuốt chiếc đầu bé tí. Bảo Trâm nằm yên cho như một chú mèo con và sau vài phút bé dường như thiếp ngủ. Chắc bé rất mệt và lạnh nữa.

– Sáng mai cháu phải nhắc mẹ đưa cho một chiếc áo khoác vì trời lúc này khá lạnh nhé.

Bé ngẩng mặt nhìn tôi mỉm cười và khẽ gật đầu.

Đó là một đứa bé hiền ngoan và biết vâng lời. Bé cười nhưng trong mắt dường như có nét buồn. Điều quan trọng với bé lúc này hình như là được nằm như vậy, được ôm ấp bởi một người xa lạ; bé đang đói và khát tình thương hơn là bánh mì và nước.

– Bây giờ bán hết rồi, lát cháu về nhà chứ không lang thang ngoài đường nữa nhé. Lạnh đó.

Bé đứng dậy như con mèo duỗi mình và chào tôi bằng cách cà cái mũi nhỏ xíu lên má tôi.

Tôi nhìn theo dáng bé đang rời đi và trong một thoáng tôi ước gì mình được là bà tiên có chiếc đũa thần trong truyện cổ tích để có thể mang lại cho bé gái ấy một chút hạnh phúc. ∎

Elena Pucillo Truong
Sài Gòn, tháng Hai 2019

Tiệc Cưới Đầu Năm

Diễm Châu (Cát Đơn Sa)

Vợ chồng Long đến buổi tiệc thì đồng hồ trên tay đã chỉ bảy giờ hai mươi lăm phút. Đón khách phía trước thì cũng như bao nhiêu đám cưới khác, là cô dâu chú rể đang đứng tươi cười ở cửa, chung quanh có hoa hoè, ánh sáng từ nhiều ngọn đèn chiếu vào sáng rỡ... những thứ này là của nhiếp ảnh viên thực hiện hình cưới, được gia đình cô dâu thuê mướn rinh tới. Sau khi đứng vào chụp hình chung, thì vợ chồng Long được các "hướng dẫn viên", con cháu trong gia đình đưa tới bàn của mình.

- May quá, không bị ngồi gần cái loa!

Thu kề vai Long nói nhỏ với khuôn mặt hơi mừng. Nàng đã quên béng đi chuyện vừa cãi cọ với ông chồng thuộc loại "cứng đầu, cứng cổ" mà năm năm trước, nàng cũng từng đứng ngay cửa đón khách với "him", làm đám cưới như hôm nay. Cãi nhau là vì Thu đã bắt Long chờ quá lâu, mười lăm phút ngồi ngoài xe, chỉ vì Thu mắc chọn lựa những thứ trang sức cho hợp với màu áo của mình. Đi đâu Long cũng muốn đúng giờ đúng khắc, nhưng Thu thì biết đa số các đám cưới người Việt Nam không bao giờ đúng giờ, cho nên nàng cứ rình rang, thay đổi hết áo này tới áo khác! Thu không hối hả vì biết tiệc cưới nào sớm nhất, cũng trễ một tiếng rưỡi đồng hồ!

Bàn tiệc hai vợ chồng được xếp vào ngồi có nửa trẻ nửa già. Mấy người ngồi chung bàn với vợ chồng Long - Thu hình như họ tới đã lâu, nhất là một bác cao niên nhưng lại có bà vợ trẻ măng, chắc thua bác ta khoảng ba mươi tuổi là có vẻ nôn nóng nhất! Những khuôn mặt bắt đầu tỏ vẻ sốt ruột, đang ngóng đầu nhìn ra cửa coi tới đâu... với vẻ mệt mỏi.

- Thường thường họ mời sáu giờ, thì đến tám giờ mới bắt đầu!

Tiếng một người vang lên mà ai nấy đều thấy chí lý, rất là đúng. Thu quay qua Long:

- Thấy chưa, em đã nói là tám giờ người ta mới bắt đầu, mà anh cứ hối mãi!

Long im không phải vì nhịn vợ, mà thấy nàng nói đúng. Trong bàn, từ khi có thêm Thu, thì mấy bà vợ bắt đầu nói chuyện về nữ trang, vàng lá hột xoàn. Khi họ thấy Thu mang một xâu chuỗi rất đẹp trên cổ và bông tai. Một bà không e ngại, hỏi ngay:

- Xin lỗi cho tôi hỏi, chị mua xâu chuỗi ở đâu mà đẹp thế?

Thu không giấu nổi vẻ hãnh diện, trả lời:

- Em đặt người bạn "design" riêng cho mình, chị ạ.

Bà vợ trẻ của ông bác xen vào:

- Thảo nào mà màu đẹp quá, không thấy ai bán ở ngoài tiệm.

- Em chọn màu và chất liệu của hột, rồi người bạn làm theo ý thích của em.

Bà kia gật gù:

- Quá đẹp. Hết bao nhiêu vậy cô?

- Tiền công và vật liệu là ba trăm.

- Trời đất, sao mắc thế?

Thu giảng giải:

- Không mắc đâu. Đây là "only design" chỉ riêng mình có. Vì tiền công là bảy mươi lăm đồng, còn đa số các loại hột, phần nhiều là "Crystal" nhập từ Nga Sô, nếu chị mua ở Costco hay trong tiệm Mỹ, thì những xâu chuỗi có những hạt nhỏ hơn nhiều, mà cũng gần hai trăm đồng một xâu.

Bà kia xuýt xoa:

- Đắt thế cơ à! Tôi chưa bao giờ thử mấy thứ này. Chỉ đeo đồ thiệt.

Nói xong câu này, bà đắc ý cười, như ngầm khoe mình là người không thích chơi đồ giả! Nhưng bất ngờ khi ông chồng bà lại góp lời:

- Theo tôi thấy thì đeo đồ thật chỉ tổ hại vào thân!

Tiếng bà vợ hơi gay gắt:

- Ông nói vậy nghĩa là sao?

- Đây nhé, đeo đồ thật thì quân gian hay để ý theo dõi, có khi lại còn bị giết để cướp của, mà thứ thiệt thì lại không chói loá và hấp dẫn cho bằng thứ giả.

Bà vợ ông nổi cáu:

- Ý của ông là gì? Đồ giả... đồ giả cũng có thứ được thứ không! chẳng hạn như ngực giả mông giả, là tui không chấp nhận rồi.

- Chí phải, nhưng nữ trang giả vừa đẹp lại an toàn, bà có nghe nói thằng ăn cướp nào đè một bà ra cướp xâu chuỗi giả lóng lánh tuyệt đẹp giá mấy trăm đô chưa? Nhưng nếu bà đeo cái giây chuyền nhỏ tí như sợi chỉ, thì nó cũng giựt xướt cổ là chuyện thường, không tiếc thương!

- Mấy thằng ăn cướp nó cướp đồ giả đem bán cho ai? Nhưng tui đeo đồ không phải là cái giây chuyền nhỏ tí như ông nói.

- À há. Thì vậy... bà toàn là đeo thứ tổ chảng, hột nào hột nấy cả năm bảy ngàn, nhưng đeo một hột thì có nổi gì đâu! Ngày nay muốn chơi sang, thì đeo cả vòng hột xoàn như mấy tài tử, người ta mới nể!

Bà vợ bĩu môi! Bà đang hận ông chồng hay chống đối bà nơi đám đông, chỉ vì ông không thích tật mua sắm vòng vàng quá lố của bà, trong lúc ông chỉ muốn một khẩu súng săn hai nòng, giá bảy trăm bạc, mà bà nhắn tới nhắn lui, không cho mua!

Thấy hai vợ chồng hơi găng, trong bàn lại quay qua chuyện đồ giả trên thân thể người ta! Chuyện hút mỡ bụng, cắt mí mắt khá hấp dẫn, làm cho các bà các cô lẫn các ông chăm chú nghe, nhất là ông già lấy vợ trẻ! Ông nghe để coi có gì sửa dễ thì ông sẽ làm theo, cho hợp thời với cô vợ trẻ đang ngồi kế bên! Vì vậy thời gian chờ đợi ăn cỗ cưới cũng từ từ trôi qua. Gần tám giờ vẫn chưa thấy động tĩnh, giờ này ở nhà, mấy ông bà lão chắc đã leo lên giường đi ngủ! Nhạc trong loa vẫn dặt dìu, họ hàng bố mẹ cô dâu, chú rể vẫn chạy ra chạy vào tiếp đón khách, chẳng biết còn bao lâu mới bắt đầu đây? Rất may vừa đúng tám giờ thì có tiếng anh MC lên micro thông báo:

- A lô, a lô... thưa quý vị quan viên hai họ, chương trình sẽ bắt đầu trong chốc lát.

- Sắp được ăn rồi!

Một giọng bà già bàn kế bên vang lên, tuy khó nghe nhưng mọi người thấy rất chí lý! Anh MC lại xin lỗi lần nữa, bằng tiếng Việt lẫn tiếng Anh, tuy anh chẳng có lỗi gì, nhưng cứ xin lỗi vì được gia chủ trả tiền, vậy thôi!

Có vài chục người bạn Mỹ còn trẻ, chắc là bạn cùng sở của cô dâu và chú rể cũng kiên nhẫn chờ đợi, nhưng hình như bàn của họ có rượu và đồ nhắm để cù cưa, vì chú rể biết rằng Mỹ không quen cho sự "giây thung" thời giờ của Việt Nam mình.

Rồi cuộc "tiếp rước" cô dâu chú rể cũng bắt đầu. Khi dàn nhạc chơi bài: "Tàn tan tan tan, tàn tán tàn tan, tàn tan tan tán...", thì đi vào phòng tiệc đầu tiên là bốn em thiếu nhi, hai nam hai nữ tay cầm hoa, tiếp đến là ba chú phù rể và ba cô phù dâu váy hồng xinh ra phết, họ đi cặp đôi với nhau, cùng thong thả tiến lên sân khấu. Sau hết là hai nhân vật chính. Khi "đám rước" đã yên vị trên sân khấu, anh MC liền thao thao bất tuyệt... "nghề của chàng", là giới thiệu cha mẹ, bà con đôi bên, nói đến tên ai, thì người đó chỉ việc đứng lên ngay tại bàn là được rồi. Cũng đỡ, nếu mà kéo nhau lên trên đó, vừa tốn thêm giờ, vừa sợ sập sân khấu!

Khi anh MC mời "tứ thân phụ mẫu" lên, để có đôi lời với quan khách... thì người ta mới biết ai là cha mẹ cô dâu, chú rể. Cha cô dâu nói trước, vì bên Mỹ coi trọng đàn bà là "Number one." Ông bố cô dâu hôm nay chơi nổi, mặc quốc phục khăn đống, áo gấm lục chữ thọ trắng, cho có vẻ quốc hồn quốc tuý, coi cũng tựa như Chú Rể trong phần chào bàn! Ông cầm sẵn một tờ giấy chi chít chữ, rồi đọc như kiểu đọc bài học... Làm cho không ít quan khách lớn tuổi nhớ lại thuở còn đi học trường làng!

Ông đọc ê a hơi lâu, khiến cho bà vợ đứng cạnh kéo tà áo dài nhắc mãi. Cặp này nhìn cũng không tương xứng. Vì trong lúc ông hướng về "hoài cổ", thì bà vợ chơi một cái xoa rê "tân thời" hở ngực hơi sâu, nhìn ngốn cả mắt! Thực khách bên dưới nóng ruột ngồi nghe, anh MC thì cứ như là "nóng đít" lắm, thỉnh thoảng lại giật nảy người lên, lắc mông một cái! Khi ông chấm dứt trao trả Micro, người ta vỗ tay thật to vì mừng thoát nợ, nhiều người thở phào nhẹ nhõm! Nhưng chưa hết, lần này tới phiên "Anh Xui" đáp lời sông núi! Không có không được. Màn này anh xui đã chờ đợi lâu lắm rồi! Trong lúc cái bụng của Thu bắt đầu thỉnh thoảng sôi lên, kêu rột rột nho nhỏ, như nhắc nhở cô chủ đã quá giờ ăn, và chờ đợi... thì trên sân khấu, chữ "Thưa quý bà con quan khách", Anh Xui lập đi lập lại không biết bao nhiêu lần.

Cuối cùng thì "xui gia" nói xong! Cám ơn Trời Phật! Bên dưới bắt đầu ồn lên như cái chợ, khi nhà hàng đem ra món khai vị. Thực khách ào ào nói chuyện với nhau, mạnh ai nấy nói, chẳng thèm đếm xỉa gì đến cô dâu chú rể đang có đôi lời "cám ơn công sinh thành dưỡng dục của cha mẹ"!

Phần trình diện quan khách đã xong, phái đoàn dâu rể theo nhau lục tục bước xuống, vào chỗ ngồi. Bây giờ thì chính thức nhập tiệc, không sợ phải lắng nghe ai nói nữa! Đây mới là lúc chính thức ăn tiệc cưới. Các món ăn liên tiếp được bưng ra theo giờ giấc quy định. Trong bàn của Thu và Long, ai nấy cũng đều thấy đã quá trễ cho sự ăn tối này. Ban nhạc chơi cho ca sĩ nhà hát trước. Hình như tâm lý các ban nhạc sợ đám đông thực khách không chú ý nghe họ đàn ca, nên vặn âm thanh lớn tối đa.

Long và Thu có quá nhiều kinh nghiệm khi đi ăn cưới, nên hay dặn bạn sắp bàn cho ngồi xa cái loa thì cám ơn. Khi nào vô phước bị gần loa, thì hai tai sẽ bị nhức nhối buốt óc, về nhà phát điếc cả tuần, cảm giác khó chịu. Thường thường, những người đi tham dự tiệc cưới hay văn nghệ, đều có than phiền giống nhau là nhạc mở lớn quá. Những ca sĩ cộng tác với ban nhạc đám cưới thường không phải "danh ca"! Nhạc chơi bự, họ càng thét lớn hơn, kiểu tiếng hát át tiếng bom! Kết cục: "Cả hai chúng ta cùng gào"! Kết quả: "Đám thực khách tội nghiệp cùng điếc"! Cho nên kết luận: "Nghe nhạc từ chết đến bị thương!"

Nói cho cùng, thực khách họ đến để "Ăn... khi người ta cưới", nên ai cũng mãi bận ăn, ăn và nói! Ít ai đến để nghe ban nhạc ca sĩ hát! Biết điều này, ban nhạc phải "nhồi nhét" nhạc vào tai "chúng mày"! Cũng vì như vậy, mà những ai hát trong lúc bồi bưng đồ ăn lên, là kém may mắn vì ít ai để ý!

Trong bàn của Thu - Long, có hai cặp mặt mày sang trọng, quần áo bảnh bao, nhưng ăn uống thì rất mạnh bạo, món nào cũng không từ! Nhất là khi món tôm hùm mang ra, thì có bà hăm hở, không ngại cởi đôi găng tay mỏng để bốc tôm mà gặm! Ăn mà không dùng tay, thì nhiều món không thể thưởng thức tận tình được! Nhất là trong bữa tiệc cưới, món tôm hùm coi như giá trị nhất!

Nói không ngoa, cũng có ông chê là tôm hùm là dở, không thích! tôm hùm thì nhiều "Choletero", nên không động đũa! Mấy bà ham tôm được lợi thêm một phần! Không biết sau đó, khi qua đến món khác, bồi bàn bưng đi mấy đĩa tôm hùm của các bàn khác, có số thực khách sợ "chất béo", còn trong tình trạng y nguyên, chỉ vơi vài miếng thì như thế nào? Họ để dành ăn, hay là đổ vào thùng rác! Trong khi thế giới ngoài kia, vô số người thiếu ăn thiếu mặc, sống trong những xó xỉnh tăm tối, rách nát, không có miếng gì bỏ bụng qua ngày. Nói thì nói vậy, chứ bồi bàn cũng tinh ranh đáo để. Món nào ngon còn dư nhiều mà không ai lấy về, thì họ giữ lại để xin chủ đem về nhà ăn. Thời buổi kinh tế khó khăn, phải thế!

Nhiều người chảnh chẹ, đa số phụ nữ tuổi sồn sồn không chồng, đi đám cưới, đám tiệc mục đích cốt là khoe son phấn, áo quần, nữ trang. Ở bàn trước mặt Thu, nàng thấy có hai bà chưng diện, ăn uống rất từ tốn, điệu nghệ, thường hay soi gương tô lại màu môi, chốc lại dặm thêm tí phấn hồng, có khi họ nhìn những người ăn uống thực tình bằng cặp mắt khinh khỉnh, và sự suy nghĩ dành cho người ta không mấy đẹp.

Bưng ra khoảng năm món ăn, khi thực khách vừa lưng lửng cái bụng, thì lại phải ngưng, vì thân bằng quyến thuộc sửa soạn để đón tiếp cô dâu, chú rể đi chào bàn. Đến bàn nào, bố cô dâu cũng phát ngôn:

- Chúng tôi cám ơn quý vị đã thương các cháu mà đến đây chung vui với gia đình. Xin mời quý vị tự nhiên ăn uống vui vẻ.

Điệp khúc được lập đi lập lại như vậy. Có ông kia lầm bầm:

- Giá lấy cái máy cattsette vặn lên cho nó nói thì đỡ mỏi miệng! Lại là mốt mới!

Nghe câu này ai cũng cười. Mà thực đấy, thời đại máy móc tân tiến, làm vậy cũng đâu có lạ! Có những người đám cưới chủ trương chỉ mời bạn bè, và gia đình có liên hệ thật thân thiết. Thì cũng có đám cưới thích mời thật đông cho thêm phần long trọng. Gặp ai cũng mời, bất kỳ thân quen. Đến nỗi, nhiều người nhận được thiệp cưới, mà chẳng biết người mời mình là ai!

Theo quan niệm của họ, đám cưới một đời có một lần (thời nay thì chưa chắc, một đời mười lần cũng có), mời lèo tèo mấy chục, một trăm người thì không bề thế. Người ít xã giao, không có bạn, khi nhận được thiệp, nghĩ: "người ta đã có lòng mời mình, thì cũng nên đến mừng cho có vẻ toại lòng nhau."

Ở hải ngoại, quen biết thêm một người bạn cũng tốt. Nhiều gia đình làm một cái bản đồ trên tờ lịch. Một tháng chỉ đủ sở hụi đi một, hoặc hai cái đám cưới là cùng. Thời buổi này mà mừng đôi tân hôn một trăm bạc coi như là bủn xỉn lắm. Người ta hay đi hai trăm cho một đôi. Thôi thì thiệp đến nhiều đành phải chọn lựa. Bác Ba cao niên ăn tiền già có bao nhiêu đó, ham vui đám nào cũng đi thì không đủ sở hụi, mà vác mặt đi cho quá ít, người ta "kiềng"! Đó là chưa kể phải kêu điện thoại hỏi han coi có ai đi cùng, cho mình ké xe. Như vậy thì lệ thuộc vào người kia, cũng không hứng thú gì!

Mặt khác, nhiều "cụ" nghĩ rằng đã đi ăn thì ăn cho đáng, quên mất mấy cái vụ cao huyết áp, cao mỡ, hay cao tiểu đường! Đến nỗi mỗi lần đi ăn cưới về, là sức khoẻ có mòi không khá, có cụ còn phải đến bác sĩ chuẩn bịnh, hay vào nhà thương cứu cấp! Một bà tuổi nửa chừng xuân bị bệnh tiểu đường, đi ăn cưới thấy đồ ăn ngon quá, vui miệng ăn không nể nang, lại còn chơi một ly nước ngọt tổ bố! Vì bà cho rằng lâu lâu thả lỏng một bữa thì không ăn thua gì! Thế là lượng đường trong máu tăng vọt lên quá cao, bà gục xuống bàn! Xe "Ambulance" chạy đến cấp kỳ, đèn đỏ loé sáng rực trong đêm! Có những đám cưới, khi đi chào bàn, ngoài hai nhân vật chính, còn có em hay chị cô dâu chú rể, tay xách một cái túi để đựng tiền mừng cho chắc ăn. Nhìn cách thức tổ chức, giống như là thu hụi chết! Nhưng đám cưới nào thì cũng cách thức như nhau, đành phải chịu thôi! Người Tàu hay để cái thùng tiền mừng ngay bàn tiếp tân, ai ký tên xong là bỏ bì thư vào đó. Nhiều gia đình Việt cũng ưa thích tục lệ này, để một cái thùng ngay cửa, như vậy đỡ tốn thì giờ... Nhưng lợi nhất có lẽ là nhà hàng, vì họ có

Tranh Cát Đơn Sa (Diễm Châu)

thể rút ngắn thời gian được khoảng một tiếng hay hơn. Nhưng sau đó, cũng lại phải chơi màn đi chào bàn, vì có người không biết là cái thùng quà đứng đàng trước, nên không bỏ bì thư vô, nếu không đi chào, thì coi như... "tiền mất nợ mang"!

Khi nhà hàng bưng lên hai món cá và cơm chiên sau cùng, thì nghe có tiếng đàn bà la khóc đàng trước, rồi xuất hiện một cô coi cũng "hồng nhan bạc phận", bồng con tiến vào sân khấu. Thế là màn bất ngờ xảy ra. Tiếng ồn ào qua lại, người ta bu quanh bàn anh xui chị xui để thoả tính tò mò, tiếng cô dâu chửi chú rể, tiếng trẻ con gọi má, tiếng anh sui mắng vốn chị sui... Còn hơn một đám hội!

- Thì ra là chú rể nhà này chơi màn "quất ngựa truy phong"!

Bà khách vừa chạy lên gần sân khấu thám thính, trở lại bàn phát ngôn. Cả bàn ngơ ngác nhìn. Đây là "xen" đáng chú ý nhất trong đêm hội cưới nhau này. Ai nấy đều ngóng cổ lên nghe ngóng, một số người cứ mặc kệ thế nhân, cúi đầu ăn cố, dù bụng đã no kềnh ra rồi. Không ăn thì cũng chẳng biết làm gì? Đi về lúc này thì không "nỡ", vì chưa biết tin chính xác cuối cùng sẽ ra sao!

Nhưng rồi không biết hai bên cư xử ra sao, mà bà mẹ trẻ ngoan ngoãn bồng con ra về. Bây giờ, tới phiên anh MC mới trổ tài "hùng biện." Anh giải thích rằng đây là sự hiểu lầm đáng tiếc xảy ra, nhưng anh không nói rõ là ai hiểu lầm ai? Lỗi phải ra sao? trong lúc hai bên xui gia hằm hằm nhìn nhau... say... đấm! Cả bàn đang thắc mắc thì ông bác lấy vợ trẻ phát ngôn:

- Cái đám này rồi không biết được bao lâu! Con vợ dữ quá chừng!

Ai nấy cũng thấy ngao ngán và suy nghĩ lời của ông già! Công nhận sự việc xảy ra không hay, nhưng tiếng của cô dâu chửi chồng xối xả lồng lộng như thế, thì hầu như ai cũng nghe thấy! Người ta chán chường, nên trước khi đến màn cắt bánh, nhiều người đã ra về, gần ba phần tư nhà hàng! Ăn no rồi, coi sự cố xảy ra rồi, thì còn ngồi làm gì! đám cưới chỉ còn đa số người nhà, cho dù anh MC mời quí vị ở lại để nhảy đầm với cô dâu chú rể.

Anh nói thì kệ anh, chúng tôi cứ về!

Thu nhìn Long. Bàn của hai người thì đã về hơn một nửa. Ông già lấy vợ trẻ vẫn còn ngồi lại. Long nhìn ông, làm quen:

- Bác ở lại nhảy đầm hả bác?

Chỉ là câu hỏi xã giao cho vui, không ngờ ông già gật đầu:

- Phải, bà đầm tôi mê nhảy, nên tụi tôi ở lại dợt với bả vài bài cho vui.

Bà vợ nghe thế, phản đối:

- Chời ơi, anh mới là người mê chứ không phải em à nha!

Ông già cười. Thu nhập cuộc:

- Noí vậy thì ai là người thích nhảy đầm đây? Bác hay chị?

- Sao cô lại gọi như vậy. Kêu tôi bằng anh cũng được. Tôi đã già gì đâu mà gọi tôi bằng bác!

Thu hỏi:

- Xin lỗi chứ bác, à anh năm nay bao nhiêu tuổi rồi ạ?

Chữ "ạ" nàng kéo dài như giễu cợt! Ông già đáp:

- Tôi mới có sáu mươi tư chứ mấy! Coi bả trẻ vậy chứ bà cũng lớn tuổi rồi!

- Lớn là... chị bao nhiêu tuổi?

- Bả cũng năm mươi rồi đó!

Thu ngạc nhiên:

- Thật sao? Vậy mà nhìn chị thấy còn rất trẻ, em tưởng chị chỉ khoảng ba mươi lăm thôi chứ.

Long chêm vào:

- Bà xã tôi nói đúng. Lúc nãy tôi cũng tưởng chị còn rất trẻ. Công nhận chị hay thật, nhìn trẻ măng à!

Bà vợ nhìn ông chồng, trách:

- Ông nha, chuyên môn là đi khai tuổi của tui cho người ta biết hết trơn... Ai bảo ông già thì cứ chịu già đi, sao cứ kéo tui vô hoài vậy!

Ông chồng chống chế:

- Thì tui có nói oan cho bà đâu!
- Ông khoái nhảy đầm sao lại đổ thừa cho tui?

Giọng ông già ỉu xìu:

- Nói cho vui vậy mà, không chịu thì thôi, làm gì mà cự nự người ta hoài!
- Cự cái gì, anh mới là khó chịu á! bởi vậy nhìn anh mới già háp, còn em thì trẻ lâu là vậy đó!

Nói xong, bà đưa tay nhéo lên cằm ông một cái. Nhìn cũng tình tứ lắm.

Thu và Long đứng lên chào từ giã. Đêm đã khuya. Ra ngoài trời lành lạnh. Hai vợ chồng đi sát vào nhau. Bãi đậu xe chỉ còn rất ít xe. Ông bảo vệ ốm tong ốm teo đang cầm đèn bin đi lòng vòng quanh quẩn.

- Thằng cha này mà bảo vệ được ai! Xô một cái là té liền!
- Thì cũng có người trông coi xe, còn hơn là không có ai!
- Chắc là lương lậu cũng không bao nhiêu!
- Nhìn ổng thì biết, nhưng ổng còn đỡ hơn nhiều người, hoàn cảnh rất tội nghiệp!

Long mở cửa xe cho vợ. Gì chứ vấn đề ga lăng chàng vẫn còn. Không phải là do tự nguyện, mà vì vợ bắt phải làm. Lâu dần thành thói quen. Thu còn căn dặn Long nhiều thứ:

- Khi nhảy đầm, mời ai nhảy thì xong bài bản, phải nhớ đưa người ta trở lại bàn mới đúng điệu, chứ không phải bỏ con người ta lang thang tự tìm về chỗ một mình... là bất lịch sự lắm đấy nhé! Đi vào một tiệm nào, có đàn bà thì nhớ giữ cửa cho người ta vô trước, đừng có chen lấn mà đi .v.v...

Đóng cửa xe cho Thu xong, Long lái chầm chậm về nhà. Lúc nãy chàng cũng có uống một ly rượu mạnh.

- Từ nay anh đừng có bao giờ hối em phải đi đúng giờ cho mấy cái đám cưới của người Việt Nam nhé! Lúc nào người ta cũng trễ hai tiếng.
- Anh nhớ rồi, nhưng mình là người lịch sự phải đi đúng giờ. Nếu ai cũng đi sớm như mình thì quá tốt... em phải biết là ngày nay, thời giờ cũng quí như tiền bạc. Mời sáu giờ mà tám giờ mới khai mạc, làm cho người Mỹ họ nghĩ sao về mình! Ai không đến đúng giờ thì mặc kệ họ. Phải ghi trong thiệp là đám cưới tổ chức đúng giờ, vui lòng tới sớm. Cô dâu chú rể đã có mặt thì cứ theo giờ đã định mà thực hành. Cứ cái đà này, ai mà dám đi dự đám cưới người Việt nữa!

Thu cười:

- Anh làm cái gì mà hăng tiết vịt lên vậy! Chuyện đi trễ đã làm nên sách vở rồi!
- Em nói cái gì anh không hiểu?
- Anh nghe câu này đây: *"Không ăn đậu không phải là Mễ, không đi trễ không phải Việt Nam"!* Vậy thì còn nổi sùng làm gì!
- Đâu có sùng, nhưng bực thôi!

Căn nhà đã hiện ra trước mắt. Về tới nhà, thư giãn và thoải mái hơn ra ngoài nhiều. Đậu xe xong, Long khoác vai vợ vào nhà, thì thầm bên tai nàng: "Home sweet home.".. ■

Diễm Châu (Cát Đơn Sa)

TRANG Y HỌC & ĐỜI SỐNG

Bác sĩ Văn Công Trâm phụ trách

BỆNH BA CAO MỘT THẤP

Người Việt lớn tuổi gặp nhau thường hỏi thăm về các căn bệnh của tuổi già. Và các căn bệnh thường nhắc nhiều nhất là một tập hợp không ghi trong tự điển Y học: bệnh *Ba Cao Một Thấp.*

Vậy Ba Cao Một Thấp là bệnh gì?

Một thấp đơn giản là bệnh *Thấp khớp.*

Còn ba cao là: *cao máu, cao đường và cao mỡ.*

Thống kê số người tử vong vì bệnh tật tại CHLB Đức trong năm 2022 cho biết:

- Số tử vong 2022 vì *bệnh tim mạch* là 350.000 ca, chiếm 34% tổng số tử vong cả năm.

- Số tử do tất cả các *bệnh ung thư* gây ra là 229.000 ca, chiếm 22% tổng số.

- Số tử vì *bệnh đường hô hấp* là 57.000 ca, chiếm 5,6%. Ngay cả số tử vong vì cơn đại dịch thế kỷ là COVID19 cũng chỉ chiếm 7%; nghĩa là chỉ bằng 1/5 của số tử vong do bệnh tim mạch gây ra.

Hiệp Hội Y Tế Thế giới (WHO) còn đưa ra thống kê cho biết: trên toàn thế giới có hơn 1,3 tỷ người mang bệnh "ba cao", nhưng chỉ gần một nửa trong số họ là biết mình có bệnh. Tệ hại hơn là chỉ 20% trong số các con bệnh ấy là có chữa trị. Do vậy việc tìm hiểu rõ ngọn ngành cơn bệnh "ba cao" và cách phòng ngừa, cũng như chữa trị là việc cần thiết hàng đầu.

I. BỆNH CAO ÁP HUYẾT

Y Khoa Đức gọi *bệnh cao áp huyết* là "Kẻ sát nhân thầm lặng" (der stille Killer). Tại sao? *Vì triệu chứng bệnh này không hiện rõ ràng, đến khi bệnh phát ra thì thường là đã trễ và có hậu quả nguy hiểm cho tánh mạng.*

1. Có 3 loại cao áp huyết. Đó là: Vô căn, thứ phát và trong thời gian có thai.

Cách chẩn đoán duy nhất để xác định cơn bệnh này là đo áp xuất huyết. Thông thường quả tim của chúng ta bơm máu vào động mạch và đưa máu đi nuôi cơ thể. Công đoạn này tạo ra một áp xuất vào thành động mạch được đo bằng đơn vị mm Hg (thủy ngân). Áp xuất trong thời gian tim bóp lại, được gọi là *Systolisch (tâm thu),* số bình thường và lý tưởng là 120 mmHg. Áp xuất trong thời gian giãn ra để nghỉ ngơi, gọi là *Diastolisch (tâm xả)* là 80 mmHg.

2. Vậy, khi nào thì gọi là áp xuất huyết cao?

Y khoa chia thành 3 hạng mục (căn cứ số đo):

* Áp xuất máu cao độ 1: khi >140/90 mmHg.

* Áp xuất máu cao độ 2: khi >160/100 mmHg.

* Áp xuất máu cao độ *nguy hiểm: >180/110 mmHg!!!.* Khi đo đến độ cao này thì thông thường ta nên gọi điện thoại ngay bác sĩ hay xe cấp cứu, vì các nguy cơ tiếp theo có thể sẽ xảy ra, như:

- ở não: đột quỵ, chảy máu não chận hư não;

- ở tim: tim yếu (Herzinsuffizienz), hay nhồi máu tim (Herzinfarkt);

- hư hại dây thần kinh;

- làm vỡ những động mạch lớn, nhỏ và tạo nguy hiểm dây chuyền như hư thận và mù mắt.

3. Đối tượng dễ bị bệnh "Cao Áp Huyết":

- Người cao niên trên 70 tuổi (>80%).

- Có tiền sử bệnh trong gia đình; ví dụ cha, mẹ anh chị em có người bị cao áp huyết.

- Phụ nữ: khi còn trẻ ít bị hơn, nhưng sau khi mãn kinh thì số lượng bị bệnh cao hơn đàn ông.

- Những người tuổi cao mà còn có bệnh khác như: thừa cân, ít vận động, ăn quá một muỗng café muối mỗi ngày.

- Thường dùng rượu và thuốc lá.

4. Cách chẩn đoán duy nhất là đo áp xuất huyết.

a. Có 3 cách đo:

* Thường thì bệnh nhân phải đến chuyên khoa tim để lấy máy đo 15´một lần trong 24 giờ. Cách này chính xác và biết được lúc nào áp xuất huyết cao trong ngày (Langzeit RR-Messung)

* Đo tại phòng mạch bác sĩ nhà: thường cao hơn số thật (vì bệnh nhân hồi hộp khi nhìn áo choàng trắng của Bác sĩ!)

* Tự đo tại nhà và theo dõi lâu dài (chính xác & thay thế một phần cho cách đo lâu dài).

Khi tự đo tại nhà, cần lưu ý: Nên chuẩn bị trước khi đo:

- 30´ trước đó không cà phê & thuốc lá.

- Đi vệ sinh trước khi đo.
- Ngồi yên 5´ và tập thở.

b. Có 2 loại máy để đo:

Máy đo ở bắp tay: ngồi để tay đo trên bàn.

Máy đo ở cườm tay: ngồi *tay đưa lên vai bên kia (để chiều cao máy đo ngang tim!)*

c. Quan trọng: Cách ghi chép cho Bác sĩ nhà: Tên, ngày sinh - Quá trình: 4 lần: sáng, trưa, chiều, tối (thay thế cho 24 giờ RR-Mesung) - Lúc đầu đo 2 tuần liên tục, sau đó chỉ khi thay đổi hoặc mỗi tuần 1 lần.

4. **Thuốc trị:** bác sĩ thường sẽ phối hợp 2 trong 5 loại thuốc sau để tăng thêm hiệu quả (Synergistisch):

- thuốc lợi tiểu (Diuretikum).
- thuốc ức chế Beta (Beta-Blocker).
- ức chế hấp thụ Calci (Ca-Antagonist).
- ức chế ACE (ACE-Hemmer: Angiotensin Converting Enzym: chống lại thận giữ lại nước và muối nên hạ áp xuất).
- thuốc giãn mạch (Gefäßerweiterung).

Tóm lại: Cao máu là một bệnh thường có ở tuổi cao niên. Nhưng nếu ta *biết thay đổi cách sống; biết vận động thể dục; ăn ít muối và theo dõi, uống thuốc đều đặn* thì vẫn có thể sống hòa bình với nó đến cuối đời!!!

II. BỆNH CAO ĐƯỜNG:

* **Có 3 loại:** Typ 1 (thường dưới 30 tuổi); Typ 2: cao niên (Alterdiabetes); và trong thời gian thai nghén.

* **Chỉ số đường trong máu:**

1. Tiền cao đường (Prädiabetes): Khi đói: 100-125 mg/dl (5,6-6,9 mmol/l); 2 giờ sau khi ăn: 140-199 mg/dl (7,8-11 mmol/l)

2. Cao đường (Diabetes mellitus): Khi đói: >126 mg/dl (>7,0 mmol/l); 2 giờ sau khi ăn: >200 mg/dl (>11,1 mmol/l)

* **HbAc1 là gì?** Gọi là Langzeit Zucker, tức lượng đường trong hồng cầu thời gian 3 tháng qua. Hồng cầu tồn tại 3 tháng thì sẽ bị thay thế, nên có thể tính ra được lượng đường trong máu 3 tháng ấy; bình thường là 5,7% - 6,5%.

***Dấu hiệu đường cao:** Thường đói và khát nước. Ăn nhiều, lên cân béo phì nhưng cũng có thể bị giảm cân. *Thường đi tiểu và hay khát nước.*

* **Đối tượng dễ bị đường cao:** có liên hệ mật thiết với bệnh cao máu và cao mỡ!

* **Ngược lại:** bị hạ đường trong máu nhiều cũng là một nguy cơ: báo động khi đường giảm xuống: <70mg/dl: gây mất ý thức và hôn mê. *Cách chữa trị ngay:* uống ngay tại chỗ 20 g đường hay mật. Ví dụ: 150 ml Coca Cola, nước chanh đường hay 200 ml nước ép trái cây, 1 muỗng canh đường hoặc mật ong hay 5-7 viên kẹo ngọt cứng… Sau đó mới lấy máu xem đường cao bao nhiêu để chữa trị tiếp.

* **Cảnh báo:** Thuốc thiệt, thuốc giả!!!

Gần đây hãng Novo Nordisk đưa ra thị trường SEMAGLUTID (tên bán: Ozempic hoặc Wegovy…) để hạ đường trong máu, rồi cũng tình cờ thấy được hiệu quả giảm cân để *chữa bệnh béo phì*. Nhất là sau khi tỷ phú Elon Musk và nhiều ngôi sao nổi tiếng xác nhận có hiệu quả tốt mà chỉ cần chích 1 lần trong tuần, gây ra phong trào tìm mua thuốc này để chích giảm cân và gây khan hiếm trên thị trường dược phẩm. Và thuốc giả ấy cũng đã xuất hiện trên thị trường Đức.

(Nguồn hình: ARD)

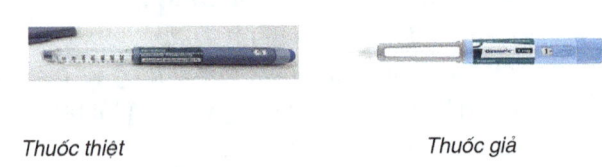

Thuốc thiệt   Thuốc giả

III. BỆNH CAO MỠ

Thường không có triệu chứng, nên y khoa gọi nó là "nguy cơ ẩn." Chỉ có bệnh *cao mỡ di truyền* là có các triệu chứng như: u vàng gân (ở đốt ngón tay, đầu gối…), ban vàng (cục Cholesterol màu vàng ở mí mắt), vàng cung giác mạc (Are cornea): vòng mắt trắng nhạt chung quanh móng mắt.

Khi nào gọi là cao mỡ trong máu? Đo máu vào buổi sáng trước khi ăn (nhịn đói 8 tiếng).

Cholesterol toàn phần: >5,2 mmol/l (> 200mg/dl).

Cholesterol LDL (xấu): >3,mmol/l (> 100mg/dl).

Cholesterol HDL (tốt): < 0,9 mmol/l (< 40mg/dl).

Triglyceride: > 1,7 mmol/l (> 150mg/dl).

Biến chứng bệnh cao mỡ: xơ vữa động mạch; rối loạn nhịp tim, nhồi máu tim (Herzinfarkt); tai biến mạch máu não, đột quỵ; gan nhiễm mỡ; viêm tụy tạng (Pankreatitis); hư hại tay chân vì thiếu máu, thường phải cắt bỏ (Amputation).

Chữa trị cao mỡ: trong vòng 3 tháng phải cố gắng thay đổi cách sống & chế độ ăn uống; sau đó kiểm soát máu, nếu không giảm phải uống thuốc.

Có 3 loại thuốc:

1. Statin: giảm Cholesterin LDL xấu (giảm nguy cơ mắc bệnh tim).

2. Fribate

3. Niacin: (giảm Triglycerid & tăng Cholesterin HDL (tốt).

IV. KẾT LUẬN:

Có 6 điều bạn cần phải luôn lưu ý để đối trị các căn bệnh ba cao:

1. Kiểm soát áp xuất huyết đều đặn.
2. Đi bác sĩ khám đúng hạn.
3. Năng vận động: tập vận động hàng ngày như đi xe đạp thay vì xe hơi, đi cầu thang thay thang máy, đi bộ nhiều hơn…
4. Dinh dưỡng: ít ăn thịt đỏ, nhiều rau cải, trái cây…
5. Giảm căng thẳng: tập thiền, yoga, taichi…
6. Bớt các chất kích thích: giảm thuốc lá, cafe, rượu…

Vì: **Khi có sức khỏe ta có cả ngàn ước mơ; nhưng khi không còn sức khỏe, ta chỉ còn ước mơ duy nhất: SỨC KHỎE.** ∎

BS. Văn Công Trâm (12.2023)

Các Infografik về Y khoa thường thức hữu ích của nhóm Bác sĩ CN St (Đức)

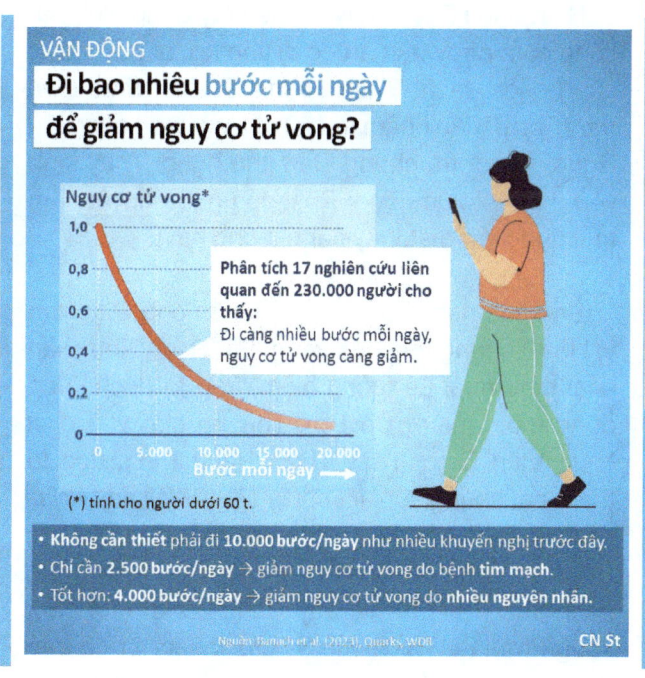

WHO - Tổ chức Y tế Thế giới định nghĩa tình trạng sức khỏe tốt là: "Sức khỏe không chỉ đơn thuần là không mắc bệnh hay tật nguyền, mà là trạng thái toàn diện về thể chất, tinh thần và giao tiếp xã hội" – "Health is a state of complete physical, mental and social well-being and not merely the absence of disease or infirmity." ẤY CHÍNH LÀ TRẠNG THÁI **THÂN TÂM AN LẠC**

Hoa Lan - Thiện Giới

Tam Tạng Pháp Sư thế kỷ 21

Thuở bé tôi rất thích đọc sách Tây Du Ký gồm 3 cuốn của tác giả Ngô Thừa Ân, diễn tả nhân vật Tam Tạng Đường Tăng cùng 3 đệ tử Ngộ Không, Ngộ Năng và Ngộ Tịnh, thầy trò cùng nhau sang Tây Thiên thỉnh Kinh. Nhân vật Tam Tạng Trần Huyền Trang là có thật, sống vào đời Đường là bạn thân của vua Đường Thái Tông Lý Thế Dân (626 - 649), đi thỉnh Kinh là có thật. Còn 3 người đệ tử Tôn Ngộ Không, Trư Bát Giới và Sa Tăng là hư cấu, do ngòi bút tài tình của Ngô Thừa Ân nhào nặn ra. Nhờ tác giả thi rớt, không đậu Tiến sĩ nên buồn tình về viết truyện, nếu lúc ấy đậu Trạng Nguyên ra làm quan rồi mải lo công danh sự nghiệp, làm sao chúng ta có được một tuyệt tác để đời như thế!

Mười bốn thế kỷ trước vào triều đại nhà Đường, hình ảnh một Pháp sư Tam Tạng đứng trên pháp tòa, điều động cả ngàn Cao Tăng trong Hội đồng Phiên dịch Kinh tạng từ tiếng Phạn ra tiếng Hán, tuy không được chứng kiến nhưng cũng làm nhiều người xúc động và cảm phục. Tưởng rằng chuyện ấy chỉ xảy ra trong sách vở, nhưng vào thế kỷ thứ 21 vẫn có những Tam Tạng Pháp Sư người Việt Nam dấn thân dịch Kinh Phật từ tiếng Hán, Phạn ra tiếng Việt. Đó là Hòa Thượng Thích Tuệ Sỹ *"Chủ tịch Hội đồng Phiên dịch Tam Tạng Lâm Thời"*, đã cùng các Cộng sự viên ở khắp năm Châu, hoàn thành được phần 1 của Bộ Thanh Văn Tạng gồm 29 cuốn. Công việc đang tiến hành một cách hoàn thiện, hy vọng phần 2 của bộ Kinh sẽ sớm nằm trong tủ sách của các Thư viện Phật giáo. Nhưng ngày 24 tháng 11 năm 2023, vị Tam Tạng của Việt Nam đã xả bỏ xác thân sau bao năm chống chọi với căn bệnh hiểm nghèo. Dĩ nhiên Người đã chuẩn bị tất cả mọi việc, người thừa kế sản nghiệp tinh thần to lớn này chắc chắn phải có bờ vai vững chắc và vĩ đại mới gánh nổi.

Chúng ta hãy chờ đợi xem ngày Bản Di Chúc có đóng mộc của Người được tuyên đọc trước đại chúng.

Hôm nay ngày 3 tháng 12 năm 2023, một ngày đông tháng giá với tuyết rơi phủ kín cả mặt đường. Tại Chánh điện ngôi Tổ đình Viên Giác Hannover Đức quốc, đã tổ chức một buổi Lễ tưởng niệm Hòa Thượng Thích Tuệ Sỹ, đồng thời cúng tuần 100 ngày cho Đạo hữu Chủ Nhiệm báo Viên Giác Nguyên Trí Nguyễn Hòa, bút hiệu Phù Vân, cùng những hương linh quá vãng thờ tại Chùa và họp Ban Biên Tập báo Viên Giác.

Hình ảnh HT Thích Như Điển tay dâng bình bát cúng cơm ngay trán, trước di ảnh người quá vãng, cùng cuốn sách *"Thân Loan - Thánh nhân toàn thư - Tập 1"*, tác phẩm thứ 72 của mình để dâng lên Người và rót trà chung tuần cho người Thầy kính yêu, làm tôi xúc động! Phải có phước duyên lắm mới được tận mắt thấy cảnh tượng này!

Sau các nghi thức cúng trai tuần cho Giác linh vị Hòa Thượng vừa quá vãng, HT Thích Như Điển khai mạc buổi Lễ tưởng niệm, trao tờ di chúc có đóng mộc của vị Cố Hòa Thượng cho vị Trụ trì chùa Viên Giác, Thầy Thích Hạnh Định, đọc to trước đại chúng. Cốt lõi chỉ là câu: *"Kính đề cử Hòa Thượng Thích Như Điển đăng lâm Pháp tịch Chủ tịch Hội đồng Phiên dịch Tam Tạng Lâm Thời."* Một trọng trách khá nặng nề và đầy vinh quang. Một Tam Tạng Pháp Sư Thích Tuệ Sỹ của thế kỷ 21 đã trao trọng trách lại cho Người với dàn máy vi tính hiện đại của thời 4.0 và tương lai với AI, Trí tuệ nhân tạo để dịch kinh điển.

Hòa Thượng tường trình ngắn về chuyến hành hương Nhật Bản vừa rồi của phái đoàn gồm 10 vị Chư Tôn Đức và 13 Phật tử từ các quốc gia trên thế giới. Mười năm trước Người cùng phái đoàn sang Nhật dự lễ Khánh Thành ngôi chùa Việt Nam đầu tiên trên xứ Nhật do HT Minh Tuyền xây dựng, thế mà bây giờ đã lên đến 10 ngôi Chùa và hơn nửa triệu người Việt Nam sống trên xứ Nhật. Hòa Thượng Tuệ Sỹ cũng đã tìm được khá nhiều Tăng tài trẻ tuổi với khả năng phiên dịch rất cao, đặc biệt có nhiều người nữ như Sư Cô Thanh Trì, tốt nghiệp Tiến sĩ tại Nhật Bản tuổi còn rất trẻ.

Người không quên nhắc đến tài năng dịch thuật của Ni Trưởng Trí Hải, ngoài việc dịch Kinh điển Ni Trưởng còn dịch ra tiếng Việt các tác phẩm văn học như *Câu chuyện dòng sông* của nhà văn Đức đoạt giải Nobel văn học năm 1946, Hermann Hess, một cách tài tình.

Những bậc tiền bối tài giỏi trong công việc dịch thuật đã từ từ ra đi, còn sót lại chỉ Thầy Trí Siêu Lê Mạnh Thát. Nhưng tre già măng sẽ mọc thôi! Đó là định luật tự nhiên của trời đất.

Với nụ cười hài lòng, Hòa Thượng kể chuyện miền Bắc bây giờ rất thích tìm đọc tài liệu sách vở của Thầy Tuệ Sỹ hay các tác phẩm viết về Ngài, tất cả các đầu sách đều bán sạch, tương lai sẽ cho xuất bản hàng loạt. Chẳng bù với lúc trước, ít ai biết Ngài là ai? Và HT Như Điền cũng được nổi tiếng theo, tác phẩm *"Đại Đường Tây Vực Ký"* xuất bản đầu năm 2023, in khoảng 1.200 cuốn, đã được các độc giả miền Bắc tìm hiểu mua hết. Các nhà in đã xin xuất bản 10 cuốn sách trong số 72 tác phẩm của Người, tuy tò mò nhưng tôi không dám hỏi, thôi cứ chờ ngày sách phát hành tự nhiên sẽ biết!

Anh Nguyên Đạo Văn Công Tuấn, tân Chủ bút báo Viên Giác lên nói đôi lời về các thành tích của ông cựu Chủ bút Phù Vân, một sự hy sinh tận tụy hết lòng với tờ báo trong suốt hơn ba chục năm. Câu cuối anh nói: *"Tôi mới làm được 3 số báo, đã thấy đôi vai nặng trĩu như thế nào? Trong khi đó anh Nguyên Trí Phù Vân đã gánh vác đến 180 số, một con số tôi chưa hề dám nghĩ !!!."*

Chị Phương Quỳnh - Diệu Thiện, người bạn đời và tri kỷ của anh Phù Vân như câu thơ anh viết tặng chị: *"Anh nhận ra em chính là mẫu người tri kỷ"*, cũng được Hòa Thượng đột xuất mời lên chia sẻ đôi lời, với giọng nói run run xúc động, chị cảm ơn tất cả các Chư Tôn Đức và các Bằng Hữu từ các nơi trên thế giới, đã đến thăm và tặng quà cho người bệnh trong suốt vài tháng nay. Và đặc biệt hôm nay có mặt nơi đây để cúng tuần 100 ngày cho người quá vãng.

Vì quá bất ngờ không kịp sửa soạn, nên chị Phương Quỳnh đã quên ngỏ lời cảm ơn 2 vị bác sĩ Dương Anh Dũng và Nguyễn Hoàng Cương ở Hamburg đã luôn gần gũi chăm sóc bệnh tình cho anh Phù Vân trong mấy tháng qua.

Tuyển tập thơ cuối cùng *"Cũng đành dâu bể với thời gian"* của anh dưới bút hiệu Tùy Anh, cũng hoàn thành trước khi anh ra đi, nhưng cuốn sách đã đến chậm vài ngày khiến anh chưa được cầm trên tay ngắm nghía đứa con tinh thần của mình, chỉ được xem bản thảo trước ngày in. Công lao layout và in ấn gấp rút phải cảm ơn hai vị Thiện hữu tri thức Nguyên Đạo Văn Công Tuấn ở Đức và Nguyên Minh Nguyễn Minh Tiến ở Hoa Kỳ.

Sau đó mọi người cùng nhau sang phòng linh thờ Ngài Địa Tạng để cúng tuần 100 ngày cho anh Phù Vân, được thắp cho anh một nén hương, nhưng tôi chỉ dám đốt cho anh một nén hương lòng để bớt tổn hại bầu không khí trong phòng với khói hương nghi ngút.

Mặc dù HT Thích Như Điển là Trưởng Ban Tổ Chức trong buổi Lễ tưởng niệm Ngài Tuệ Sỹ, do Giáo hội Phật giáo Việt Nam Thống Nhất, Hội đồng Hoằng Pháp tổ chức ngày 2 tháng 12 năm 2023 tại Tu Viện Đại Bi ở Hoa Kỳ. Nhưng Người đã hứa với anh Phù Vân trước từ đã lâu, nên ủy nhiệm cho Phó ban HT Thích Nguyên Siêu, đứng ra gánh vác buổi lễ đông đến cả ngàn người.

Mọi người dùng trưa với món lẩu nấm tuyệt vời, nhưng ai trong Ban Biên Tập báo Viên Giác thì phải ăn nhanh để còn sang Thư viện họp hành. Vì trời đông bão tuyết nên một số người đành lỗi hẹn, mặc dù đã mua vé xe và đã đặt phòng khách sạn, như anh Vũ Ngọc Ruẩn bên Thụy Sỹ. Thật là đáng tiếc!

Số người có mặt tuy không nhiều, nhưng cũng đủ con số mười để bàn thảo, để anh Chủ bút mới hân hoan trình bày bộ mặt mới của tờ báo từ nội dung đến hình thức.

Những khuôn mặt gạo cội của tờ báo Viên Giác như vợ chồng anh Trần Phong Lưu và chị Quỳnh Hoa. Rồi đến vợ chồng nhà thơ Đan Hà, anh Bác sĩ Trương Ngọc Thanh, đã theo phò Sư phụ từ lúc còn là Sinh viên trường Y. Nhóm Bút nữ chỉ có 2 cây là Phương Quỳnh và Hoa Lan, lần này có thêm một cây bút mới là Hoàng Quân. Anh Trung văn phòng, một khuôn mặt thân thương và dễ mến. Một nhân vật đáng được ngưỡng mộ nữa là anh Sanh của văn phòng, người đã ngoài 90 nhưng vẫn còn minh mẫn và phong độ như thuở nào, vẫn còn tinh tế nhận ra những lỗi chính tả và ý văn của những ai viết mập mờ.

Anh Văn Công Tuấn muốn tờ báo Viên Giác từ từ chuyển hướng đến giới trẻ, thế hệ nối tiếp, chứ không phải "bảo bối" riêng của các cụ xưa nay. Các độc giả trung thành của tờ báo từ 45 năm nay, chắc hẳn tuổi hạc đã khá cao??!!

Chúng ta hãy theo dõi và chờ đợi xem những số báo tới diễn biến như thế nào? Đã thay hình đổi dạng được bao nhiêu? Các điều này rất quan trọng cho sự sống còn của tờ báo, chẳng những sống mà còn phải sống hùng sống mạnh nữa. Vì tờ báo Viên Giác là linh hồn của Hòa Thượng Chủ nhiệm sáng lập Thích Như Điển, là mái nhà của anh Chủ bút Phù Vân. ∎

Hoa Lan - Thiện Giới
Ngày 3 tháng 12 năm 2023.

Thơ Nguyễn Minh Hoàng

LY BIỆT

Lạc bước nhau rồi, ta mất em
Con đường xưa cũ vẫn còn quen
Nhớ lá me bay chiều năm ấy
Nhớ buổi hôm nào tay nắm tay
Mắt biếc nhìn nhau cười e thẹn
Ngập ngừng e ấp lúc trao duyên

Đường cũ năm xưa giờ lộng gió
Vẫn còn có những lá me bay
Với những hàng cây dài xa thẳm
Và còn ta đứng mỏi mòn trông

Nay gió phương nào bay mất em
Cho hồn ta lạc với sao đêm
Để em mắt biếc vương màu lệ
Tình ngỡ vuông tròn bỗng cách ngăn

Lá rụng, chiều nay lá rụng nhiều
Như ngày xưa cũ ngập thương yêu
Tình ta theo lá bay heo hút
Nay gió sang mùa ta mất em

Mười ngày trở về an trú tự thân nơi Đạo tràng Tổ Đình Viên Giác

10-20/12/2023
Thiện Nghiêm kính ghi

Khóa An Cư Kiết Đông 10 ngày của Giáo Hội Phật Giáo Việt Nam Thống Nhất Âu Châu (GHPGVNTNÂC) được tổ chức tại Tổ Đình Viên Giác - Hannover, Đức quốc. Với sự tham dự của đông đủ chư Tôn thiền đức Tăng Ni tại các quốc gia Châu Âu. Chư Tăng 32, chư Ni 46, tổng cộng 78 vị.

Theo chương trình, sau giờ tọa thiền và công phu khuya, vào lúc 06:45 ngày, 12/12/2023 *(nhằm ngày 30 tháng 10 năm Quý Mão)*, chư Tôn đức Tăng Ni vân tập trước Đại hùng Bảo điện làm lễ tác pháp đối thú an cư trong không khí trang nghiêm thanh tịnh.

Tuy thời gian an cư tròn 10 ngày, nhưng quý Trưởng lão trong Hội Đồng Giáo Phẩm vẫn duy trì cách thức an cư theo luật nghi. Đây cũng là thời gian cho hàng xuất gia trở về tự thân, bằng sự thực tập huân tu hằng ngày.

Nghi thức: *Hô canh, ngồi thiền, tụng kinh, niệm Phật, quá đường, và kinh hành trên Đại điện đã được diễn ra luân phiên.* Các hồi chuông trống bát nhã hùng tráng vang xa, đan xen giữa từng bước chân nhẹ nhàng, như trở về thực tại trong chánh niệm tỉnh thức. Đặc biệt, thời kinh *Đại Bảo Tích* vẫn tiếp nối theo các khóa an cư tại *Khánh Anh Đại Tự*. Nhị vị Trưởng lão Hòa thượng Chủ tịch của GHPGVNTNÂC vẫn không ngại thể trạng khi ngồi hàng giờ với chúng con cùng đọc tụng lời dạy của Đức Thế Tôn được lưu lại trong những trang kinh. Hình ảnh của nhị vị Trưởng lão đã khiến cho đàn hậu học của chúng con ngày thêm tinh tấn.

Sau khi Đức Thế Tôn nhập niết-bàn được mười ngày, trưởng lão Đại-ca-diếp đã cung thỉnh các vị A-la-hán vào động Thất-diệp để kết lại lời Phật dạy trong suốt 49 năm qua. May mắn thay, nhờ lần kết tập đầu tiên năm ấy, đến nay đã hơn hai nghìn năm lịch sử. Bao nhiêu vật đổi sao dời, bao nhiêu phế hưng tịch mặc.

Giáo pháp của Phật cũng duy chỉ thuần một vị, đó là vị giải thoát, nhưng cũng đã trải qua bao lần kết tập bằng nhiều hình thái khác nhau, từ đọc tụng cho đến hình thành văn bản. Lời dạy của Ngài cũng uyển chuyển theo mỗi quốc độ vương quyền, rồi đến quan điểm của các Luận sư để hình thành nên các tông phái khác nhau như hiện nay. Và rồi vị giải thoát ấy vẫn luôn bàng bạc, tưới mát khắp năm châu bốn biển.

Trong 成佛之道 *"Thành Phật Chi Đạo"* (Con Đường Thành Phật) của *Ngài Ấn Thuận* có viết:

一切諸善法，同歸於佛道；
所有眾生類，究竟得成佛。

„Nhất thiết chư thiện pháp
Đồng quy ư Phật đạo
Sở hữu chúng sinh loại
Cứu cánh đắc thành Phật".

Nghĩa là :

*(Tất cả các pháp lành; Đều quy về Phật đạo
Tất cả loài chúng sinh; Cứu cánh thành Phật đạo).*

Với sự nhiệt tâm tinh cần đến khi tâm thức được võ tung, khối vô minh được đập nát là lúc một chúng sanh đang tiếp nhận ánh sáng tuệ giác. Ví như gà con tự làm thủng vỏ trứng để bước ra khỏi bóng tối.

Năm nay, Khánh Anh Đại Tự do Thượng Toạ trụ trì Thích Quảng Đạo liên tục lo nhiều Phật sự nên nhị vị Chủ tịch quyết định chọn Tổ Đình Viên Giác để làm nơi đăng cai tổ chức An Cư Kiết Đông. Tuy Tổ Đình Viên Giác không rộng rãi và đầy đủ tiện nghi như Khánh Anh Đại Tự, nhưng quý chư Tôn đức trong Ban Điều Hành cũng như chư Tăng Ni rất hoan hỷ. Nhớ lại năm xưa nơi *núi rừng Phương Hội, Thiền Sư Dương Kỳ* cảm tác những dòng thơ:

楊岐乍住屋辟疎,滿床盡撒雪珍珠
縮卻項暗嗟噓,翻憶古人樹下居

*Dương Kỳ sạ trú ốc bích sơ
Mãn sàng tận tát tuyết trân châu
Súc khước hạng ám ta hư
Phiên ức cổ nhân thụ hạ cư.*

Nghĩa là

*Nhà của Dương Kỳ đơn sơ lắm
Trên giường tuyết trắng đã ngập đầy
Rụt cổ lại, lòng ngầm than thở
Người xưa nhà chỉ gốc cây.*

Tổ chức sự kiện nào của Giáo hội cũng cần có rất nhiều nhân sự và tài vật mới thành tựu viên mãn. Quan sát từ các khâu văn phòng sắp xếp đưa đón Tăng Ni ổn định phòng ốc, chúng tôi còn thấy các Tiểu ban khác cũng rất vất vả. Đặc biệt, cảm niệm công đức của Ban đời sống ẩm thực trong suốt 10 ngày qua đã luôn thay phiên phụng sự cúng dường các bữa quá đường đúng giờ và trang nghiêm.

Khóa An Cư Kiết Đông kỳ này, tuy còn nhiều Tăng Ni bận lo Phật sự tại địa phương, nhưng cũng sắp xếp được thời gian để cuối tuần về tham dự **lễ Tưởng niệm cố Trưởng lão Hòa Thượng Thích Tuệ Sỹ viên tịch**. Hòa Thượng ra đi trong sự tiếc nuối của hầu hết Tăng Ni khắp năm châu. Một công trình dịch Đại Tạng Kinh đang còn chưa hoàn thành. Hòa thượng đã để lại *lời Di huấn cho các vị Trưởng lão kế nhiệm trong Hội Đồng Phiên Dịch Tam Tạng Lâm Thời*. Hòa Thượng Thích Như Điển sẽ nhận lãnh trách nhiệm này. Tăng tín đồ khắp các châu thành tâm cầu nguyện Giác linh Hòa thượng Cao đăng Phật quốc, tảo nhập Ta bà, hóa độ chúng sanh.

Khóa An Cư năm nào cũng dành riêng cho một ngày huân tu niệm Phật. Chư Tăng Ni và Phật tử được chia làm 4 nhóm theo khung giờ để kinh hành niệm Phật.

Năm nay, lịch huân tu niệm Phật nhằm thứ bảy, ngày 16/12/2023 là ngày kỷ niệm 715 năm Phật Hoàng Trần Nhân Tông nhập niết bàn 16/12/1308.

Vua đã để lại rất nhiều tuyệt tác cho đời :

*"Áo mão, kim đai theo dòng nước
Chuông từ, mõ trúc, vọng chân không
Phật pháp vô biên, tâm vô lượng
Bồ đề thơm ngát, toả mười phương".*

Trong *tác phẩm thứ 72 của Hòa Thượng Phương Trượng Thích Như Điển đã dịch với tựa "Thân Loan Thánh Nhân Toàn Thư" Tập 1*, có đề cập đến đại ý tự lực và tha lực vãng sanh đối với hành giả tu Tịnh Độ, đầu tiên khi có duyên nơi cửa Phật, tự thực hành niệm danh hiệu Phật A Di Đà và tích tụ công đức nơi thân sẽ tạo thành nhân tố vãng sanh.

Trong tác phẩm này, Hòa Thượng Thích Như Điển cho chúng ta một thông tin, khi nói về *"sơ tổ Tịnh Độ Tông Việt nam đó là Ngài Đàm Hoằng. Vì sơ truyền Phật giáo vào Việt nam có thể chưa phân định Thiền hay Tịnh. Cho đến thế kỷ thứ 5, có Ngài Đàm Hoằng tu theo pháp Thập lục quán và vào năm 455, Ngài vãng sanh về Tây phương Tịnh Độ tại núi Tiên Du Bắc Việt. Và cũng có thể Tịnh Độ Tông Việt Nam có mặt trước Ngài Tỳ Ni Đa Lưu Chi (?-594)".*

Ngoài các thời khóa tu miên mật, Ban Tổ Chức cũng dành thời gian để chư Tôn đức Tăng Ni cùng Phật tử ngồi lại với nhau trao đổi trong buổi trà đàm thiền vị.

Trước khi *chư Tôn thiền đức tự tứ giải chế, Đạo tràng An Cư Kiết Đông cùng Tổ Đình Viên Giác tác lễ cúng dường trai tăng và tiễn đưa chư Tôn đức trở về bổn quốc.* Thời gian như trôi mau, mới đó mà mười ngày trở về an trú tự thân và tiếp nối dòng mạch Giới pháp của chư Phật, chư Tổ sư đã được thành tựu viên mãn nơi Đạo tràng Tổ Đình Viên Giác. Chúng con thầm kính nguyện nhị vị Trưởng lão Hòa thượng, chư Tôn Hòa thượng, chư Thượng tọa, Đại đức Tăng Ni Pháp thể khinh an, Chúng sanh dị độ, Thọ mạng miên trường, mãi mãi là thạch trụ tòng lâm để đàn hậu học chúng con tìm về cội giác. Xin tri ân Thượng tọa trụ trì cùng đại chúng và Đạo tràng Phật tử Tổ Đình Viên Giác.

Xin hẹn gặp lại mùa An Cư Kiết Đông sang năm vào ngày 11.12.2024 - 21.12.2024 tại chùa Linh Thứu, Berlin - Đức quốc. ∎

Thích Chúc Hiếu

NHỮNG DẤU ẤN KHÓ PHAI TRONG CHUYẾN HOẰNG PHÁP TẠI NHẬT BẢN CỦA CHƯ TÔN ĐỨC LIÊN CHÂU

I. MỞ ĐẦU

Nhật Bản nơi mà tâm linh rất được coi trọng, nơi mà phẩm hạnh, giá trị nhân bản được hình thành một cách rất rõ nét. Nơi những bức tranh được vẽ nên từ ý tưởng về sự tồn tại giữa chốn thiên đường và trần thế. Nói đến Nhật Bản, người ta thường nghĩ ngay đến sự giàu có hay hiện đại về công nghệ. Tuy nhiên, chiều sâu văn hóa mới là điều hấp dẫn nhất ở xứ Mặt trời mọc này. Chính vì vậy, tất cả chúng ta nên thử một lần đến đây để cảm nhận những điều tuyệt vời ấy. Mỗi người đều có chặng đường riêng cho mình; nhưng đối với người tu học Phật pháp thì con đường duy nhất chính là giải thoát giác ngộ. Đệ tử Phật ngoài việc nuôi dưỡng đời sống tâm linh thật ý nghĩa cho tự thân còn phải biết hướng đến những lý tưởng cao siêu.

"Này các Tỳ kheo, hãy lên đường thuyết pháp vì hạnh phúc, vì an lạc cho chúng sinh, vì lòng thương tưởng cho đời, vì hạnh phúc, vì an lạc cho chư Thiên và loài người." (*Kinh Đại Bổn, Trường Bộ Tập 1, Đại Tạng Kinh Việt Nam*, Viện Nghiên cứu Phật học Việt Nam, 1991, tr.502). Lời kinh thiêng ấy đã nhắc nhở cho tất cả hàng hậu học phải biết dấn thân trên con đường phụng sự nhân sinh. Với ý nghĩa đó, chuyến đi không chỉ giới hạn trên hình thức "hành hương chiêm bái" mà còn mang cả ý nghĩa "hoằng pháp lợi sanh" của chư Tôn đức liên châu, đứng đầu là Hòa Thượng thượng Như hạ Điển – Phương trượng Tổ đình Viên Giác, Đức quốc. Chuỗi hành trình trải qua 26 ngày không quá dài mà cũng chẳng phải ngắn để cảm nhận toàn bộ những điều tuyệt vời đã đi qua. Xin ghi lại một chút tóm lược cho chuyến đi ý nghĩa này.

II. NHỮNG PHẬT SỰ NỔI BẬT:

Lần đầu tiên trong chuyến hành hương và hoằng pháp kéo dài nhiều ngày tại Nhật Bản. Chúng tôi may mắn được tháp tùng cùng với phái đoàn của chư Tôn đức liên châu, trong đó Hòa Thượng thượng Như hạ Điển – Phương trượng Tổ đình Viên Giác, Đức quốc làm Trưởng phái đoàn. Bên cạnh đó, chư Tôn đức đến từ các châu lục bao gồm: Hòa thượng Thích Thông Triết (*Trụ trì Thiền viện Chánh Pháp, Oklahoma, Hoa Kỳ*), Thượng tọa (TT) Thích Nguyên Tạng (*Trụ trì Tu viện Quảng Đức, Australia*), TT Thích Quảng Đạo (*Trụ trì chùa Khánh Anh, Pháp*), TT Thích Hạnh Bảo (*Trụ trì Tu viện Liên Tâm, Phần Lan và chùa Viên Ý, Italia*), TT Thích Hạnh Đức (*Trụ trì Tu viện Tây Phương, Minoseta, Hoa Kỳ*), TT Thích Viên Giác (*Trụ trì chùa Đôn Hậu, Na-uy*), TT Thượng tọa Thích Hạnh Kiên (*Trụ trì chùa Phật Ân, Minoseta, Hoa Kỳ*), ĐĐ Thích Trung Thành đang tu học tại Đài Loan, ĐĐ Thích Chúc Hiếu (*trú xứ Tổ đình Chúc Thánh, Quảng Nam*).

Cùng các Phật tử: Đồng Toàn (Anh), Quảng Thiện Duyên (Úc), Quảng Thiện Mỹ (Thụy Điển), Diệu Ngà, Diệu Hương, Nguyễn Thị Thu (Đức), Huệ Long, Huệ Ngộ, Diệu Liên (Úc), Quang Hiếu (Pháp), Đỗ Mang, Nguyễn Thị Ái (Na Uy), Phương (Hoa Kỳ).

Chuyến bay ngày 02 tháng tháng 11 năm 2023 đã đưa chư Tôn đức và quý Phật tử từ các nơi về phi trường Haneda để bắt đầu cho chuyến hành hương Nhật Bản từ ngày 02 tháng 11 năm 2023 đến 28 tháng 11 năm 2023. **Chùa Việt Nam –Kanagawa** do Đại đức Thích Nhuận Ân và Sư cô Thích Nữ Giới Bảo điều hành đã đón tiếp phái đoàn trong niềm hoan hỉ vô biên. Được biết, chùa Việt Nam do cố Hòa thượng Thích Minh Tuyền sáng lập vào năm 2006 và là ngôi chùa Việt Nam đầu tiên trên đất nước Phù Tang. Chùa đang trở thành điểm đến tâm linh được yêu thích của người Việt Nam sinh sống tại khu vực siêu đô thị Tokyo – theo The Buddhist Door. Chuyến Phật sự đầu tiên của phái đoàn cũng chính là khóa tu Mùa Thu lần 5 (vào hai ngày 04 & 05 tháng 11 năm 2023) được tổ chức tại đây với hơn 400 hành giả người Việt đang sinh sống, làm việc và học tập tại Nhật cùng về tu học. Cũng trong khóa tu này, Thượng tọa Thích Thông Triết được tấn phong lên hàng giáo phẩm Hòa thượng; Đại đức Thích Nhuận Ân lên hàng giáo phẩm Thượng tọa và đảm nhận chức vụ Viện chủ chùa Việt Nam; Sư cô Thích Nữ Giới Bảo lên hàng giáo phẩm Ni sư và nhận lãnh trách nhiệm Trụ trì. Kết thúc khóa tu là niềm vui vỡ òa của các khóa sinh, thậm chí những giọt nước mắt đã lăn trên đôi mi, giọt nước mắt của những thân phận tha hương khi tìm về nương náu con đường giải thoát. Khóa tu đã để lại quá nhiều ấn tượng không những cho Ban tổ chức mà còn cả toàn thể đại chúng.

Tiếp nối khóa tu mùa Thu tại chùa Việt Nam là

khóa tu tại **chùa Đại Ân** (vào hai ngày 11 & 12 tháng 11 năm 2023) ở Honjo, tỉnh Saitama, thành lập năm 2018 do Ni sư Tâm Trí làm Trụ trì. Nơi đây không chỉ là địa điểm tu học tâm linh quen thuộc của cộng đồng người Việt mà còn là nơi để kiều bào trở về chia xẻ yêu thương và gửi cho nhau năng lượng lành, hộ niệm cho hương linh không may mất vì những hoàn cảnh khác nhau. Ni sư Tâm Trí cũng là một trong những nhà sư Phật giáo hoạt động xã hội tích cực tại Nhật Bản, giúp đỡ rất nhiều cho những phận đời tha hương. Trong đêm đầu tiên của khóa tu (11/11/2023), đại chúng lần đầu tiên được thưởng thức Trà Đạo đúng với phong cách của người Nhật. Khi tiếp xúc với văn hóa trà đạo Nhật Bản, có thể chúng ta sẽ cảm thấy đây là một phong tục thật rườm rà, hay quá cầu kỳ trong các thao tác cũng giống như phong cách ăn uống đa dạng của người Nhật, nhưng khi thực sự hiểu về văn hóa uống trà này, chúng ta sẽ thấy được những điều đáng quý trong đó.

Cùng với thời gian này là khóa tu mùa Thu diễn ra tại **chùa Phước Huệ, thành phố Nagoya - Aichi** do Ni sư Thích Nữ Như Tâm làm Trụ trì. Ngôi chùa được thành lập vào năm 2013, tên của chùa – Phước Huệ Aichi mang ý nghĩa tâm nguyện và ước mơ xây dựng một nơi tâm linh cho những người tha hương có chỗ quay về và nương tựa, tìm được sự thanh thản trong tâm hồn. Được biết, Ni sư là bạn học cùng khóa III, Học Viện Vạn Hạnh với Thượng tọa Thích Nguyên Tạng. Chư Tôn đức trong phái đoàn đã tách làm hai để hướng dẫn hai nơi trong một ngày. Tại chùa Phước Huệ với sự quang lâm của Hòa thượng Trưởng đoàn; Hòa thượng Thích Thông Triết; Thượng tọa Thích Nguyên Tạng và Đại đức Thích Chúc Hiếu. Quý Tôn đức còn lại tiếp tục hướng dẫn tại chùa Đại Ân. Thật bất ngờ là số lượng 400 bà con và các bạn trẻ về tham dự khóa tu chùa Phước Huệ rất đông, mặc dầu cơ sở vật chất nơi đây còn nhiều hạn chế.

Liên tiếp trong các Phật sự là khóa tu ngày 19 tháng 11 năm 2023 tại **chùa Tinh Tấn Hamamatsu** tại tỉnh Shizuoka do Đại đức Thích Thánh Duyên làm Trụ trì. Cơ sở vật chất nơi đây còn khá khiêm tốn nhưng sự khát ngưỡng Phật pháp của bà con đã tạo nên không gian ấm áp.

Một trong những điểm nhấn trong các Phật sự chính là giao lưu văn hóa Phật giáo Việt - Nhật. Đáp lời cung thỉnh từ vị Trụ trì chùa Tokoji, ngày 20 tháng 11 năm 2023, phái đoàn đã đến thăm viếng, tụng kinh, lễ Phật và cùng giao lưu Phật pháp với người Nhật và quý đồng hương Phật tử Việt Nam. Đây là ngôi chùa thuộc **Tịnh Độ Chơn Tông Tokoji (Đông Nghinh tự)** thuộc Thành phố Fukuoka do Thầy KiyofujiRyushun làm Phó Trụ trì, Thầy cũng là giáo sư tại Đại học Kitakyushu, Nhật Bản. Cũng trong buổi giao lưu này, hai bên đã trình bày và giới thiệu khái quát văn hóa Phật giáo của mỗi nước cũng như cách sinh hoạt tu học, hành đạo của chư Tăng ở mỗi quốc gia khác nhau. Với sự thông thạo về Nhật ngữ và uyên thâm về Phật pháp, Hòa thượng Trưởng đoàn đã mang đến cho đại chúng nhiều tràng pháo tay thán phục.

Sau buổi giao lưu tại Đông Nghinh tự, tối ngày 21.11.2023, phái đoàn đến **chùa Cửu Tạng, Hiroshima** nơi Thượng tọa Hidenobu Satake (Thích Tín Giáo) Trụ trì để tiếp tục thăm viếng và giao lưu tại đây. Buổi gặp mặt thân tình của cả hai bên mang lại niềm hoan hỉ vô biên cho mọi người. Được biết, cộng đồng người Việt vùng này tương đối đông nhưng vẫn chưa có chỗ sinh hoạt tâm linh cho bà con. Chính vì vậy, vào những ngày cuối tuần và mỗi tối thứ Năm, mọi người phải mượn cơ sở này làm nơi tu học. Thượng tọa Trụ trì cũng tạo mọi điều kiện thuận lợi cho bà con Việt Nam về đây sinh hoạt.

Nhận lời cung thỉnh của quý đồng hương Phật tử, sau khi kết thúc buổi giao lưu tại chùa Cửu Tạng, phái đoàn tiếp đến làm lễ Quy Y Tam Bảo cho gia đình Phật tử Mai Trọng Đại, Pháp danh: Bổn Tín. Thật đầy đủ duyên lành khi tất cả thành viên trong gia đình được tiếp nhận giới pháp cao quý dưới sự chứng minh của chư Tôn đức từ nhiều châu lục. Từ đây, các vị chính thức trở thành những Phật tử thuần thành để hộ trì cho chánh pháp.

Chặng cuối trong chuỗi Phật sự chính là khóa tu An Lạc tại **chùa Đại Nam, Himeji** vào hai ngày 25 & 26 tháng 11 năm 2023. Khóa tu quy tụ gần 300 khóa sinh từ các nơi về tu học. Trên đường phái đoàn di chuyển về chùa Đại Nam thì nhận được ai tin từ quê nhà, bậc cao Tăng lỗi lạc của Phật Giáo Việt Nam, **Hòa thượng thượng Tuệ hạ Sỹ** đã thâu thần thị tịch lúc 16 giờ chiều ngày 24 tháng 11 năm 2023 (nhằm ngày 12 tháng 10 năm Quý Mão), để lại bao tiếc thương cho Phật giáo đồ trong và ngoài nước. Những công trình giá trị mà Ngài đã đóng góp cho Phật Giáo Việt Nam sẽ còn được ghi mãi trong tất cả chúng ta.

"Đi để nhớ những chiều pha tóc trắng
Mắt lưng chừng trông giọt máu phiêu lưu"

Ngài đã từng viết lên những lời thơ như thế giữa muôn trùng cuộc lữ thứ, ngút ngàn trên vạn dặm thiên lý độc hành ca. Hôm nay, trong bầu không khí trang nghiêm của khóa tu tại chùa Đại Nam, chư Tôn đức đã cử hành lễ tưởng niệm và truy tán công hạnh của Ngài, bậc long tượng của Phật Giáo Việt Nam. Thế hệ của chúng tôi thật may mắn khi thừa hưởng gia tài quý báu mà Ngài để lại cho đời thông qua những cuốn sách, những lời bình giải kinh tạng,... Sư Ông thượng Như hạ Điển giờ đây lại thêm một trọng trách lớn, tiếp tục thừa hành và tiếp nối công trình phiên dịch Đại Tạng Kinh Việt Nam còn đang dở dang của Hòa thượng Tuệ Sỹ thông qua di chúc mà Ngài để lại. Khóa tu lần này dường như có sự khác biệt hơn mọi lần khi đại chúng kính tiếc bậc danh Tăng lỗi lạc. Trước khi bế mạc khóa tu, hơn 40 câu hỏi của các khóa sinh gửi về cho Ban tổ chức để quý Ngài giải đáp những khúc mắc và tận tâm chỉ dạy để khóa sinh hiểu rõ hơn. Trở lại chùa xưa ở thành phố **Hachioji và Đại Học Teikyo**; nơi Hòa Thượng Trưởng đoàn đã từng tá túc cũng như tham học hơn 51 năm về trước; những tình cảm thân thương của Đại Lão Hòa Thượng Trụ Trì Oikawa, năm nay Ngài đã 91 tuổi và những người thân quen cũng như những Giáo Sư hướng dẫn cho Hòa Thượng Phương Trượng trong những năm tháng đầu tiên ở Nhật Bản, nay vẫn còn và vị nào cũng 91 hay 92 tuổi. Họ đã thể hiện tấm lòng nhiệt thành và trân quý qua cách đón tiếp cũng như ngôn ngữ đàm đạo, là những thước đo của lòng người tuyệt diệu nhất, không ngôn từ nào có thể diễn tả hết được.

III. THĂM VIẾNG, CHIÊM BÁI NHỮNG CÔNG TRÌNH VĨ ĐẠI

Phật giáo ngay từ đầu hòa nhập cùng nền văn hóa bản địa đã trở thành bộ phận không thể tách khỏi lịch sử, văn hóa và con người Nhật Bản. Phật giáo góp phần quy tụ, tập hợp sức mạnh toàn dân tộc để tạo lập nên một quốc gia Nhật Bản thống nhất. Cho tới nay, Phật giáo Nhật Bản đã trải qua gần hai nghìn năm lịch sử với nhiều thăng trầm, tuy nhiên luôn mang màu sắc nhập thế nhằm đi vào lòng người thuộc mọi đối tượng. Đến Nhật Bản, chúng ta được chiêm bái nhiều ngôi chùa cổ kính, kiến trúc độc đáo và không ít trong số đó được xem là thắng cảnh của xứ sở Phù Tang.

Hầu như tất cả những khóa tu học tại các chùa đều diễn ra vào hai ngày cuối tuần vì đa số bà con đều phải đi làm vào các ngày thứ trong tuần. Chính vì vậy, phái đoàn có thời gian rảnh vào những ngày này để tham quan và chiêm bái các thánh tích Phật giáo nổi tiếng Nhật Bản. Điểm đầu tiên chính là **chùa Cao Đức và tượng Đại Phật Kamakura** ngày 06 tháng 11 năm 2023. Đây được xem là biểu tượng của thị trấn cổ ở Kanagawa và báu vật quốc gia của Nhật Bản. Với chiều cao 13,35 mét bao gồm cả đế và nặng khoảng 121 tấn, pho tượng Phật uy nghi này là điểm đến không thể bỏ qua của du khách thập phương.

Tiếp theo là **chùa Thiền Thảo**, ngoại uyển Hoàng Cung Nhật và giao lưu với phái đoàn Phật giáo Đà Nẵng vào ngày 07 tháng 11 năm 2023. Sau nhiều năm gặp lại Hòa thượng Trưởng đoàn thượng Như hạ Điển, quý Tôn đức và Phật tử quê nhà vô cùng xúc động, tay bắt mặt mừng và cả những nỗi niềm trăn trở mà bấy lâu nay mới đủ duyên để hội ngộ. Những lời ca, tiếng hát cùng điệu ngâm thơ của hai phái đoàn chào đón nhau trong niềm vui mừng khi gặp lại Hòa thượng không phải ở quê nhà hay ở nước Đức xa xôi – nơi Hòa thượng đang hành đạo mà ngay trên chính đất nước Nhật Bản. Lần theo những bước chân của phái đoàn chính là tham bái **tôn tượng Đại Phật A Di Đà** tuyệt đẹp cao 120 mét, tọa lạc tại Thành phố Ushiku, tỉnh Ibaraki, một tỉnh nằm về phía Đông Bắc của Tokyo. Những thông số cơ bản khi xem qua cũng cho thấy sự khổng lồ và kỳ vĩ của tôn tượng này. Nơi tọa lạc của tượng cũng là một vùng cảnh quan tâm linh tươi đẹp. Đó là một công viên với rất nhiều cây xanh lâu năm và các vườn hoa theo mùa. Đặc biệt, vào mùa xuân nơi đây như một thảm hoa tuyệt đẹp với sắc hoa anh đào nở rộ trên cây, các loại hoa khác nở đầy mặt đất tạo nên một khung cảnh hiếm có.

Điều mang lại nhiều dấu ấn trong dòng chảy tâm thức của chúng tôi chính là tham quan bảo tàng thảm họa động đất sóng thần Fukushima. Cách đây 12 năm về trước, một thảm họa kép đã cướp đi hàng ngàn sinh mệnh nơi đây. Nhưng cũng chính tại nơi này, người dân Nhật Bản với "tinh thần thép" đã làm hồi sinh mạnh mẽ, đồng thời qua đó cũng đúc kết được những bài học để không phải lặp lại những mất mát, thiệt hại như vậy nữa. Khi soi chiếu qua lăng kính Phật giáo, chúng ta cũng ý thức được rằng tất cả cũng chỉ là nghiệp lực mà chúng sanh đã gây tạo để nhận lấy hậu quả nặng nề. Những hình ảnh tang thương ấy nhắc nhở chúng ta một lần nữa phải hết lòng dụng tâm tu học thì mới có khả năng chuyển hóa được nghiệp lực.

Tất cả những nơi nổi tiếng như **Thác Hoa Nghiêm, hồ Trung Thiền Tự** (中禅寺湖), **chùa Luân Vương** (Rinoji Temple - 輪王寺), **Đền thờ Nikko Toshogu** (Di sản văn hoá thế giới) đều được phái đoàn dừng chân và thưởng lãm. Rồi đến **chùa Thiên Long** và **Kim Các Tự** hay **chùa Thanh Thủy, Tri Ân Viện** (知恩院), Tổ đình Tịnh Độ Tông; **Đông Bổn Nguyện Tự** (Higashi Honganji 東本願寺), Tổ đình Tịnh Độ Chân Tông… đâu đâu cũng toát lên dáng vẻ uy nghi và thoát tục.

Từ **Bình Đẳng Viện** (平等院); **Chùa Đông Đại** (東大寺) - Tổ đình Hoa Nghiêm Tông và **chùa Đại An** (大安寺, Daianji) hay **Diên Lịch Tự** - Tổ đình Thiên Thai Tông cho đến **Nam Tạng Viện, Đại Tượng Phật Niết Bàn** và **chùa Cửu Tạng**, Hiroshima, hầu hết những công trình nghệ thuật Phật giáo đều mang tầm vóc vĩ đại. Chính vì vậy, Phật giáo đã đóng góp to lớn không chỉ đối với sự phát triển nghệ thuật ở Nhật Bản, mà còn đối với sự phát triển văn hóa ở hầu hết mọi phương diện. Có nhận định cho rằng, nếu không có Phật giáo, Nhật Bản không bao giờ đạt được nền văn minh như hiện nay. Biểu tượng ngôi chùa chính là chốn an yên đưa con người thoát ra khỏi những ồn ào, náo nhiệt của thế tục, những ngôi chùa còn cất giữ những giá trị văn hóa cốt lõi, những nền tảng kiến trúc độc đáo từ thuở ngàn xưa.

Từ bất ngờ này đến bất ngờ khác, chúng tôi lại có cơ duyên đảnh lễ **tôn tượng Địa Tạng Không Đầu Fuchu, Hiroshima**. Phải chăng Bồ Tát Địa Tạng Vương đã thị hiện để cứu khổ cho chúng sinh tại "đất nước mặt trời mọc", có rất nhiều câu chuyện linh thiêng khi cầu nguyện Ngài chữa khỏi được bệnh tật nếu như người cầu nguyện phát tâm thành, đó cũng chính là chứng tích tại Hiroshima. Những mẩu chuyện linh ứng của đức Địa Tạng Vương Bồ Tát tại Fuchu đã được xuất bản thành sách tại Nhật Bản và được Hòa thượng Trưởng đoàn thượng Như hạ Điển chuyển ngữ trọn bộ 3 tập. Ai đã từng đọc những cuốn sách này cũng ao ước được một lần đến để lễ bái Ngài.

Người Nhật đã tạo nên nhiều kiệt tác và kỳ tích cho thế giới nhưng cũng gánh chịu không ít đau thương và mất mát trong quá khứ. Hai thành phố Hiroshima và Nagasaki của Nhật Bản trong nhịp sống như thường lệ đột nhiên phải gánh chịu thảm kịch kinh hoàng vào tháng 8 năm 1945. Hai quả bom nguyên tử Little Boy và Fat Man do quân đội Mỹ ném xuống đã đẩy hai thành phố vào cảnh tang thương. Mặc dầu, dấu vết đổ nát năm xưa không còn thấy ở trên phố, mà chỉ còn lưu lại ở **công viên Tưởng Niệm Hòa Bình Hiroshima** (Hiroshima Peace Memorial Park | 広島平和記念公園) nhưng cũng khiến cho những người đến thăm viếng không khỏi xúc động. Người Nhật đã xây dựng lại từ một đống đổ nát thành một nơi mới mẻ và diễm lệ hơn nhưng vết thương ấy vẫn còn hằn sâu trong tâm trí họ. Lúc này, tôi thoạt nhiên nhớ tới lời thoại trong bộ phim nổi tiếng với nhan đề "Buddha" của nhà đạo diễn David Grubin: "Chiến tranh không bên nào thắng cả, mà tất cả đều thua." Phái đoàn đã đến đây để làm lễ tưởng niệm cho các nạn nhân xấu số và cầu nguyện chiến tranh sẽ không còn diễn ra trên quả địa cầu này nữa.

Một địa điểm không thể bỏ qua trong chuyến hành trình này chính là **Cao Dã Sơn**, tỉnh Wakayama, phía Nam Osaka, là Tổ đình của Chân Ngôn Tông (Shingonshu). Đây được xem là "thánh địa của Phật giáo Nhật Bản." Vị sư nổi tiếng ở đây chính là Hoằng Pháp Đại Sư. Tương truyền rằng: Ngài vẫn đang ở trong trạng thái thiền diệt tận định vĩnh cửu để cầu nguyện cho hòa bình và hạnh phúc của toàn thế giới.

Vương Đường Phật Giáo của Niệm Phật Tông ở Hyogo là một công trình kiến trúc tuyệt vời nhất, có thể nói là cả thế giới Phật Giáo chưa có nơi nào có thể so sánh với Vương Đường này về nghệ thuật cũng như ở những phương diện khác.

IV. NHỮNG TRẢI NGHIỆM TUYỆT VỜI TRONG CHUYẾN ĐI

Khi nói đến thành công của chuyến đi thì không thể bỏ qua sự hỗ trợ về mọi phương diện từ quý Thầy cô và Phật tử tại Nhật. Để có một chuyến đi trọn vẹn là cả một quá trình sắp xếp, chuẩn bị kỹ lưỡng từ chỗ ăn, ở, phương tiện di chuyển… sao cho thuận tiện nhất cho đoàn. Chúng con được nương nhờ oai đức từ Hòa thượng Trưởng đoàn, đi đến đâu cũng được đón tiếp nồng hậu và chăm sóc chu đáo. Hòa thượng cũng là thành viên nổi bật khi giới thiệu những cảnh quan trước khi đoàn đến thăm viếng. Những câu chuyện Phật pháp, những lời dạy chân tình từ thân giáo và khẩu giáo đã giúp cho đại chúng tận hưởng trọn vẹn giây phút an lạc trong chuyến đi. Bên cạnh đó, quý Tôn đức trong phái đoàn cũng dành những lời ca tiếng hát, câu chuyện hài hước để kể cho nhau nghe làm quên đi cái mệt nhọc trong việc di chuyển đường dài.

Những bữa cơm mang đậm hương vị Việt, Nhật đong đầy ý đạo, tình đời làm cho mọi người ai nấy cũng phấn khích. Những lời kinh, tiếng kệ, câu thần chú được trì tụng xuyên suốt trong chuyến hành trình cũng làm cho mọi người cảm thấy an lạc. Ban đầu, mặc dầu rất yêu thích đất nước Nhật Bản nhưng đa phần ai nấy cũng đều ngại vì chi phí ở đây quá đắt đỏ, mọi sinh hoạt phí dường như cao hơn ở bất kỳ quốc

CÁO PHÓ & CẢM TẠ

Gia đình chúng con/chúng tôi xin báo tin đến thân bằng quyến thuộc, bà con, bạn bè, thân hữu gần xa:
Mẹ, Bà Nội, Bà Ngoại, Bà Cố chúng con/chúng tôi là:

Bà Ô THỊ TỐT
Pháp danh Diệu Thọ
Sanh năm 1930

Từ trần ngày 15.12.2023, nhằm ngày mồng 3 tháng 11 năm Quý Mão. Thượng thọ 94 tuổi.
An táng tại: Friedhof Esterfeld,
Friedhofsallee 1, 49716 Meppen

Gia đình chúng con / chúng tôi thành kính tri ân và cảm tạ:

- HT. Thích Như Điển – Phương Trượng Tổ Đình Viên Giác Hannover; Cùng chư Tôn Đức Tăng: TT. Thích Như Tú, Trụ Trì chùa Viên Minh, Thụy Sĩ; TT. Thích Hạnh An, Trụ Trì chùa Viên Dung, Thụy Điển; ĐĐ. Thích Hạnh Bổn, Đệ Tam Trụ Trì Tổ Đình Viên Giác; ĐĐ. Thích Tâm Nhơn; ĐĐ. Thích Chúc Hiếu; ĐĐ. Thích Thông Triêm; đã tụng kinh hộ niệm nguyện cầu cho Hương linh Thân Mẫu chúng con vãng sanh về Tịnh Độ.
- Đồng thời xin cảm tạ quý bà con thân bằng quyến thuộc, sui gia, nội ngoại hai bên; quý đồng hương, bạn bè và thân hữu gần xa đã gọi điện chia buồn và hồi hướng cho Hương linh Mẹ và Bà của chúng tôi.
Trong lúc tang gia bối rối không tránh được sự sai sót, kính xin chư Tôn đức và Quý vị niệm tình hỷ thứ.

Tang gia đồng kính bái và cảm tạ:
- Bà quả phụ Ô Thị Hai và chồng Lôi Văn Long (mất) và Con gái.
- Ô Văn Tươi, vợ Ô Thị Bé và cháu chắt.
- Huỳnh Lân, vợ Huỳnh Thị Kim Hoàng và cháu chắt.
- Ô Văn Ấn, vợ Ô Thị Năm và cháu chắt.
- Huỳnh Kim Dung.
- Ngô Kim Loan, chồng Ngô Kế Chí và cháu chắt.
- Lê Kim Phượng, chồng Lê Hồng Hải và các cháu.
- Huỳnh Ngọc Hùng.
- Huỳnh Anh Dũng, vợ Huỳnh Thị Thu Sương và cháu chắt.
- Huỳnh Anh Kiệt, vợ Huỳnh Thị Trung Dung và các cháu.
- Huỳnh Kim Chi.
- Huỳnh Ngọc Điệp, vợ Trương Thị Thảo và các cháu.
- Huỳnh Ngọc Long, vợ Huỳnh Hồ Thị Phải và cháu.

Nam Mô A Di Đà Phật

---

gia nào. Nhưng khi tham gia trọn vẹn chuyến đi thì mới cảm thấy số tiền bỏ ra không hề uổng phí chút nào.

Đến Nhật để học hỏi về tinh thần của người Nhật. Nào là văn hóa đúng giờ, văn hóa khom lưng, cúi đầu trong cách chào hỏi thường ngày của họ và cả sự tử tế mà người Nhật đã mang đến cho du khách, rất nhiều điều chúng ta cần phải học ở họ. Môi trường sạch sẽ hay trải nghiệm về tàu cao tốc Shinkansen cũng là một điều thú vị khi đến đây.

V. LỜI KẾT

Mặc dầu hành trình thăm viếng, chiêm bái và hoằng pháp đã kết thúc; nhưng những dư âm vẫn còn đọng lại trong mỗi người. Mỗi chuyến đi đều là một sự trải nghiệm cho bản thân. Ai đó đã nói rằng:

"Đi cho biết đá biết vàng
Biết thương biết khó biết làng biết quê
Đời người một cõi u mê
Hung hăng cho lắm cũng về hư không"

Một lần nữa, xin chân thành niệm ân Hòa thượng Trưởng đoàn thượng Như hạ Điển, Thầy Đức Trí đã dẫn dắt đoàn trong thời gian vừa qua và cả tài xế Thanh Tùng đã đưa phái đoàn di chuyển an toàn trong mọi hành trình. Xin niệm quý Thầy cô và Phật tử tại Nhật Bản đã đón tiếp và chăm lo cho đoàn thật chu đáo. ∎

Ban Hướng Dẫn Gia Đình Phật Tử Việt Nam tại Đức
https://gdptducquoc.de/

THƯ MỜI

**Khóa Tu Học Truyền Thống
Gia Đình Phật Tử Việt Nam tại Đức
lần thứ 28 tại Tổ Đình Viên Giác
từ 28.03.2024 - 01.04.2024**

Kể từ khóa tu học năm 1997 đến nay 2024 đây là khóa lần thứ 28. Ban đầu với số lượng học viên khoảng chừng 120 người và cứ tăng dần theo mỗi năm, những khóa trước đại dịch Covid số lượng học viên lên đến hơn 450 người. Ban đầu chỉ có 2 lớp Phật Pháp, ngày nay được chia thành 9 lớp theo độ tuổi và ngành, đặc biệt trong đó một lớp dành cho quý phụ huynh. Có được như vậy là nhờ sự khuyến tấn của Chư Tôn Thiền Đức và sự bảo trợ của các phụ huynh, cũng như nhiều nỗ lực của các anh chị Huynh Trưởng đã vượt qua khó khăn, kiên trì, cố gắng tổ chức thành tựu các khóa tu học.

Nội dung tu học dựa theo chương trình Phật Pháp chung của GĐPT, riêng lớp phụ huynh được học theo đề tài hoặc một bộ Kinh. Xen kẽ vào những giờ Phật Pháp, các em được cúng dường hoa đăng, sinh hoạt giải trí qua các bộ môn Hoạt Động Thanh Niên của GĐPT, thi đua thể thao, đố vui để học, sinh hoạt tự trị và làm thủ công. Văn nghệ cuối khóa, các em chuyển tải lại các bài Phật Pháp đã học trong mấy ngày qua những màn kịch, múa thật là ý nghĩa.

Những khóa đầu các đề tài hướng dẫn do Chư Tôn Đức giảng sư tự chọn, sau đó Ban Hướng Dẫn thỉnh quý Giảng Sư giảng đề tài dựa theo các bậc tu học của GĐPT. Rồi dần dà mỗi năm nội dung tu học và mọi sinh hoạt của khóa học theo chủ đề đã được ấn định. Đặc biệt kể từ năm nay Thầy Cố Vấn Giáo Hạnh GĐPT tại Đức cùng quý Thầy Cô thành lập giáo trình Phật Pháp cho khoá tu học truyền thống cho từ ngành Thiếu trở lên. Chư Tôn Đức muốn xây dựng nền tảng cho thật chắc để các học viên làm hành trang trên bước đường tu tập có nhiều hiệu quả hơn.

Năm nay bắt đầu với chủ đề TAM BẢO. **Tam Bảo được hình thành từ khi Đức Phật chuyển pháp luân lần đầu tiên ở vườn Lộc Uyển độ cho năm anh em ông Kiều Trần Như với môn Tứ Diệu Đế: Khổ - Tập - Diệt - Đạo.** Đức Phật Thích Ca là Phật Bảo, Giáo lý Tứ Diệu Đế là Pháp Bảo, năm anh em ông Kiều Trần Như là Tăng Bảo. Đây là Tam Bảo đầu tiên được thiết lập trong thế gian. Tam Bảo là chỗ cho chúng ta nương tựa tu học suốt đời này và mãi mãi về sau. Phật Pháp không bao giờ cũ, càng ôn đi ôn lại chúng ta hiểu sâu, hiểu rộng hơn.

Mục đích khóa tu trong các ngày nghỉ lễ phục sinh, nhằm giúp cho các em tu dưỡng trau giồi bản thân, giao lưu gặp gỡ những người bạn cùng trang lứa, đồng thời góp phần giáo dục các em về tinh thần phụng sự Tam Bảo. Qua sự truyền dạy của Chư Tôn Đức, các em có thể có được một sự nhận thức đúng đắn hơn về đời sống và biết được là có những phương thức để đạt đến sự an lạc, hạnh phúc, cũng như định hướng được lối sống trong xã hội hiện đại ngày nay. Do đó chúng tôi trân trọng kính mời quý Đạo hữu, quý phụ huynh sắp xếp thời gian cùng đồng hành với con em mình về Tổ Đình tham dự tu học chung, **đồng thời tham dự những khóa tụng niệm với đại chúng.** Các anh chị Huynh Trưởng và Lam viên khắp nơi cùng về tham dự, đây là dịp để chúng ta cùng chia sẻ kinh nghiệm qua các công tác và tạo sự gắn kết gần gũi thân mật. Qua sự tu tập làm tăng thêm nội lực, cũng chính là dịp để chúng ta trở về chăm sóc đời sống tinh thần cho chính mình.

Nam Mô Thường Tinh Tấn Bồ Tát Ma Ha Tát.
Ban Tổ Chức Khoá Giáo Lý kỳ thứ 28
TM. Ban Hướng Dẫn GĐPT Việt Nam tại Đức
Trưởng Ban
Từ Đường Hồ Thị Kim Hiếu

Thông tin về Khoá Tu Học 2024 GĐPT

Chủ đề: Tam Bảo
Vân tập, thông báo: Chiều thứ Năm 28.03.2024
Khai Giảng: Sáng thứ Sáu 29.03.2024
Bế Giảng: Trưa thứ Hai 01.04.2024

Ban Điều hành Khóa Tu Học: Do 2 đơn vị GĐPT Tâm Minh & GĐPT Chánh Niệm đảm trách.

Nội dung và chương trình: Ngoài đề tài Phật Pháp theo các bậc Tu Học của Gia Đình Phật Tử, có thêm các chương trình sinh hoạt khác như:

* **Ngành Đồng:** Ngoài các giờ Phật Pháp các em cũng được tham gia Thời Huân Tu Tịnh Độ (chương trình riêng, ngắn gọn) bên cạnh đó là chương trình thủ công, thể thao, văn nghệ v.v....

* **Ngành Thiếu:** Chương trình thi đua thể thao, sinh hoạt đố vui, sinh hoạt tự trị.

* **Ngành Thanh:** Sinh hoạt thảo luận, mỗi tối có các buổi trà đàm để trau giồi tiếng Việt, kết tình Lam.

* **Lớp Phụ Huynh:** Có chương trình và đề tài riêng.

* **Huynh Trưởng:** Cùng nghe giảng với lớp phụ huynh, ngoài ra có thêm những giờ trau giồi kiến thức Gia Đình Phật Tử.

Các học viên muốn theo dõi và tham khảo các đề tài học cho năm 2024, có thể vào trang nhà https://gdptducquoc.de/ xem tài liệu.

Địa điểm: Chùa Viên Giác, Karlsruherstr. 6, 30519 Hannover - Niedersachsen.

Lệ Phí: Oanh vũ 15€, Thiếu & Thanh & Phụ huynh 30€.

Liên Lạc điện thư: Văn Phòng Ban Hướng Dẫn GĐPT Việt Nam tại Đức Quốc: btv.gdptvndq@gmail.com

Ẩm thực: Do chị Thiện Hồng và anh Thiện Nam phát tâm đảm nhận, cùng với sự yểm trợ của quý Ban Bảo Trợ Gia Đình Phật Tử và quý phụ huynh học viên.

Ghi danh: Các học viên có thể ghi danh online trên trang nhà GĐPT Đức quốc https://gdptducquoc.de/

TIN SINH HOẠT CỘNG ĐỒNG

ĐẠI NGUYÊN, phụ trách

*BIỂU TÌNH NHÂN 50 NĂM QUẦN ĐẢO HOÀNG SA CỦA VIỆT NAM BỊ TRUNG QUỐC CHIẾM ĐÓNG từ ngày 19/01/1974 - 19/01/2024.

Từ ngày biểu tình 11.3.2023 đầy khí thế trước Tòa Án Trọng Tài Thường Trực tại Den Haag (La Haye- The Hague), đã có hơn 130 tổ chức, đoàn thể ký tên vào bản Kiến Nghị Hoàng Sa thuộc Việt Nam, đồng thời với hơn 15.000 chữ ký của đồng bào khắp nơi để gởi đến các cơ quan quốc tế như Liên Hiệp Quốc, Toà Án Trọng Tài Thường Trực, Liên Minh AUKUS, QUAD.

Để kết thúc chiến dịch vận động này, Ban tổ chức thực hiện cuộc biểu tình thứ Bảy ngày 20.01.2024 từ 14:00 đến 16:00, để đánh dấu 50 năm quần đảo Hoàng Sa đã bị Trung Quốc chiếm đóng bằng vũ lực. Trước Tòa án Trọng tài Thường trực tại Hòa Lan địa chỉ Carnegieplein 2 - 2517 KJ Den Haag. Cuộc biểu tình được sự tham dự của nhiều Tổ Chức, Đoàn Thể, quý đồng hương ở khắp Âu Châu về tham dự đông đảo. Hoàng Sa là của Việt Nam, đồng thời cũng nhằm nói lên ý chí của con dân nước Việt là không muốn mất một tấc đất nào vào tay ngoại bang.

Sau cuộc biểu tình có buổi hội thảo "Hoàng Sa 50 năm nhìn lại và những việc cần làm" và phần văn nghệ do các ca nhạc sĩ đến từ khắp nơi tại Âu Châu phụ trách, tại địa điểm cách nơi biểu tình khoảng 2 cây số: Dienstencentrum Copernicus Daguerrestraat 16 2561 TT Den Haag

Ban Tổ Chức: - Cộng Đồng VNTNCS/Hoà Lan; GĐQCC/VNCH/HL- Cơ sở Việt Tân/ HL.

*CHÍNH PHỦ ĐỨC THU NHẬN NGƯỜI VIỆT TỴ NẠN CHÍNH TRỊ.

Những năm qua chính phủ Đức đã nhận các tù nhân chính trị tại VN như Bùi Thanh Hiếu, tiếp theo là Nguyễn Văn Đài, ngày 7/06/2018, ông Đài và cộng sự bà Lê Thu Hà được đưa khỏi nhà tù, tới sân bay quốc tế Nội Bài rời Việt Nam. Cùng đi với hai tù nhân vừa được thả là vợ luật sư Đài, bà Vũ Thị Minh Khánh.

Tối ngày 8/9 tù nhân lương tâm Nguyễn Bắc Truyền đi thẳng từ nhà tù Việt Nam đến Đức sau

6 năm thụ án, ông là tín đồ Phật giáo Hòa Hảo, Nguyễn Bắc Truyển cùng vợ đến Berlin, sau khi được trả tự do từ trại giam An Điềm, tỉnh Quảng Nam trước chuyến thăm của Tổng thống Mỹ Biden chỉ vài ngày.

Ngày 14/12/2023 đã nhận nhà hoạt động Nguyễn Tiến Trung đã vượt thoát khỏi sự truy đuổi của an ninh VN. Ngày 23/8 gia đình ông may mắn đến Bangkok, và đến xin ty nạn tại trụ sở của Cao ủy Tỵ nạn Liên Hiệp Quốc. Nguyễn Tiến Trung cùng vợ và hai con đã được đến Đức định cư.

*NGÀY GIỖ THỨ 39 TRẦN VĂN BÁ.

Nếu không ai nhắc hay ghi chép thì không ai nhớ và rồi cũng chẳng ai biết đến những tấm gương hào hùng của những người đã nằm xuống vì công cuộc đấu tranh cho Dân tộc và Quê hương Việt nam. Trong bối cảnh lịch sử cận đại anh Trần Văn Bá là một trong những người đã vị quốc vong thân. Anh từ Paris trở về Miền Nam trực tiếp chiến đấu với nhà cầm quyền CSVN. Công cuộc đấu tranh của anh Trần Văn Bá không thành anh bị bắt cùng với hai chiến hữu Hồ Thái Bạch, Lê quốc Quân và bị kết án tử hình vào ngày 08/01/1985.

Dù anh hùng Trần Văn Bá qua đời nhưng Phong Trào Tinh Thần TRẦN VĂN BÁ vẫn họat động, hàng năm luôn làm ngày Giỗ để tưởng nhớ anh. Năm nay Ban Tổ Chức làm ngày Giỗ thứ 39 tại Chùa KHÁNH ANH (08 Rue Francois Mauriac 91000 Every) với sự hỗ trợ của các Hội Đoàn:

Tổng Hội Sinh Viên Paris; Cộng Đồng Người Việt tại Liege; Hội Người Việt Tự Do tại Bỉ; Hội Thân Hữu Bỉ Việt; Hội Pháp Việt tương trợ; Hội CSQG VNCH Âu Châu; Hội Hải quân và Hàng Hải VNCH tại Pháp; Hội Cựu Quân nhân VNCH Gard Pháp; Cộng Đồng Người Việt Quốc gia tại Netz; Hội Thanh Niên VN tại Paris; Ái Hữu Hội VN vùng Saint quetin-en- Yvelines… *Phong Trào TRẦN VĂN BÁ: Association TVB Pour la Liberté et la Democratie.*

*LỄ KỶ NIỆM 75 NĂM BẢN TUYÊN NGÔN QUỐC TẾ NHÂN QUYỀN TẠI BERLIN NGÀY 10.12.2023.

Nhân kỷ niệm 75 năm bản Tuyên Ngôn Quốc Tế Nhân Quyền, Liên Hội Người Việt Tỵ Nạn tại CHLB Đức đã cộng tác với Tổ chức quốc tế Kyto Giáo Chống Tra Tấn ACAT (Action by Christians for the Abolition of Torture) cùng tổ chức một buổi lễ trang trọng tại Berlin bao gồm biểu tình tại Brandenburger Tor và liên tôn cầu nguyện hòa bình cho Việt Nam và thế giới tại Evangelisches Kirchenforum.

Ban Tổ Chức đã mời nhiều tổ chức nhân đạo quốc tế và các chính trị gia nổi tiếng tham gia vào buổi biểu tình và cầu nguyện. Vào lúc 2 giờ chiều Chủ Nhật 10.12.2023 CỘNG ĐỒNG NGƯỜI VIỆT TỴ NẠN CS từ khắp nơi về đông đủ trước cổng thành Brandenburger Tor. Những lá cờ Vàng xen lẫn với những lá cờ Đức, cờ Ukraine và cờ Liên Minh Âu Châu phất phới tung bay trong ngọn gió mùa Đông. Quốc Ca Việt Nam, Quốc Ca Đức Quốc và cuối cùng là Quốc Tế Ca Nhân Quyền Human Rights Hymne do Ca Nhạc Sĩ Axel Schullz đàn hát live tại chỗ.

Bà Hoàng Thị Mỹ Lâm, chủ tịch Liên Hội Người Việt Tỵ Nạn tại Đức, và ông Christoph thuộc ban chấp hành ACAT, cùng tuyên bố khai mạc buổi biểu tình. Kế đó, ca nhạc sĩ Axel Schullz đàn ca chung với mọi người bài *We shall overcome* sôi động để không khí biểu tình thêm phần phấn khích.

Tiếp theo là bài nói chuyện của diễn giả chính là bà luật sư người Nga Maria Krasova và cũng là một nhà chuyên môn về nhân quyền đã từng làm việc cho tổ chức Nhân Quyền Nga Memorial International có văn phòng tại Mạc Tư Khoa. Sau khi cuộc chiến tranh của Putin bùng nổ trên đất Ukraine bà rời Mạc Tư Khoa sang ty nạn chính trị tại nước Đức và hiện tại bà phục vụ cho cơ quan cứu giúp khẩn cấp các trẻ em Kindernothilfe tại Berlin. Lời chào của bà Sybille thuộc tổ chức toàn cầu OMCT (Organisation mondiale contre la Torture = SOS-Torture Network) là tổ chức quốc tế bao gồm 200 hiệp hội chống tra tấn và hỗ trợ điều trị bảo vệ các nạn nhân bị tra tấn. Lời phát biểu của Dr. Kamal Sido thuộc tổ chức bảo vệ các dân tộc bị áp bức Gesellschaft für bedrohte Völker GfbV. Ông cũng đưa một số người Kurden gia nhập đoàn biểu tình của để đòi hỏi tự do cho mảnh đất Afrin đang bị cai trị. Lời phát biểu của ông Ludger Wehning đến từ Nordrhein-Westfalen thuộc tổ chức chống án tử hình (Initiative gegen Todesstrafe / Abolish the Death Penalty). Cuối cùng là bài phát biểu của Cựu Nghị Sĩ Frank Heinrich ông là người luôn chung vai sát cánh với những nạn nhân của chế độ CSVN...

Sau phần biểu tình thì mọi người về hội trường nhà thờ Evangelisches Kirchenforum để tham dự buổi cầu nguyện hòa bình cho thế giới do nhiều tôn giáo đảm trách. Trong hội trường bàn thờ Chúa và bàn thờ Tổ Quốc Việt Nam bao quanh là những lá cờ Vàng, cờ Đức, cờ Ukraina, cờ Liên Minh Âu

Châu. Buổi sinh hoạt hội thảo và văn nghệ, kết thúc buổi lễ cầu nguyện, ca nhạc sĩ Axel Schullz hát bài Sing Human Rights điều 6 bằng tiếng Anh.

Sau buổi Lễ cầu nguyện là một bữa ăn tối thân mật ấm cúng do nhà hàng Việt Phở từ Hamburg chiêu đãi. Ban văn nghệ gồm ca sĩ Thụy Uyển, nhạc sĩ Cao Thình, ban hợp ca Hamburg và anh Vĩnh Điệp đã cống hiến những bản nhạc đấu tranh cho Nhân Quyền Việt Nam. Buổi sinh hoạt kỷ niệm 75 năm Quốc Tế Nhân Quyền đã kết thúc hoàn mỹ trong niềm hy vọng vào một thế giới hòa bình nhân bản hơn trong tương lai. Người điều hợp chương trình là Trịnh Đỗ Tôn Vinh. *(Tóm lược bài của Hương Đình Tâm)*

*VAF kêu gọi tiếp tục ủng hộ công trình chỉnh tu những ngôi mộ tại Nghĩa Trang QUÂN ĐỘI Biên Hòa.

Từ tháng 01 đến tháng 12 năm 2023 Hội VAF (Hội Vietnamese American Foundtion) đã tổ chức quét vôi chỉnh trang được 2.501 ngôi mộ, trong số đó **VAF Germany đã làm được 1.353 ngôi mộ** tại Nghĩa Trang Quân Đội Biên Hòa qua số tiền đã được quý mạnh thường quân đóng góp trước đây. Trong năm 2024 Hội sẽ *tiếp tục các công trình cắt cây, làm đường dẫn nước chảy và xây sửa lại Vành Khăn Tang trong Nghĩa Trang.* Do vậy chúng tôi xin tất cả quý đồng hương tiếp tục hỗ trợ công trình ý nghĩa trên. Mọi đóng góp:

* *Néu chuyển ngân xin chuyển qua Trương Mục:*
Người nhận: Thi Bich Lien Dam Bank: Sparda-Bank Hamburg eG
IBAN: DE47 2069 0500 0001 6300 75
Lý do: Nghia Trang Quan Doi Bien Hoa
*Tiền mặt xin gởi về:
Nguyễn Tích Phùng
Syringenweg 34, 22523 Hamburg
Xin ghi rõ: Ủng hộ Nghĩa Trang QĐ Biên Hòa

Đại Diện VAF ở Hamburg Đức Quốc.
Nguyễn Tích Phùng
E-Mail: phungnguyen34@gmail.com;
Tel: +49 157 87263989

TIN VIỆT NAM

Quảng Trực phụ trách

*Hoa Kỳ từ chối nhập hơn 1.100 lô hàng của Việt Nam vì vi phạm luật lao động cưỡng bức.

Reuters cho biết, vào ngày 14/11/2023, cơ quan Hải quan và Biên phòng Hoa Kỳ công bố, nước này kiểm soát 2.070 lô hàng của Việt Nam có giá trị gần 550 triệu Mỹ kim. Trong đó, có hơn 1.100 lô hàng bị từ chối nhập cảng. Đây là lô hàng chiếm tỷ lệ 57% với trị giá hơn 230 trệu Mỹ kim. Trong số lô hàng này, có hơn 50% nằm trong danh mục vật liệu công nghiệp và sản xuất; 30% là hàng điện tử; 19% là quần áo, giày dép, và dệt may; 1% là lô hàng máy công nghiệp và sản phẩm tiêu dùng. Nguyên nhân là, thời gian qua, Việt Nam phải đối mặt với sự giám sát chặt chẽ hơn của Hoa Kỳ về lao động cưỡng bức Trung Cộng, đây là quốc gia đứng thứ hai sau Mã Lai về các lô hàng bị Hoa Kỳ kiểm soát và từ chối nhập cảng. Việc này được áp dụng vào tháng 6 năm 2022, các quy định chặt chẽ hơn của Hoa Kỳ để giải quyết các vi phạm nhân quyền ở khu vực Tân Cương của Trung Cộng, và có hơn 6,000 chuyến hàng có giá trị hơn 2 tỷ Mỹ kim bị kiểm soát. Theo Reuters, hơn 2/3 số hàng hoá bị từ chối hoặc bị giữ lại có nguồn gốc từ Mã Lai hoặc Việt Nam, là những nước xuất cảng lớn các tấm pin mặt trời và chất bán dẫn sang Hoa Kỳ. Hiện tại, phía nhà cầm quyền cs vẫn đang im lặng về vấn đề trên.

*Bộ trưởng Quốc phòng cs tuyên bố: VN đóng tàu chiến cho cả thế giới.

Ngày 28/11/2023, tại buổi thảo luận của Quốc hội cs về dự án luật Công nghiệp quốc phòng, an ninh và động viên công nghiệp, *ông Phan Văn Giang, Bộ Trưởng Quốc phòng* nói rằng, Bộ Quốc phòng sản xuất tất cả các loại vũ khí trang bị bảo đảm cho việc bảo vệ toàn vẹn lãnh thổ Việt Nam. Không chỉ vậy, Việt Nam còn đóng tàu cho cả thế giới, và nó là tàu chiến đấu chứ không chỉ có mỗi tàu đánh cá. Theo ông Giang, các dây chuyền sản xuất, kể cả sản xuất vũ khí chiến lược của Việt Nam đều đáp ứng yêu cầu bắn ở các cự ly khác nhau, các loại mục tiêu khác nhau, không chỉ có trên mặt đất, mà còn có cả trên không, và trên mặt nước. Vì vậy, ông Giang nói với Quốc hội cs rằng, cần phải có chính sách lương, thưởng, nhà ở, và nhiều ưu đãi khác để giao nhiệm vụ khoa học, khen thưởng, ghi nhận, phong tặng các chức danh khoa học để thu hút nhân lực chất lượng cao cho công nghiệp quốc phòng, an ninh. Ngoài ra, còn phải có các chính sách hậu phương quân đội, để cho mọi người thấy xứng đáng với công việc khó, rủi ro cao. Trái ngược với những tuyên bố của ông Giang, Tính đến nay, Việt Nam mới đóng được duy nhất một chiếc tàu hỏa tiễn mang tên HQ-381 dưới sự hỗ trợ của Nga. Chiếc tàu này thuộc dự án KBO 2000, và do phía Nga thiết kế ra đề án tàu hộ tống HQ-381, theo yêu cầu của Hải quân cs Việt Nam. Tuy nhiên, chiếc tàu này đã được truyền thông ngoại quốc đánh giá là đã lỗi thời như hệ thống động lực, sử dụng pump-jet khiến chi phí đóng tàu bị đẩy lên cao, chế tạo phức tạp hơn, vận hành thiếu ổn định, hiệu suất kém, khả năng chịu sóng gió không tốt, không thích hợp với những vùng biển xa. Sau khi chiếc tàu trên ra đời, thì dự án HQ-381 cũng bỗng dưng bị "khai tử."

*Nhiều resort trị giá cả ngàn tỷ dọc bờ biển ở Hội An bỏ hoang.

Đến cuối năm 2023, hàng loạt resort trị giá cả trăm, đến hàng ngàn tỷ ở dọc bờ biển Đà Nẵng kéo vào thành phố Hội An, tỉnh Quảng Nam đã bị bỏ hoang nhiều năm qua. Trong khi trước đây, chúng là những địa điểm kinh doanh sầm uất, có giá phòng hàng triệu đồng mỗi ngày đêm, thu hút nhiều khách du lịch quốc tế đến thuê. Nguyên nhân chủ yếu là do ảnh hưởng của đại dịch Covid-19 khiến kinh tế khó khăn, và tình trạng xâm thực biển dữ dội, bờ biển bị lở sâu vào đất liền làm cho nhiều resort, khu du lịch phải đóng cửa. Trong số này, có resort Tropical Beach Hoi An ở biển Cửa Đại, thành phố Hội An, là một trong những resort nổi tiếng, nhưng nay cũng bỏ hoang, mặc cho tình trạng xuống cấp ngày càng nặng. Trước tình trạng trên, các chủ đầu tư đã phải chi rất nhiều tiền để gia cố bờ biển, nhưng vẫn không cải thiện được tình hình. Do hai năm nay, tình trạng bờ biển bị sạt lở rất mạnh mẽ, nước biển dâng cao, một số cơ sở giải trí, kinh doanh lưu trú bị hư hại nặng, đành phải bỏ hoang. Nhiều cơ sở bị xuống cấp, cỏ dại mọc tràn lan. Đây cũng chính là tiếng chuông cảnh báo về tình trạng biến đổi khí hậu, mà Việt Nam là một trong những nước đã được các chuyên gia cảnh báo là sẽ chịu ảnh hưởng nặng nề. Ngoài ra, nó cũng là bài học cho nhiều chủ đầu tư Việt Nam, trong việc chủ quan, ỷ vào đồng tiền để xâm lấn bờ biển một cách vô tội vạ.

*Phát hiện "ngón tay thối" trên truyền hình trong lễ chào đón Tập Cận Bình đến Việt Nam.

Ngày 19/12/2023 trang *Dự án Đại Sự ký Biển Đông* loan tin, đài truyền hình Trung ương Trung Cộng đã vô tình phát sóng đoạn video về hình ảnh những người Việt Nam được chọn ra phi trường, cầm cờ đỏ sao vàng chào đón ông Tập Cận Bình, Tổng bí thư kiêm Chủ tịch nước Trung Cộng, đã có người giơ ngón tay giữa. Hành động này được xem là cử chỉ chửi tục, có tính xúc phạm. Theo thông tin trên đài truyền hình, có 400 người được chọn đi cầm cờ là đại diện cho cộng đồng Việt Nam và Trung Cộng, nên họ phải là những người được lựa chọn kỹ càng, và thẩm định để bảo đảm cho cuộc đón tiếp an toàn, và truyền tải Thông điệp về việc đón khách nồng hậu của chủ nhà Việt Nam. Tuy nhiên, một người trong nhóm người này đã có hành động như trên, làm phía Trung Cộng coi là hình ảnh bất lợi. Sau đó một loạt kênh truyền thông được xem là chính thống ở Trung Cộng đã xoá đoạn video này, và thay thế bằng một đoạn video khác đã được biên tập lại, nhưng đoạn video cũ đã được nhiều người lưu lại, và được phát tán trên những diễn đàn toàn cầu. Qua sự kiện trên, trang *Dự án Đại Sự ký Biển Đông* bình luận rằng, một cử chỉ đơn giản nhưng đủ cho thấy tâm tư của người Việt Nam phức tạp hơn nhiều so với những gì mà truyền hình nhà cầm quyền Trung Cộng muốn truyền tải.

*30 năm qua, CSVN nhận được hơn 190 tỷ mỹ kim kiều hối.

Ngày 28/12/2023, Bộ Ngoại giao cs cho biết, tính từ năm 1993 cho đến năm 2022, lượng kiều hối về Việt Nam đạt hơn 190 tỷ Mỹ kim, gần bằng nguồn vốn đầu tư ngoại quốc vào Việt Nam được giải ngân trong cùng khoảng thời gian này. Với lượng kiều hối luôn tăng dần trong những năm trở lại đây, đã đưa Việt Nam nằm trong top 10 quốc gia trên thế giới nhận kiều hối nhiều nhất. Tính đến hiện tại, đang có khoảng 6 triệu người Việt sinh sống ở hơn 130 quốc gia, vùng lãnh thổ, trong đó có 80% số người sống ở các nước phát triển, lượng người Việt ra ngoại quốc sinh sống tăng trưởng khoảng 5% một năm. Bộ Ngoại giao cs ước tính, mỗi năm có khoảng 130.000 đến 150.000 người Việt ra ngoại quốc làm việc bằng con đường xuất khẩu lao động. Họ là những người đang có đóng góp lớn về tài chính. Ngoài ra, những thương gia là người gốc Việt cũng là lực lượng tích cực giúp đưa hàng hoá Việt Nam thâm nhập vào thị trường nhiều nước. Những năm qua, kiều hối được đánh giá là một trong những nguồn cung góp phần bảo đảm hệ cung cầu ngoại tệ, hỗ trợ hiệu quả chính sách tiền tệ, tỷ giá, và thị trường ngoại hối ở Việt Nam. Đặc biệt, là trong bối cảnh các đồng tiền mạnh đang có nhiều biến động, lạm phát ở một số quốc gia gây áp lực đến tỷ giá, và mối quan hệ tỷ giá-lãi suất, và lạm phát thì kiều hối lại càng có vai trò rất quan trọng với Việt Nam.

*Nhà cầm quyền CSVN cam kết cải cách nhân quyền vào năm 2099.

Nhà cầm quyền cs Việt Nam đã đặt ra mục tiêu 76 năm để thực hiện cải cách nhân quyền, nhưng nhiều nhà hoạt động đang tỏ ra nghi ngờ cam kết này. Theo tờ NewsWeek, Hà Nội đã đệ trình một danh sách tám cam kết - cần đạt được *trước ngày 31/12/2099* - lên Văn phòng Cao ủy Nhân quyền Liên Hiệp Quốc vào tháng trước nhân dịp kỷ niệm 75 năm Tuyên ngôn Quốc tế Nhân quyền. Việt Nam thường xuyên phải đối mặt với những lời chỉ trích về thành tích nhân quyền của họ. Tổ chức vô vị lợi Freedom House, trong báo cáo Freedom in the World vào năm 2023, cho quốc gia này 19/100 điểm. Báo cáo nói rằng số điểm thấp này là do Việt Nam vẫn tiếp tục thực hiện án tử hình cho các tội ác khác ngoài giết người; tra tấn; phân biệt đối xử với người thiểu số; và nạn buôn người tràn lan. Ông Phil Robertson thuộc Tổ chức Theo dõi Nhân quyền cho biết việc cam kết thực hiện các trách nhiệm nhân quyền của Việt Nam "bắt đầu từ thế kỷ sau" cho thấy quốc gia này đang thể hiện sự coi thường đối với cả Liên Hiệp Quốc và Hội đồng Nhân quyền của tổ chức này. Cộng sản Việt Nam được bầu vào Hội đồng Nhân quyền với nhiệm kỳ hai năm từ 2014-2016 và một lần nữa từ 2023-2025.

Nguyễn Hoàn Nguyên
Sang Mùa

(hình: Pixabay)

Những con ốc sẽ lại bò kham nhẫn
Mang thời gian dưới chiếc vỏ nhọc nhằn
Mùa đông giá đang hành trang chuẩn bị
Dợm ra đi giông bão ngỡ thưa dần

Tiếng than khóc giữa hư vô lửa đạn
Vẫn vang lên trong sử lịch cõi người
Đất ôm trọn bao mảnh đời nằm xuống
Chờ xuân sang hoa vàng cánh dưới trời
Em tỉnh giấc giữa âm thanh đồng vọng
Xô ngã tường câm chạm nắng gọi mời
Trong huyên náo đang dội vào tâm não
Hạt sương mai trò chuyện với mây trời
Tiếng đau thương còn mãi vang trong gió
Mùa dần sang trong nhịp thở bất thường
Đem mơ ước em khảm vào dâu bể
Hoa lá tàn mơ ước vẫn thơm hương
Đông vẫn là đông xuân vẫn xuân
Em vẫn là em của đất trời
Sợi tóc đen bao dung lòng vũ trụ
Thế mệnh nào giam giữ được hồn người

Kampen, 06-tháng 3-2022

TIN THẾ GIỚI

Quảng Trực phụ trách

***Trung cộng nói tàu hải quân Hoa Kỳ "xâm nhập lãnh hải trái phép."**

Quân đội Trung Cộng vào hôm 4/12/2023, cho biết một tàu Hải quân Hoa Kỳ vừa xâm nhập bất hợp pháp vào vùng biển tiếp giáp với Bãi Cỏ Mây. Reuters cho hay nhiều cuộc đối đầu trên biển gần đây đã diễn ra tại đảo san hô ở Biển Đông này. Phát ngôn viên của Trung Cộng tuyên bố "Hoa Kỳ đã phá hoại nghiêm trọng sự hòa bình và ổn định trong khu vực", đồng thời nói thêm rằng Hoa Kỳ đã gây rối ở Biển Đông và vi phạm chủ quyền của Trung Cộng. Trung Cộng đang tranh chấp với một số nước láng giềng về yêu sách lãnh hải rộng lớn ở Biển Đông. Hải quân Hoa Kỳ nêu rõ chiến hạm USS Gabrielle Giffords thuộc lớp Independence đang tiến hành các hoạt động thường lệ ở vùng biển quốc tế ở Biển Đông, phù hợp với luật pháp quốc tế. Trong những tháng gần đây, Trung Cộng đã nhiều lần xung đột với các tàu Phi Luật Tân, và phản đối việc tàu Hoa Kỳ tuần tra các khu vực tranh chấp. Theo quân đội Trung Cộng, tàu Hoa Kỳ đã di chuyển vào vùng biển tiếp giáp với khu vực mà Trung Cộng gọi là Renai Reef, còn được gọi là Bãi Cỏ Mây, một phần của Quần đảo Trường Sa. Theo phán quyết của tòa án Liên Hiệp Quốc vào năm 2016, Bãi Cỏ Mây nằm trong vùng đặc quyền kinh tế của Phi Luật Tân. Phát ngôn viên của quân đội Trung Cộng nói họ đã giám sát và bám đuôi tàu Hoa Kỳ, và "binh sĩ Trung Cộng tại chiến khu luôn trong tình trạng cảnh giác cao độ để kiên quyết bảo vệ chủ quyền quốc gia."

*Ý thông báo với Trung cộng về việc rút khỏi sáng kiến vành đai và con đường.

Các nguồn tin chính phủ Ý vào hôm 6/12/2023, cho biết Ý vừa chính thức thông báo cho Trung Cộng rằng họ sẽ rút khỏi Sáng kiến Vành đai và Con đường (BRI), bác bỏ những mối lo về việc hành động này có thể làm suy thoái quan hệ và gây thiệt hại cho nền kinh tế Ý. Ý vào năm 2019 đã trở thành quốc gia phương Tây lớn đầu tiên và duy nhất cho đến nay tham gia chương trình thương mại và đầu tư này, phớt lờ khuyến cáo từ Hoa Kỳ rằng việc này có thể giúp Trung Cộng kiểm soát các kỹ thuật nhạy cảm và cơ sở hạ tầng quan trọng. Tuy nhiên, khi Thủ tướng Giorgia Meloni nhậm chức vào năm 2022, bà đã tỏ ý muốn rút khỏi thỏa thuận được Chủ tịch Tập Cận Bình ủng hộ và nói rằng thỏa thuận này không mang lại lợi ích đáng kể nào cho Ý. Thỏa thuận năm 2019 sẽ hết hạn vào tháng 3/2024, và một nguồn tin chính phủ Ý xác nhận Rome đã gửi cho Bắc Kinh một lá thư "trong những ngày gần đây" để thông báo cho Trung Cộng rằng họ sẽ không gia hạn thỏa thuận. Ý sẽ đảm nhận chức chủ tịch G7 vào năm 2024. Hơn 100 quốc gia đã ký thỏa thuận với Trung Cộng để hợp tác trong các dự án xây dựng và cơ sở hạ tầng BRI kể từ khi kế hoạch này được phát động vào năm 2013. Ông Giuseppe Conte, Thủ tướng Ý thời đó, đã hy vọng về một cơ hội thương mại khi ông ghi danh vào năm 2019, nhưng các công ty Trung Cộng dường như là những bên hưởng lợi chính.

*Tình báo Hoa Kỳ ước tính cuộc chiến tại Ukraine làm nga thiệt hại 315.000 binh sĩ.

Một báo cáo tình báo Mỹ được giải mật đánh giá rằng cuộc chiến Ukraine đã làm Nga thiệt hại 315.000 binh sĩ thiệt mạng và bị thương, tương đương gần 90% nhân lực mà nước này có khi cuộc xâm lăng bắt đầu. Nguồn tin cho biết, báo cáo cũng đánh giá rằng việc Moscow tổn thất về nhân sự và xe bọc thép tại chiến trường Ukraine đã làm quá trình tối tân hóa quân đội của Nga bị chậm lại 18 năm. Nguồn tin trong cuộc cho biết, báo cáo tình báo Mỹ mới được giải mật đánh giá rằng Nga bắt đầu cuộc xâm lăng toàn diện vào Ukraine vào tháng 2/2022 với 360.000 quân nhân. Nguồn tin cho biết kể từ đó, báo cáo cho thấy, 315.000 binh sĩ Nga, tương đương khoảng 87% tổng số quân mà nước này khi bắt đầu cuộc chiến, đã thiệt mạng hoặc bị thương. Nguồn tin cho biết những tổn thất đó là lý do khiến Nga buộc phải nới lỏng các tiêu chuẩn tuyển dụng, từ nhân quân dịch và thường dân lớn tuổi để bố trí cho cuộc chiến ở Ukraine. Nguồn tin cũng cho biết quân đội Nga còn lại 1.300 xe bọc thép trên chiến trường và đang phải tăng cường cho lực lượng này bằng xe tăng T62 được sản xuất từ những năm 1970. Kyiv coi những tổn thất của mình là bí mật quốc gia và các viên chức cho rằng việc tiết lộ con số này có thể gây tổn hại cho nỗ lực chiến tranh của họ. Một báo cáo của New York Times vào tháng 8 dẫn lời các viên chức Mỹ ước tính số binh sĩ Ukraine thiệt mạng là gần 70,000 người.

*Trung cộng đẩy mạnh lệnh cấm iphone.

Bloomberg News vào hôm 15/12/2023, trích lời các nguồn tin trong cuộc rằng nhiều cơ quan và công ty Trung Cộng được nhà nước hậu thuẫn trên khắp đất nước đã yêu cầu nhân viên không mang iPhone của Apple và các thiết bị ngoại quốc khác đi làm. Reuters cho hay trong hơn một thập niên, Trung Cộng đã tìm cách làm giảm sự phụ thuộc vào kỹ thuật ngoại quốc, yêu cầu các công ty trực thuộc nhà nước như ngân hàng chuyển sang sử dụng phần mềm địa phương và thúc đẩy sản xuất chip bán dẫn trong nước. Bài báo của Bloomberg News cho hay nhiều công ty nhà nước và cơ quan chính phủ trên ít nhất 8 tỉnh trong một hoặc hai tháng qua đã hướng dẫn nhân viên bắt đầu mang theo các thương hiệu địa phương. Bài báo của Bloomberg News cho biết vào tháng 12, các công ty và đại lý nhỏ hơn ở các thành phố cấp thấp hơn từ các tỉnh bao gồm Chiết Giang, Sơn Đông, Liêu Ninh và miền trung Hà Bắc, nơi có nhà máy sản xuất iPhone lớn nhất thế giới, đã đưa ra chỉ thị bằng miệng của riêng họ. Reuters vào tháng 9 đưa tin nhân viên ở ít nhất ba bộ và cơ quan chính phủ đã được yêu cầu không sử dụng iPhone tại nơi làm việc. Cổ phiếu của Apple đã giảm nhẹ ở mức 196.50 mỹ kim trong phiên giao dịch mở rộng.

*Liên Hiệp Quốc thông qua nghị quyết về viện trợ Gaza, Mỹ bỏ phiếu trắng.

Hội đồng Bảo an Liên Hiệp Quốc đã thông qua một nghị quyết nhẹ hơn nhằm tăng cường viện trợ nhân đạo cho Gaza vào ngày 22/12/2023, nhưng không kêu gọi ngừng bắn, vài giờ sau khi Do Thái thông báo rằng họ đang mở rộng cuộc tấn công trên bộ vào vùng lãnh thổ Palestine. Hoa Kỳ, đồng minh chính của Do Thái và đã đe dọa phủ quyết đề nghị của Hội đồng Bảo an trong những ngày qua, thay vào đó Mỹ đã chọn bỏ phiếu trắng sau khi thay đổi ngôn ngữ về hành động thù địch và giám sát viện trợ. Washington thường xuyên ủng hộ quyền tự vệ của Do Thái, nhưng ngày càng bị thế giới chỉ trích về sự đau khổ của 2,3 triệu người dân Gaza trong bối cảnh số người chết tăng vọt và cuộc khủng hoảng nhân đạo ở vùng đất này. Trong bản cập nhật mới nhất về thương vong, Bộ Y tế Gaza cho biết 20.057 người Palestine đã thiệt mạng và 53.320 người bị thương trong các cuộc tấn công của Do Thái kể từ khi xung đột bắt đầu. Nghị quyết được Hội đồng Bảo an thông qua "kêu gọi các bước khẩn cấp để ngay lập tức cho phép tiếp cận nhân đạo một cách an toàn, không bị cản trở và mở rộng, đồng thời tạo điều kiện cho việc chấm dứt chiến sự một cách bền vững." Hoa Kỳ và Do Thái phản đối lệnh ngừng bắn vì tin rằng nó sẽ chỉ có lợi cho Hamas. Thay vào đó, Washington ủng hộ việc tạm dừng chiến đấu để bảo vệ thường dân và giải thoát các con tin bị Hamas bắt giữ.

*Do Thái, Hezbollah bắn lẫn nhau qua biên giới Lebanon trong bối cảnh báo động về chiến tranh lan rộng ở Gaza.

Nhóm Hezbollah do Iran hậu thuẫn ở Lebanon hôm 6/1/2024 cho biết họ đã bắn hỏa tiễn vào Do Thái, và Do Thái cho biết họ đã tấn công một "tổ chức khủng bố" để trả đũa. Các nhà ngoại giao hàng đầu của Mỹ và EU đã đến thăm khu vực để tìm cách ngăn chặn sự lan rộng của chiến tranh. Giao tranh cũng nổ ra bên trong Gaza, đặc biệt là trong và gần thành phố Khan Younis phía nam, nơi quân đội Do Thái cho biết họ đã giết chết ba thành viên của nhóm chiến binh Hamas người Palestine đang điều hành dải ven biển đông dân cư. Ngoại trưởng Hoa Kỳ Antony Blinken và nhà ngoại giao hàng đầu của Liên minh Châu Âu Josep Borrell đều có mặt trong khu vực với các công tác ngoại giao riêng biệt nhằm cố gắng ngăn chặn sự lan rộng từ cuộc chiến Gaza kéo dài ba tháng sang Lebanon, Bờ Tây do Do Thái chiếm đóng và Biển Đỏ. Do Thái và Hezbollah thường xuyên bắn qua biên giới Lebanon, Bờ Tây đang sôi sục và lực lượng Houthi liên kết với Iran ở Yemen dường như quyết tâm tiếp tục tấn công các tuyến đường vận chuyển ở Biển Đỏ cho đến khi Do Thái ngừng bắn phá Gaza. Ngoại trưởng Blinken đã gặp các nhà lãnh đạo Thổ Nhĩ Kỳ và Hy Lạp vào thứ Bảy khi bắt đầu chuyến đi kéo dài một tuần cũng sẽ đưa ông tới Do Thái, Bờ Tây do Do Thái chiếm đóng, Jordan, Qatar, Tiểu vương quốc Ả Rập Thống nhất, Ả Rập Saudi và Ai Cập.

*Ukraine đưa ra bằng chứng Nga bắn hỏa tiễn Bắc Hàn vào Kharkiv.

Văn phòng công tố khu vực Kharkiv hôm 6/1/2024 đã cung cấp thêm bằng chứng cho thấy Nga đã tấn công Ukraine bằng hỏa tiễn do Bắc Hàn cung cấp, trong đó có các mảnh vỡ. Cố vấn cấp cao của Tổng thống Volodymyr Zelenskiy cho biết Nga đã tấn công Ukraine trong tuần này bằng hỏa tiễn do Bắc Hàn cung cấp lần đầu tiên trong cuộc xâm lăng của nước này. Dmytro Chubenko, phát ngôn viên của văn phòng công tố, cho biết tên lửa, một trong số hỏa tiễn tấn công thành phố

Kharkov vào ngày 2/1, có hình dáng và kỹ thuật khác với các mẫu của Nga. Ông cho biết hỏa tiễn này có đường kính lớn hơn một chút so với hỏa tiễn Iskander của Nga, trong khi vòi phun, cuộn dây điện bên trong và các bộ phận phía sau cũng khác nhau. Nga đã tấn công Kharkiv bằng một số hỏa tiễn trong tuần này, làm 2 người thiệt mạng và hơn 60 người bị thương trong những cuộc tấn công bằng hỏa tiễn và máy bay không người lái lớn nhất kể từ khi bắt đầu cuộc chiến quy mô lớn vào tháng 2 năm 2022. Bắc Hàn đã bị Liên Hiệp Quốc cấm vận vũ khí kể từ khi nước này thử bom hạt nhân lần đầu tiên vào năm 2006.

hộp thư Viên Giác

Trong thời gian qua VIÊN GIÁC đã nhận được những thư từ, tin tức, tài liệu, bài vở, kinh sách, báo chí của các Tổ Chức, Hội Đoàn, Tôn Giáo và các Văn Thi Hữu khắp các nơi gửi đến.

* **THƯ TÍN**
  - **Đức:** HT Thích Như Điển, Thị Tâm Ngô Văn Phát, Từ Hùng Trần Phong Lưu, Đại Nguyên, Hoa Lan, Nguyễn Minh Hoàng, Nguyễn Song Anh, Hoàng Quân, Lương Nguyên Hiền, Tịnh Ý, Phương Quỳnh, Nguyên Hạnh, Thi Thi Hồng Ngọc.
  - **Pháp:** Hoang Phong, Chúc Thanh.
  - **Thụy Sĩ:** Liên Hội Nhân Quyền Việt Nam, Trần Thị Nhật Hưng, Song Thư.
  - **Hòa Lan:** Quảng Phúc, Thanh Nguyên.
  - **Hoa Kỳ:** Diệu Minh Tuệ Nga, Lâm Minh Anh, Diễm Châu Cát Đơn Sa, Nguyễn Minh Tiến, Thu Hoài, Thylanthao, Nguyễn Thị Thanh Dương.
  - **Ý:** Huỳnh Ngọc Nga, Elena Trương, Trương Văn Dân.
  - **Canada:** Thái Công Tụng.
  - **Úc Châu:** Quảng Trực Trần Viết Dung.
  - **Việt Nam:** Thích Chúc Hiếu, Đinh Thiên.

* **THƯ & SÁCH BÁO**
  - **Đức:** D+C – E+Z 11-12/2023.
    Buddhismus aktuell 1/2024.
  - **Thụy Sĩ:** Mục Vụ số 148.

THÀNH KÍNH PHÂN ƯU

Nhận được tin buồn, Hiền thê của Đạo Hữu Nguyễn Thanh Tâm Pd Bửu Đạt (cựu CHT Chi Hội PTVNTN Saarland-Trier & VPC) là:

Phật Tử PHẠM THỊ ĐIỀN
Pháp danh: Thiện Trang
Sanh ngày: 01.07.1937 (DL)
Mất ngày: 27.12.2023 (DL)
nhằm ngày 15.11 (ÂL) năm Quý Mão
Thượng thọ 88 tuổi

Chi Hội Phật Tử VNTN tại Saarland-Trier & VPC chân thành Phân Ưu cùng Đạo Hữu Bửu Đạt Nguyễn Thanh Tâm và gia đình. Kính cầu nguyện cho Hương linh Thiện Trang Phạm Thị Điền sớm được vãng sanh miền Cực Lạc.

phương danh cúng dường

(Tính đến ngày 31.12.2023)

Trong thời gian gần đây, Chùa Viên Giác có nhận được tiền của quý Đạo Hữu gửi bằng cách chuyển qua Ngân Hàng hay bằng Bưu Phiếu, nhưng không ghi rõ mục đích. Thí dụ như Cúng Dường, Tu Bổ Chùa, Ấn Tống Kinh, Pháp Bảo v.v... Ngoài ra có Đạo Hữu nhờ người khác đứng tên chuyển tiền nhưng không rõ chuyển tiền giùm cho ai để Cúng Dường hoặc thanh toán vấn đề gì. Do đó khi nhận được tiền, Chùa không thể nào ghi vào sổ sách được.

Để tránh những trở ngại nêu trên, kính xin quý Đạo Hữu khi chuyển tiền hoặc gửi tiền về Chùa nhớ ghi rõ Họ & Tên, địa chỉ đầy đủ và mục đích để Chùa tiện ghi vào sổ sách.

Ngoài ra khi quý vị xem Phương Danh Cúng Dường xin đọc phần trên cùng là tính đến ngày?... tháng?.... để biết rằng tiền đã chuyển đi ngày nào và tại sao chưa có tên trong danh sách.

Chùa có số Konto mới và Tu Viện Viên Đức cũng đã có số Konto (xin xem phía sau). Kính xin quý vị thông cảm cho. Thành thật cám ơn quý Đạo Hữu.

CÁO PHÓ & CẢM TẠ

Gia đình chúng con/chúng tôi hết sức đau buồn xin báo tin đến thân bằng quyến thuộc, thân hữu gần xa: Vợ, Mẹ chúng con/chúng tôi là:

Bà PHẠM THỊ ĐIỀN
Pháp danh: Thiện Trang

Sanh 01.07.1937 tại Tây Ninh, Việt Nam

Mất lúc 06:00 giờ ngày 27.02.2023 (nhằm ngày Rằm tháng 11 năm Quý Mão)

Tại Trier, Đức Quốc. Thượng thọ 88 tuổi.

Tang lễ được cử hành theo nghi thức Phật Giáo dưới dự chủ trì của chư Tôn Đức Ni Chùa Bảo Thành, Koblenz Đức quốc.

Gia đình chúng con/chúng tôi xin chân thành cảm tạ.

* Ni sư Thích Nữ Minh Hiếu, Sư cô Đắc Nguyện, Ni cô Nhuận Thiện, Ni cô Nhuận Lam, Chùa Bảo Thành Koblenz

* Tất cả thân bằng quyến thuộc, bạn hữu gần xa đã thăm hỏi, điện thoại chia buồn.

* Đặc biệt cảm tạ Chi Hội Phật VN Tỵ Nạn vùng Saarland Trier và VPC đã góp lời hộ niệm, cầu siêu và cùng phúng điếu (Tất cả số tịnh tài phúng điếu được gởi về cúng dường Tam Bảo ở chùa Bảo Thành)

Trong lúc Tang gia hữu sự không sao tránh khỏi những thiếu sót, kính mong chư Tôn Đức và thân hữu hoan hỷ lượng thứ.

Tang gia đồng kính bái và Cảm tạ.

- *Chồng*: Bửu Đạt Nguyễn Thanh Tâm
- *Con gái*: Nguyễn Hồng Phượng. Chồng: Lâm Tuấn Hùng. Con: Lâm Minh Chí Alex, Lâm Minh Đức Leon (Đức)
- *Em trai*: Phạm Quang Hiền. Vợ: Lê Tích Tố (San Jose CA). Con: Phạm Tố Diễm, Phạm Mạnh Toàn (USA)

Danh sách PDCD của quý Đạo Hữu & Phật Tử, chúng tôi xin phép chỉ đánh máy một lần chữ **ĐH** (Đạo Hữu) ở bên trên.

TAM BẢO

ĐH. Bùi Mạnh Hùng 40€. Châu Thanh Sơn 10€. Đào Văn Dương 20€. Li, Trần Thúy Phượng 100€. Nguyễn Thị Kim Lan 1.000€. Nguyễn Thị Ngọc Thảo 25€. Nguyễn Thị Thắm 10€. Nguyễn Thiện Đức 30€. Phon Đào-Xuân 50€. Phùng Văn Thanh 10€. Sabine Opiela 500€. Trương Mỹ Phương 50€. Ẩn danh 20€. Ẩn danh 526,59€. Ẩn danh 100€ HH cho Bác Phan Ngọc Lâm. Bành Tâm Sơn 10€. Bùi Thị Thu Hà 50€. Chị Băng 50€. Chị Châu 100€. Chị Hằng Ella 100€. Chị Thiện Hảo 50€ HHGL Thầy Tuệ Sỹ. Đào Diệu Linh 50€. Đào Thị Hiền 20€. Diệu Đoan Đỗ Thị Thu Nguyệt 50€. Diệu Hồng Nguyễn Thị Hồng Nhung 20€. Diệu Huê (Lưu Nguyệt Thìn) 112€. Diệu Loan Đinh Thị Phượng 60€. Diệu Nương Nguyễn Thị Nương 40€. Diệu Thùy Trần Thị Kiều Nga 50€. Đinh Thị Mỹ Linh 20€. Đinh Thị Quỳnh Loan, Phạm Hồng Thủy, Nguyễn-Đinh Thị Quỳnh Liên, Nguyễn Thanh Tâm, Nguyễn Thị Yến Phương, Nguyễn Thị Kim Hương & Nguyễn Thị Hương 250€. Đồng An Lê Minh Hà 50€. Đồng Bảo & Diệu Loan 50€. Đồng Bảo Trần Tuấn Anh 60€. Đồng Diệu Nguyễn Quý Hạnh 30€. Đồng Dược Cao Thị Cúc 20€. Đồng Duyên 20€. Đồng Huệ Hoàng Thị Phúc 50€. Đồng Nhan Lê Thị Ngọc Dung 50€. Đồng Tâm Huỳnh Chung Hiệp 50€. Francisco Struzynski & Sina Struzynski 30€. Friederich Thị Hồng 10€. Gđ họ Vương 200€ HHHL Pt Quảng Thành Vương Học Đạt. Gđ. Đặng Min pd Huệ Phước 50€. Gđ. Hoàng Văn Thái & Cao Thị Hà Trang cùng các con Hoàng Miken và Hoàng Lea 100€. Gđ. Huỳnh Tòng Sơn & Lưu Ngọc Tâm 90€. Gđ. La & Long 20€. Gđ. Nguyễn Thái Bạch Đào 50€. Gđ. Nguyễn Thị Thư & Cao Phan Dũng 50€. Gđ. Pt Minh Đạt Phạm Văn Đại & Đồng Hạnh Đinh Thị Thùy Dung 20€. Gđ. Pt Ngọc Cẩn Trần Thị Lan 150€. Gđ. Pt Wittkowsky 20€. Gđ. Tâm Mỹ, Đồng Hòa & Đồng Nhã 20€. Gđ. Tâm Mỹ, Đồng Hòa, Đồng Nhã & Jule Gehr 40€. Gđ. Thiện Nguyện Huỳnh Tòng Sơn 70€. Gđ.Pt Đồng Hoa Nguyễn Thị Thu Hương 50€. Giang Chung 230€. HHHL Huỳnh Vũ Tường, Trần Phối & Huỳnh Thọ Diên 30€. Hoàng Văn Thành 5€. Hồng Thu Kaiser & Leon Kaiser 11€. Hr. L Nguyen & LC Nguyen-Vuong 150€. Hứa Mỹ Loan 1,25€. Jennifer Drees 150€. Johannes Zuidema 50€. Kim Cúc 20€. Kim Loan Blumenthal 40€. Klaus Brinkop, Marina Ya-Wen & Yasemin Jie-Yi 20€. Lê Phương Linh 50€. Lê Thị Hoa Hậu (Vile Tour) 200€. Lê Thị Tiến 50€. Lê Thu Trang & Nguyễn Trung Thành (Tiệm Jasmins Tea Haus & Asia Bistro Đức Long) 100€. Mai Diệu Hồng 40€. Mai Thị Huyền 20€. Marie Noelle-Kunde 50€ HHGL Hòa Thượng Thích Tuệ Sỹ. Melanie Kiefer 100€. Michael Wagner & Sabine Opiela 500€. Minh Thiện (Lưu Nguyệt Thìn) 112€. Ngô Thị Ngọc Oanh 10€. Nguyễn Công Thanh 10€. Nguyễn Hiếu Trung 2.200€ HHHL Quảng Phước Phạm Thị Hiền. Nguyễn Hữu Hùng 20€. Nguyễn Hữu Hùng & Mai Thị Huyền 50€. Nguyễn Ngọc Thạch 51,33€. Nguyễn Quốc Ninh 50€. Nguyễn T.T. Nhung 10€. Nguyễn Thị Hồng Anh 500€. Nguyễn Thị Hồng Trang 10€. Nguyễn Thị Huyền Trang 50€. Nguyễn Thị Mai Phượng 10€. Nguyễn Thị Phương Mai 10€. Nguyễn Thị Quyên, Việt Lộc Tra, Tiêu Huyền

Tra, Dominik Nguyễn & Son Tan Trần 30€. Nguyễn Thị Thanh 300€. Nguyễn Thị Thu Thảo 20€. Nguyễn Thị Trâm 50€. Nguyễn Thị Tuyết Nhung 10€. Nguyễn Thúy Ngàn 20€. Nguyễn Tuyết Nhung 10€. Nguyễn Văn Thảo 10€. Nguyễn Ngọc Thảo 100€. Phạm Thị Cúc 30€. Phạm Thị Sinh 15€. Phạm Văn Đông 20€. Phan Thị Dung 10€. Phan Thị Nhan 10€. Pt Ẩn danh 100€. Pt Đồng Vinh và gia đình 20€. Pt. Ton Chin Huỳnh Khiết Ngọc 100€. Quảng Hòa Nguyễn Văn Tây 30€. Quang Thiện Thủy Nguyễn Trọng Bình 40€. Sơn Nguyễn 1.050,02€. Thị Kim Chi 50€ HHHL Thân phụ Huỳnh Văn Liễu & Thân mẫu Thiện Dương Hoàng Thị Kim Chi. Thiện Bửu Tạ Văn Hợp & Lê-Tạ Thị Bạch Huệ 100€. Thiện Châu Nguyễn Thị Mỹ Ngọc 100€. Thiện Độ Ngô Quang Đức & Thiện Chơn Ngô Quang Vinh 500€. Thiện Học 50€. Thiện Minh Chánh 30€. Thin Lưu (Lưu Nguyệt Thìn) 56€. Thuy Spitzner 50€. Trần Ngọc Hưng 20€. Trần Sơn Tân & Nguyễn Thị Quyên 50€ cầu siêu cho con là Trần-Nguyên vô danh Pd Đồng Sanh. Trần Thị Mỹ Hạnh 150€ HHHL Vũ Quốc Cường. Trang Kim Anh & Kim Loan Blumenthal 100€. Triệu Thành 20€. Tuệ Tâm Trang Dương Thanh Sang 50€. Vũ Quốc Anh 20€. Vũ Thị Phương 10€. Vũ Thị Vui 50€. William Thai 300€. Trần Văn Tiến (Aachen) 50€. Phạm Phương Anh (Aschesleben) 60€. Nguyễn Thị Tuyết Hồng (Bad Oeynhausen) 80€. Jennifer Bui Chau Tang (Barmstedt) 200€. Thiện Phượng Nguyễn Phan Hoàng Tùng (Berlin) 600€. Vũ Trọng Huy & Phan Thị Bình 10€. Fam. Thị Hạnh Phan-Michael (Berlin-Lichtenberg) 20€. Phạm Thị Tuyết Mai (Bernburg) 50€. Gđ. Pt Định Thiên Nhiên & Diệu Hòa Mai Thị Dậu (Bielefeld) 30€. Tịnh Thanh Nguyễn Thị Xuân (Bohmte) 100€. Nguyễn Văn Thuận (Bonn) 20€. Gđ. Dũng & Hạnh (Braunschweig) 200€. Đh. Nguyễn Thị Hường 30€. Diệu Quang Lê Thị Huê Mỹ 13€ HHHL Thiện Lễ Nguyễn Văn Nhơn. Nguyễn Thị Hương 20€. Tính Nguyện Huỳnh Thị Chấn (Braunschweig) 90€. Gđ. Trần Văn Các (Bremen) 100€. Nguyễn Thị Mỹ Dung 250€. Trần Thị Thùy Linh, Nguyễn Văn Hạnh, Johnny Bảo An Trần & Henry Bảo Nam Trần 60€. Nguyễn Thị Hồng Diệp (Celle) 10€. Diệu Như Phan Thị Lý (Chemnitz) 200€. Bùi Mạnh Hùng (Dorsten) 20€. Nguyễn Thu Anh (Dortmund) 20€. Nguyễn Thị Kim Thanh (Dresden) 30€. Lê Xuân Thu (Duisburg) 30€. Đào Thị Hồng Nguyên (Edewecht) 150€. Trần Anh Tuấn (Erberdingen) 25€. Đặng Thị Liên (France) 30€ HHHL Nguyên Trí Nguyễn Hòa-Phù Vân. Nguyễn Phước Hải (Frankfurt/M) 10€. Trần Nương Bảo 20€. Lê Thị Vân (Geretsried) 13€. Gđ. Dương (Göttingen) 100€. Nguyễn Ngọc Thái & Nguyễn Thị Hoài Dung 100€. Fam. Lo Hing Tai (Hamburg) 20€. Gđ. Phan Ngọc Lâm 100€. Ẩn danh 50€ HH cho Bác Phan Ngọc Lâm. Bùi Thị Thái (Hannover) 30€. Đồng Kim Ngụy Minh Thúy 100€. Đồng Xuân Hoàng Thị Lợi 10€. Gđ. Pt Thiện Dũng 200€ (Trai đàn Chẩn tế). Gđ. Pt Trần Hoàng Việt 120€. Lưu Phương Lan 30€. Minh Thảo Hà Phước 50€. Pt Đồng Hạnh 50€. Pt Đồng Tuệ 50€. Thiện Phú Lê Bích Lan 40€ HHHL Phạm Văn Cường Pd Đồng Phú Liên Trì. Diệu Lộc Huỳnh Thị Bé (Helmstedt) 130€. Gđ. Phúc Tâm 50€. Võ Lan Hương 20€. Trần Thị Thiện (Hofkirchen) 10€. Nguyễn Sáu (Karlsruhe) 20€. Lý Phách Mai (Kempten) 50€. Gđ. Tú Phương (Kharkiv/ Ukraine) 20€ HHHL Thân phụ. Michelle Hương Hajeh (Kornwestheim) 50€. Diệu Lý Lý Hồng Tiên (Krefeld) 50€. Michael Guelsdorf (Kreuzlingen/ Schweiz) 20€. Âu Hà Thị Hồng (Lahr) 10€. Gđ. Phạm Văn Sơn (Hải) & Đồng Hoa Nguyễn Thị Thu Hương (Lehrte) 50€. Gđ. Pt Nguyễn Thanh Tịnh 20€ HH cho cha là Nguyễn Bá Sơn. Ngọc Bình Ô Thị Hai 200€ HHHL Lôi Thị Sáu. Hue Wollenberg (Moers) 20€. Cao Thị Kim Mai (Mönchengladbach) 20€. Hồ Thị Thu Hà (Münster) 100€. Lê Thị Mai & Tạ Hồng Sinh (Neu-Isenburg) 20€. Trần Trọng Hùng & Trần-Nguyễn Thị Lan Hương 30€. Đinh Ha, Đinh Văn Quy, Đinh Doan Nhi, Đinh Vĩ Liêm & Đinh Thiên Bảo David (Nürnberg) 50€. Trần Văn Danh & Trần Thị Phúc 40€. Phan Hồng Chức (Oberthausen) 50€. Phạm Thị Nhung (Quedlinburg) 100€. Ngụy Hữu Đức (Rebecca) 50€. Fam. Nguyễn Vũ Bằng & Trương Thị Hồng Phúc (Rheine) 50€. Gđ. Duyên Ngọc Hàng Ngọc Hoa 50€. Lê Thị Thanh Hằng & Nguyễn Cao Tuấn, Nguyễn Thảo Vi và Nguyễn Aley Tuấn Anh (Rostock) 50€. Quỳnh Thư Schneider (St.Gallen/ Schweiz) 200€. Nguyễn Minh Nguyệt (Steinhude) 50€. Gđ. Ngọc Tuyết Hằng Ngọc Anh (USA) 100€. Sư Cô TN Hạnh Trì (USA) 4.148€. Nguyễn Thị Thương (Waghausel) 100€. Nguyễn Lê Dân & Nguyễn Thu Thủy (Wittlich) 10€. Đỗ Thị Thu Thủy & Nguyễn Thị Phương Lan (Wolfsburg) 40€. Tiệm móng tay Wolfsburg 50€ - HHHL ĐH Ngụy Thị Chín (Thứ) Pd Diệu Phẩm: Gđ. HL Ngụy Thị Chín 500€. Chị Thu, Em Phương và Chị Thái 30€. Cô, Chú, Anh, Chị và đồng hương 650€. Trần Gia Hảo 100€. Chánh & Loan (Burgdorf) 100€. Trương Mỹ Phương 20€. Chị Dung 20€. Chị Năm Hùng 50€. Gđ. HL Diệu Phẩm Ngụy Nhật Thử 500€ (cúng 49 ngày). Nguyễn Thị Tiến 20€. Fam. Dương Sang 50€. Nguyễn Thị Kim Chi (Laatzen) 50€. Phan Thị Hoa (Hoa-Lan-Mai-Dũng) 50€. Chị Đặng Thị Hằng Teickner (Langenhagen) 20€ - *HHHL ĐH Ô Thị Tốt Pd Diệu Thọ:* Ngọc Bình Ô Thị Hai (Meppen) 1.300€ HHHL Thân mẫu Ô Thị Tốt Pd Diệu Thọ. Hùng Phượng 50€. Em Hạnh & Klaus 100€. Fam. Dương Sang 200€. Gđ. Văn Lưu 200€. Huỳnh Tú Dung 100€. - *Quý Đạo Hữu & Phật Tử cúng dường thực phẩm:* Nhuận Ngọc Nguyễn Thị Ngà & Thiện Nguyện Huỳnh Tòng Sơn (Ubach-Palenberg) 1 bao gạo. Gđ. Pt. Bùi Thị Tuyến (Blankenburg/Haz) 4 bao gạo & 10 Kg nếp. Pt. Tịnh Hiếu Nguyễn Thị Chín (Bad Vilbel/Frankfurt/M) 15 lít dầu ăn. Gđ. họ Nguyễn: 1 bao gạo + 10 lít dầu ăn.

* Báo Viên Giác: Bùi Mạnh Hùng 20€. Đào Văn Dương 30€. Dr. Trần Kim Hùng 80€. Dương Thị Xuân Hằng 50€. Hoàng Sơn Nguyễn-Kollmann 90€. Nguyễn Thị Kim Anh 30€. Nguyễn Thị Phương Mai 40€. Nguyễn Văn Thuận 30€. Phạm Thị Hồng Oanh 50€. Trần Tấn Lộc 50€. Trịnh Trương Minh Hà 100€. Trần Văn Tiến (Aachen) 50€. Nguyễn Thị Tuyết Hồng (Bad Oeynhausen) 20€. Huỳnh Hưng Nhơn (Bad Segeberg) 50€. Nguyễn Long Gia (Binzen) 20€. Kim Lê (Birkenfeld) 60€. Nguyễn Bạch Tuyết (Bonn) 60€. Lê Thị Huệ Mỹ (Braunschweig) 20€. Nguyễn Thị Hương 20€. Đặng Thị Tuyết (Cuxhaven) 20€. Đinh Thị Kim Hoàng (Dänmark) 30€. Đào Thị Hồng Nguyên (Edewecht) 33€. Trần Anh Tuấn (Erberdingen) 25€. Bùi Mạnh Căn & Jeanne Bui (Chúc Thanh) (France) 50€. Nguyễn Anh Chương 30€. Nguyễn Thị Xuân Lan 30€. Hoàng Tôn Long (Frankfurt) 20€. Nguyễn Phước Hải (Frankfurt/M) 20€. Trần Nương Bảo 30€. Lê Thị Vân

(Geretsried) 20€. Dr. Hoàng Cương Nguyên & Dr. Nguyễn Thị Minh Ngọc (Hamburg) 20€. Trần Văn Hùng (Hanau) 30€. Jörg Becker (Hannover) 50€. Nguyễn Thị Tiến 25€. Trần Thị Thiên (Hofkirchen) 25€. Đồng Giới Nguyễn Thị Thu (Ihlow) 40€. Dr. Toan Tran Van-Kattner (Kirchheim u.Teck) 20€. Phạm Lạc & Thúy Hằng (Koblenz) 30€. Vũ Đình Hải (Laatzen) 20€. Âu Hà Thị Hồng (Lahr) 30€. Nguyễn Công Khai (Landstuhl) 50€. Lê Thọ Hàng (Tôn Nữ Thị Gái) (Langen) 20€. Trương Thu Vân (Lindenberg/ Allgau) 20€. Nguyễn Thị Phượng (Lorsch) 20€. Nguyễn Thị Thọ (Lünen) 20€. Nguyễn Ngọc Cẩm (München) 30€. Vũ Thị Đức 20€. Hồ Thị Thu Hà (Münster) 30€. Trần Văn Danh & Trần Thị Phúc (Nürnberg) 30€. Phan Hồng Chức (Oberthausen) 50€. Vực Dương (Oldenburg) 30€. Bành Ngọc Anh (Osnabrück) 20€. Nguyễn Hùng Việt (Recklinghausen) 20€. Trần Văn Huyền (Reutlingen) 50€. Gđ. Duyên Ngọc Hàng Ngọc Hoa (Rheine) 50€. Lê Thị Huỳnh Hoa (Saarburg) 50€. Lê Trường Sinh (Schwäbisch-Hall) 50€. Lâm Kiên & Thúy Lý (Stadthagen) 20€. Đoàn Thị Dung (Steinfurt) 40€. Dai Hy Dan (Wiesbaden) 40€. Nguyễn Lê Dân (Wittlich) 20€.

* ẤN TỐNG
Nhung Eck 250€. Thị Kim Chi 50€ HHHL Thân phụ Huỳnh Văn Liễu & Thân mẫu Thiện Dương Hoàng Thị Kim Chi. Lê Thị Huệ Mỹ (Braunschweig) 10€. **-Kinh Pháp Hoa:** Trần Toàn Chi & Vũ Thị Tuyết Mai 20€. **-Đại Tạng Kinh:** Diệu Phượng Trần Thị Mỹ Dung 50€. Hoàng Thị Phúc 100€. **-Kinh Địa Tạng:** Lê Thị Xuyến 40€. Bùi Duy Nguyên (Darmstadt) 100€.

* TƯỢNG PHẬT
-Quan Âm: Lâm Kim Khánh (Mönchengladbach) 120€. Gđ. Pt Minh Đạt Phạm Văn Đại & Đồng Hạnh Đinh Thị Thùy Dung 20€. Gđ. Pt Đinh Thiên Nhiên & Diệu Hòa Mai Thị Dậu (Bielefeld) 20€. Lý Trung Hà (Osnabrück) 70€. **-Địa Tạng:** Bùi Thị Thái (Hannover) 30€. Bùi Văn Thái 20€. **-Tượng Phật trên tháp:** Giang Chung 70€. Tham Mui Hen & Manh Muu 70€. **-Tôn tượng hóa thân Quan Âm:** Đồng Giới Nguyễn Thị Thu (Ihlow) 200€ HHHL Lý Thành Phước & Huỳnh Kim Hoa.

* Tết & Rằm Tháng Giêng: Thiện Khang Võ Thị Hoa & Nguyễn Anh Tuấn 50€.

* Sửa chùa: Nguyên Tuyết 50€. Giang Thái An 200€. Trần Văn Danh & Trần Thị Phúc (Nürnberg) 30€. Vực Dương (Oldenburg) 20€.

* Trai Tăng: Gđ. Pt Minh Đạt Phạm Văn Đại & Đồng Hạnh Đinh Thị Thùy Dung 60€. Lê Thị Huệ Mỹ (Braunschweig) 10€. Chị Đặng Thị Hằng Teickner (Langenhagen) 20€.

* Đèn Dược Sư: Cao Thị Kim Mai (Mönchengladbach) 20€. Vũ Thị Đức (München) 30€.

* Khóa Huân Tu Tịnh Độ: Diệu Cần 20€. Đồng Bảo 30€. Đồng Duyên 20€. Đồng Hoa 10€. Đồng Kim 20€. Đồng Lạc Nguyễn Hùng Anh 10€. Đồng Liên 20€. Đồng Nguyện 20€. Đồng Nhan La Thị Ngọc Dung 10€. Đồng Phúc 10€. Đồng Tánh 20€. Maga Đồng Niệm 50€. Nguyễn Hữu Châu 10€. Nguyễn Thị Liên 20€. Nguyễn Thị Minh 20€. Phạm Thị Nga 20€. Phúc Ân 20€. Phúc Minh 20€. PT khóa tu Bát Quan Trai 500€. Tâm Mỹ 40€. Thiện Hiệp 10€. Viên Hồng 20€. Wolf Dieter Schönbaum & Đồng Nhi Nguyễn Bạch Yến 40€. Đồng Phước (Bielefeld) 100€. Diệu Ngọc (Bích Trâm) (Bremen) 115€. Cô Quảng Diệu (Danmark) 100€. Tâm Thủy 50€. Thiện Đức (Frankfurt) 100€. Tịnh Hiếu Nguyễn Thị Chín 50€. Đồng Tư Phan Lê Chí (Hamburg) 35€. Ân Viên (Hannover) 30€. Diệu Cần 30€. Diệu Ngọc 30€. Đồng Bảo 50€. Đồng Bình 50€. Đồng Hạnh 30€. Đồng Huệ 50€. Đồng Thuận 20€. Gđ. Thiện Học 50€. Hạnh Chơn Liên 50€. Minh Pd Đồng Nguyệt 50€. Phúc Ân 50€. Phúc Minh 100€. Tâm Liễu Phan Thị Liên 50€. Đồng Tánh & Diệu Loan (Hildesheim) 50€. Quảng Thảo (Köln) 100€. Diệu Nghĩa (Krefeld) 80€. Thanh An 20€. Diệu Hạnh (München) 50€. Đồng Liên 100€. Viên Hảo (Münster) 100€. Đồng Đỗ (Nürnberg) 50€. Đồng Tri 50€. Huệ Khanh 50€. Chơn Bích Nguyễn Thị Phi Oanh (Osnabrück) 100€. Hiệp Pd Đồng Tâm (Pinneberg) 50€. Đồng Diệp (Potsdam) 100€. Hạnh Chơn Huyền (Schwäb-Smund) 100€.

* An Cư Kiết Đông: Ẩn danh (NV) 1.000€. An Duyên Nguyễn Thị Nhứt 100€. Chị Đồng Liên & Đồng Tâm 50€. Chi Hội LHTH Aurich 1.200€. Chi Hội PT Karlsruhe (Dr. Đào Trọng Hợp) 120€. Chị Thiện Hảo 50€ HHGL Thầy Tuệ Sỹ. Cô Thông Chiếu 700€ cầu an Trương Văn Vẹn. Công Bao Như Nguyên 400€ cầu an cho Thái Văn Mùi Pd Đức Thắng. Diễm Lâm 50€. Diệp Văn Dũng 200€. Diệu Ân Đỗ Thị Yến 50€. Diệu Giác Phan Ánh Hồng 200€ (ẩm thực). Diệu Loan Nguyễn Thị Thanh Xoan 100€. Đồng Bảo Trần Minh Ngọc 50€. Đồng Huệ Hoàng Thị Phúc 350€. Đồng Thành Nguyễn Thị Phương 20€. Gđ. Đồng Tín & Đồng Hà 100€. Gđ. Nam & Phát 200€. Gđ. Thiện Hà & Nguyên Thảo 50€. Gđ. Thiện Nam & Thiện Chân 300€. Gđ. Pt Diệu Hòa Vũ Thị Hợp 50€. Gđ. Pt Minh Đạt Phạm Văn Đại (1984) (cháu ruột của Đồng Phước) 500€. Gđ. Pt Mỹ Hòa Phạm Thị Thanh Thảo, Thiện Danh Hoàng Văn Hồng & Đồng Vân Hoàng Thảo My Anja 50€. Gđ. Tiên Dân Quyền & Thiện Hỷ 300€. Giang Chung 300€. Huệ Phước Đặng Min 20€. Hương & Thu Mai 150€. Khai Ngộ 100€. Lai Thanh Duy & Nguyễn Thị Lý 50€. Lê Thị Tiến & Lê Thị Hồng Loan 90€. Ngọc Tâm Tạ Thị Hương & Ngọc Cam Huỳnh Lê Văn 50€. Nguyễn Minh Tuấn & Nguyễn Bạch Ngọc 400€. Nguyễn Tăng Lộc (CHPT Nürnberg) 1.000€. Nhật Hoàng Nguyễn Thị Kim Khoa 200€. Phạm Bích Thủy 200€. Phạm Văn Thanh 55€. Phúc Minh 245€. Pt Khánh Đức 100€. Pt Nhật Cảnh Hùng 200€. PT Quảng Tâm 100€. Pt Tư Hậu Trần Thị Hiền, Pt Trần Hữu Dung & Pt Tư Hiền Trần Thu Hương 300€. Pt. Ton Chin Huỳnh Khiết Ngọc 400€. Pt. Vạn Từ Ong Thị Dung 50€. Quảng Đạo & Diệu Hoàng 100€. Quang Minh Thanh 100€. Sư Cô Chân Không 300€. Sư Cô Chân Như & Chân Diệu 500€. Sư Cô Diệu Phước 200€. Sư Cô Huệ Liên (Tu Viện Pháp Viên) 1.100€. Sư Cô Quảng Diệu 100€. Sư Cô Thích Nữ Xả Không 100€. Sư Cô Thông Nghiêm 200€. Sư Cô Tịnh Nghiệp 1.000€. Sư Cô Trung Dung 100€. Thầy Thông Giác 100€. Thích Nữ Hồng Đạt 200€ (ẩm thực). Thiện An Trần Thanh Quý 50€. Thiện Liên Diệc Quảng Hồng 1.000€. Thiện Thủy Vũ Thị Xuyến 15€. TN Như Ngọc 150€. Trầm Xuân Thủy 100€. Trần Thị Phước 200€. Trịnh Thị Mỹ Ngọc 20€. Tuệ Thiền 300€. Tường Vi Rasmussen 650€. Võ Quang Châu 460€. Huyền Ngọc Hương (Bad Kreuznach) 450€. Gđ. Diệu Nguyệt (Minh) (Berlin) 100€. Gđ. Giác Tâm An 100€. Khai Hiền 10€. Khai Mỹ 10€. Huệ Lương Thu Hiền Wittkowsky

(Bielefeld) 70€. Huệ Thành Lương Thị Kim Khánh 50€. Lương Thị Kim Phụng 50€. Gđ. Tâm Hương Trịnh Bích Lan (Birkenhard) 30€. Liên Thư Lê Thị Thư (Braunschweig) 50€. Tâm Mỹ Trần Thị Mỹ Châu 20€. Đồng Liên Nguyễn Thị Kim Hoa (Bremen) 50€. Diệu Cảnh Phạm Thị Lan (Bürstadt) 50€. Gđ. Pt Minh Tài Phạm Hữu Của & Tâm Thủy Võ Thị Cẩm Thúy (Đan Mạch) 200€. Lê Thị Thúy Hồng (Danmark) 200€. Thái Quang Minh (Erlangen) 1.000€. Tâm Viên Nguyễn Thị Minh Triết (Finland) 100€. Chùa Khánh Anh (France) 1.500€. Chùa Phổ Hiền 500€. Hạnh Chơn Huyền (Gmünd) 20€. Gđ. Thiện Giáo Nguyễn Xuân Nghiêm & Thiện Sanh Đỗ Thị Lịch (Göttingen) 100€. Giác Tâm Nguyễn Thị Trâm 20€. Giác Tịnh Mã Hoàng Quỳnh Như 10€. Thiện Chánh Nguyễn Xuân Trang 50€. Thiện Hảo Phạm Ngọc Sương 20€. Đồng Trung Võ Văn Trung (Hamburg) 50€. Gđ. Pt Đồng Kiện & Diệu Xuân 100€. Quý Phật tử Tổ đình Bảo Quang 50€. Đặng Lâm Quang & Ngọc Cẩn Trần Thị Lan (Hannover) 100€. Diệu Thanh Lê Thị Thu Huyền 20€. Đồng An Trịnh Thị Khỏe 50€. Đồng Bạch Nguyễn Thị Liên 50€. Đồng Chiếu 30€. Đồng Độ & Đồng Nhã 200€. Đồng Hiếu Lê Huy Đức Trí 50€. Đồng Kim Dương Thị Út 100€. Đồng Ngọc Trinh Phạm 100€. Đồng Nguyệt Đặng Thị Minh 20€. Đồng Nhi Nguyễn Bạch Yến 50€. Đồng Thuận Thanh Tuyền Leupold 100€. Đồng Tịnh Trịnh Thanh Vân 50€. Đồng Vân Nguyễn Thị Nga 60€. Gđ. Ngọc Tuyền Trần Thị Ngọc Thúy Pavel 20€. Gđ. Nguyễn Văn Quang & Đồng Hoa Nguyễn Thị Mến 50€. Gđ. Pt Tuyến Pd Đồng Thuận 50€. Gđ. Thu & Tứ 50€. Giác Đăng Vũ Huyền 50€. Hạnh Chơn Liên 20€. Mỹ Hiền, Đặng Hải Lâm 20€. Ngọc Thông Võ Hồng Tiến 20€. Nguyên Thảo Lê Thị Như Ý 100€. Nhuận Thanh & Đồng Thể 100€. Phạm Ngọc Hưng & Ngọc Cẩn Trần Thị Dung 30€. Phúc Ân Lê Thị Phương Chinh 50€. Pt Diệu Cần Nguyễn Thị Tiến 100€. Pt. Đồng Tâm 245€. Thiện Phú Lê Bích Lan 20€. Đồng Hạnh Bùi Thị Thu Dung, Diệu Hải Bùi Thị Thu Hà, Gđ. Bùi Văn Dũng, Gđ. Bùi Văn Bình, Gđ. Bùi Đức Thắng & Gđ. Bùi Quang Khánh (Hannover/ViệtNam) 200€. Khai Phú Nguyễn Thái Hưng & Diệu Ngân Đinh Thị Nga (Helsinki/Finland) 250€. Đỗ Thị Yến (Holland) 100€. Gđ. Nguyễn Hạnh Đoàn Thị Len 100€. Diệu Ngọc & Quảng Tâm (Karlsbach) 100€. Phạm Lạc & Thúy Hằng (Koblenz) 20€. Gđ. Diệu Thanh Minh Hải (Künzelsau) 50€. Gđ. Đức Thuần Nguyễn Thị Mạnh 50€. Nguyễn Thị Kim Chi (Laatzen) 1.000€ HHHL Cha Nguyễn Văn Phong mất năm 83 tuổi & Mẹ Trần Thị Thắm mất năm 88 tuổi. Gđ. Phạm Văn Sơn (Hải) & Đồng Hoa Nguyễn Thị Thu Hương (Lehrte) 50€. Gđ. Pt Diệu Thiện Phan Thị Nghiệp (Leipzig) 500€. Nguyễn Khôi (Trịnh Thị Mai Hoa) (Lippstadt) 500€. Elaine Quách & Roya Minh Lâm (London/England) 116€. Đồng Thanh & Đồng Nghiêm (Mannheim) 50€. Minh Hiền & Ân Đức (Mönchengladbach) 100€. Ẩn danh (München) 100€. Diệu Hạnh Vũ Thị Đức & Đạo Tâm 100€. Thiện Giới Lê Thị Thu Hương 300€. Viên Tường Ong Thị Dung 50€. Đồng Tấn Lee Lục Nhan Khanh (Nienburg) 50€. Gđ. Pt Thiện Kim - Cô Vân (Nürnberg) 300€. Huệ Thông - Dung 450€. Huỳnh Thị Hồng Xuân 50€. Thái Quang Trường 100€. Thiện Vũ & Thiện Sơn 100€. Trầm Thuận Đạt 100€. Ni Sư Tuệ Đàm Châu (Oberhausen) 1.000€. Chị Nhuận Thiền (Paderborn) 100€. Trương An Ly 300€. Viên Hồng Nguyễn Thái Bạch Hồng (Recke) 20€. Trần Văn Huyền (Reutlingen) 100€. Chùa Viên Minh (Schweiz) 2.000€. Gđ. Thiện Hữu Đỗ Thái Bằng (Seelze) 200€. Chánh Đức Quang Huỳnh Văn Hồng (Springe) 20€. Thiện Nhựt Nguyễn Thị Tuyết Anh 20€. Diệu Liên Trần Thị Thu Thành (Stollberg) 50€. Hiếu Ngọc Đỗ Bích Giao (Stuttgart) 20€. Gđ. Tăng Chí Cường (Sweden) 180€. Pt Quảng Tịnh 100€. Lữ Thị Hồng Hạnh (USA) 100€. Nguyễn Trí & Nguyễn Tuệ (Wilhelmshaven) 300€. *Gđ. Họ Vương 300€ HHHL Vương Học Đạt Pd Quảng Thành. Đồng Phước (Bielefeld) 200€. Thị Bích Ngọc Phạm-Eggers & Daniel Eggers 200€. Nguyễn Thị Hiệp 500€. Nguyễn Thị Cha (France) 150€. Trần Như Mai & Trần Ngọc Lan (England) 1.670€. Diệu Thiện (Hamburg) 200€ HHHL Đh Nguyên Trí Nguyễn Hòa, bút hiệu Phù Vân tuần 100 ngày. SC TN Hạnh Trì (USA) 917€. SC TN Giác Mãn (Sweden) 100€. SC TN Chân Không 208€. Đồng Hạnh (Hannover) 50€. Diệu Hương & Minh Huệ (Münster) 300€. SC TN Xả Không (München) 100€. Diệu Hương (Berlin) 50€. Valérie Thùy Tiên, Hồng Phúc & Diệu Thiện Lê Hồng Loan 100€. Ẩn danh 50€. Chùa Bảo Quang (Hamburg) 200€. Sư Cô Tuệ Đàm Giác 20€. Tâm Liễu Phan Thị Liên 50€. Diệu Ân (Holland) 40€. Ngọc Bình Ô Thị Hai (Meppen) 4.000€ HHHL Thân mẫu Ô Thị Tốt Pd Diệu Thọ. France: Chùa Phổ Hiền 2.000€. Minh Hiền 100€. Minh Hòa, Tắc Duyên & Diệu Hương 100€. Gđ. Miemie 100€. Thiện Toàn (Schweiz) 50€. Ngọc Cẩn Trần Thị Lan & Đặng Lâm Quang (Hannover) 100€. Diệu Thiện (Bad Iburg) 100€. Đồng Phước (Bielefeld) 100€. Phạm Thị Cúc 50€. SC TN Chân Không (France) 150€. Nga: Chùa Thảo Đường 917€. Ni Sư TN Tuệ Đàm Hương 642€. Niệm Phật Đường Moscow 459€. Niệm Phật Đường An Lạc 459€. Gđ. Anh Tịnh & Cô Hằng (St.Peterburg) 459€. Quý ĐH & Phật Tử tại Nga 7343€. Sư Cô TN Hạnh Trì (USA) 917€.

* Học Viện Phật Giáo Viên Giác:
Nguyên Tuyết 50€. Ẩn danh 200€. Ẩn danh 50€. Ẩn danh 50€. Bành Tâm Sơn 20€. Diệu Loan Đinh Thị Phượng 500€. Đồng Bình Bùi Thị Thái 1.000€. Đồng Tư 100€. Dương Thị Quỳnh Hoa Pd Đồng Hạnh 100€. Hoàng Thị Phúc 100€. Nguyễn Thị Thu 500€. Sư Cô Chân Diệu 300€. Sư Cô Chân Như 500€. Tám Nguyệt 100€. Trần Thị Hồng Sương 100€. Vũ Đức Long & Lê Xuân 500€. Điền Tom (Köln) 500€. Nhật Bình Hùng (Oberhausen) 500€.

* TỪ THIỆN & XÃ HỘI:
-Cô nhi, Cùi, Mù & Dưỡng lão: Nguyên Tuyết 100€. Phan Ngọc Đức 20€. Văn Khanh Werner 200€. Đào Thị Hồng Nguyên (Edewecht) 200€. Dr. Hoàng Cương Nguyên & Dr. Nguyễn Thị Minh Ngọc (Hamburg) 50€. Phi Quang (Karlsruhe) 30€. Cao Thị Kim Mai (Mönchengladbach) 10€. Trần Văn Danh & Trần Thị Phúc (Nürnberg) 30€. Nguyễn Lê Dân & Nguyễn Thu Thủy (Wittlich) 20€.

-Giúp người nghèo: Trần Văn Danh & Trần Thị Phúc (Nürnberg) 30€.

-Giúp Bão lụt: Nguyễn Thị Thanh 100€.

-Nồi cháo tình thương: Nguyên Tuyết 50€. Phạm-Nguyễn Thị Thu

Thủy (Belgique) 50€. Trần Văn Danh & Trần Thị Phúc (Nürnberg) 30€.

-Xe lăn: Nguyễn Lê Dân & Nguyễn Thu Thủy (Wittlich) 20€.

-Mổ mắt tìm lại ánh sáng: Nguyên Tuyết 50€. Phi Nam 30€. Nguyễn Lê Dân & Nguyễn Thu Thủy (Wittlich) 50€.

-Phóng sanh: Nguyễn Thị Kim Anh 30€. Đào Thị Hồng Nguyên (Edewecht) 100€.

* Học bổng Tăng Ni Việt Nam: Bành Tâm Sơn (Wiesbaden) 20€. Trần Văn Danh & Trần Thị Phúc (Nürnberg) 60€.

* KÝ TỰ: Lê Thị Tiến 50€. Kim Lê (Birkenfeld) 40€.

* QUẢNG CÁO: Vũ Trọng Tiến 280€.

* ĐỊNH KỲ (Tháng 11&12/2023): Châu Thanh Sơn 10€. Chöling 600€. Christian Leupold 60€. Đặng Quốc Minh 20€. Đào Thị Hiền 20€. Diệu Khải, Diệu Ngọc & Quảng Tâm 100€. Đỗ Thái Bằng 60€. Đỗ Thị Hồng Hạnh 10€. Đoàn Thanh & Vũ Phước 20€ HHHL Đồng Phước Võ Thị Hai. Đồng Giới Nguyễn Thị Thu 20€. Đồng Hoa & Thiện Mỹ 10€. Hà Đoàn Thục Như 1.000€. Hà Ngọc Kim 50€ HHHL Diệu Hạnh Đinh Thị Hội. Hồ Thị Nguyệt 50€. Hoàng Thị Nhung 20€ HHHL Hoàng Văn Lịch. Hoàng Thị Phúc 20€. Hoàng Thị Tân 120€. Hồng Nghiệp Phan Quỳnh Trâm 10€. Hứa Thiện Cao 10€. Hue Wollenberg 20€. Kim Loan Lâm Thị Maier 20€. Lâm Đức Toàn 10€. Lâm Thị San 20€. Lê Minh Sang 60€. Lê Thị Ngọc Hân 100€. Lê Thị Tiến 25€. Lê Thùy Dương 10€. Lê Văn Đức 30€. Lý Kiến Cường 30€. Manuela Horn 20€. Ngô Thị Thắng 20,46€. Nguyễn Hoàng Vũ & Nguyễn Thị Thanh Phương 20€. Nguyễn Hữu Mừng Chi 20€. Nguyễn Liên Hương 40€. Nguyễn Ngọc Đương 10€. Nguyễn Quang Hùng 30€. Nguyễn Quốc Định 30€. Nguyễn Thị Diệu Hạnh 30€. Nguyễn Thị Hiền 10€. Nguyễn Thị Hồng Quyên 20€. Nguyễn Thị Kim Lê 20€. Nguyễn Thị Minh Sáu 40€. Nguyễn Thị Ngọc Lan 40€ HHHL Mẹ Đồng Phước Nguyễn Thị Phụng. Nguyễn Thị Thu Nguyệt 20€. Nguyễn Thiện Đức 30€. Nguyễn Thị Hiền 10€. Phạm Thị Mai & Minh Trương 40€. Phạm Văn Dũng & Đỗ Thị Cúc 12€. Phan Đình Du 100€. Phan Thị Lan 14€. Phan-Thị Dương 25,56€. Phùng Văn Thanh 10€. Pt Thiện Phước & Quang Thảo 40€. Quách-Lê Thị Kim Thu 50€. Rafael Adan Spyra 20€. Sabine & Phan Trương Trần Vũ 100€. Tạ Thị Ngọc Dung 60€. Thái Kim Sơn 80€. Thái Quang Minh 200€. Thị Bích Lan Nguyễn-Erhart (Lünen) 30€. Thị Thiện Phạm Công Hoàng 50€. Thiện Chơn Ngô Quang Vinh 40€. Thiện Độ Ngô Quang Đức 80€. Thiện Nam & Thiện Hồng 100€. Thiện Thủy Vũ Thị Xuyến 15€. Tôn Thúy 40€. Trần Mạnh Thắng 100€. Trần Ngọc Anh (Trần Lăng Hía) 20€. Trần Ngọc Diễm 10€. Trần Tân Tiếng 22€. Trần Thị Kim Lệ 10€. Trần Thị Ngọc Anh 10€. Trần Thị Thanh 30€. Trần Thị Thu Thủy 10,22€. Trần Văn Dân 15€. Trương Ngọc 100€. Tu Bình Spyra 30€. Uông Minh Trung 20€. Viên Tú Nguyễn Thị Anh 20€. Võ Thị My 20,46€. Võ Thị Mỹ 20€. Võ Văn Hùng 30€. Vũ Đình Đức 30€. Vũ Quang Tú 100€. Vũ Thị Phương Thảo 10€. Vũ Thị Tường Nhân 20,46€. Young Thị Thanh 30€.

Tu viện VIÊN ĐỨC
(01.10.2023 - 31.12.2023)

Tam Bảo: Bành Hên 60€. Đào Thúy Uyên 200€. Diệu Ngọc & Quảng Tâm 60€. Đỗ Văn Vinh 30€. Đồng An Nguyễn Thúy Hồng 100€. Dương Thị Ngọc Liên 30€. Hồ Thị Thanh Bình 60€. Kim Loan Lâm Thị Maier 45€. Lai Trung Việt & Lo Thị Phương 60€. Lê Thị Kim Loan 60€. Lê Thúy Hà 30€. Muoi Giang 60€. Nguyễn Thanh Hai 90€. Nguyễn Thị Kim Dung 150€ HHHL Trần Hữu Phúc Pd Thanh Tran. Nguyễn Thị Thanh Kim 314,14€. Nguyễn Thị Thu Huyền 20€. Nguyên Tuyết Xinh 30€. Phạm Thái Hùng 15€. Quách Thị Phương & Văn Khánh 30€. Thanh Hương Bauer 30€. Trần Hoàng Minh 90€. Trần Hữu Sơn & Nguyễn Thị Thanh Ta 1.500€. Trần Mạnh Thắng 150€. Trần Thị Nga 30€. Trần Thị Nở 60€. Viên Giác Pagode 4.000€. Võ Thị Kim Nga 300€. Vũ Đình Đức 45€. Nguyễn Thị Minh Phương (Erbach) 90€. Dirk-Heiko-Dung Meissner (Giengen) 100€. Sơn & Chiến (Gossau/CH) 50€. Đồng Quang & Đồng Chiếu (Hannover) 50€. Nguyễn Thị Lan Anh (Neu-Ulm) 30€. Nguyễn Đắc Dũng (Nonnenhorn) 50€. Nguyễn Thị Kim Trang (Wangen) 20€.

*
* *

Chuyển tiền cúng Chùa VG, xin quý vị vui lòng ghi rõ *mục đích (Verwendungszweck)* cúng cho mục nào để văn phòng dễ sắp xếp. Quý vị ở ngoài nước Đức cũng có thể gửi tiền mặt hoặc Check trong thư, có thể gửi thường hoặc gửi bảo đảm về chùa. Xin thành thật cám ơn quý vị. Tất cả mọi sự Cúng Dường định kỳ hoặc những lễ lạt khác, quý vị đều có thể lấy Giấy Khai Thuế lại (bằng tiếng Đức) để cuối năm khai khấu trừ thuế với Chính Phủ. Quý vị nào cần, xin liên lạc về Chùa qua Email: pagodevg2020@gmail.com, bằng thư hoặc điện thoại, cho đến cuối tháng 4 mỗi năm; chúng tôi sẽ gửi giấy đến quý vị.

* Cúng dường Tổ đình Viên Giác, xin chuyển vào Konto mới như sau:
Congr.d.Verein Vietn.Buddh.Kirche
Abteilung i.d Sparkasse Hannover
Konto Nr. 910 403 066
BIC: SPKHDE2HXXX
IBAN: DE40 2505 0180 0910 4030 66

* Cúng dường Xây dựng Học Viện Phật Giáo Viên Giác:
Vien Giac Institut
Konto-Nr.: 910 570 655
BIC: (Swift-Code): SPKHDEHXXX
IBAN: DE 90 2505 0180 0910 5706 55
Sparkasse Hannover

* Tu Viện Viên Đức ở Ravensburg:
Kloster Vien Duc
BIC: SOLADES1RVB
IBAN: DE53 6505 0110 0111 3020 68
Kreissparkasse Ravensburg

Ngày .... tháng .... năm 202 ....
PHIẾU ỦNG HỘ BÁO VIÊN GIÁC
Số hiệu độc giả (SH) ....
Họ và tên:..........................
Địa chỉ :............................
Tel./Email : ....
Số tiền:...........................
Giấy chứng nhận khai thuế :
  Có ☐   Không ☐

Độc giả mới ☐   Độc giả cũ ☐
Nếu thay đổi địa chỉ nhận báo, xin ghi rõ địa chỉ cũ kèm theo :
....

CONGREGATION DER VEREINIGTEN VIETNAMESISCHEN BUDDHISTISCHEN KIRCHE
Abteilung in Deutschland e.V. (gemeinnütziger Verein)
(Gegründet 1979 in Hannover)
Vereinigung der Vietnamesischen Buddhistischen Flüchtlinge in Deutschland e.V.
(gemeinnütziger Verein) (Gegründet 1978 in Hannover)
Pagode Viên Giác ○ Karlsruher Str. 6 ○ 30519 Hannover, Germany
Tel.: +49-511-879630 ○ Fax: +49-511-87941200 ○
www.viengiac.info ○ Email: todinh@viengiac.info; thichhanhdinh@yahoo.com

Tâm Thư kêu gọi đóng góp xây dựng Học Viện Phật Giáo Viên Giác

Hannover, tháng 01 năm 2024

Nam Mô Bổn Sư Thích Ca Mâu Ni Phật.
Kính gửi chư Tôn Thiền Đức Tăng Ni nhị bộ.
Đồng Kính gửi Quý Đồng Hương Phật Tử xa gần.

Chùa Viên Giác được khai sơn tạo tự từ năm 1978 đến nay đã 45 năm rồi, nghĩa là gần nửa thế kỷ. Trong khoảng một thời gian dài trôi qua như vậy, Tăng Ni và Phật Tử tại nước Đức nói riêng và khắp nơi trên thế giới nói chung đã nhiệt tâm đóng góp từ tinh thần đến vật chất, nên Tổ Đình Viên Giác tại Hannover mới được hình thành và phát triển như ngày hôm nay. Công đức đó thật là vô lượng vô biên không có giấy mực nào tả xiết. Xin hồi hướng phước báu này đến mọi người và mọi loài được ân triêm lợi lạc.

Thầy trò chúng tôi suốt qua dòng thời gian ấy vẫn cưu mang tâm nguyện làm sao xây dựng được một **Học Viện Phật Giáo Việt Nam** tại Đức, ngang tầm với các Đại Học Phật Giáo bên ngoài để giảng dạy về Phật Học, các ngôn ngữ Pali, Sanskrit, Tây Tạng, Việt (có giảng kèm tiếng Anh và tiếng Đức) cho Tăng Ni và Phật Tử Việt Nam cũng như người nước ngoài. Tâm nguyện ấy luôn canh cánh bên lòng kể từ đời Trụ Trì thứ nhất, Thượng Toạ Thích Hạnh Tấn (2003-2008); qua đến các đời Trụ Trì thứ hai, Thượng Toạ Thích Hạnh Giới (2008-2017); đời Trụ Trì thứ ba, Đại Đức Thích Hạnh Bổn (2017-2022); đời Trụ Trì thứ tư, Thượng Toạ Thích Hạnh Định (2022-ngày nay). Đến nay chính thức vào ngày 15 tháng 12 năm 2023 vừa qua Sở Xây Dựng thành phố Hannover đã cấp giấy phép xây cất Học Viện này. Đây là một tin vui cho tất cả chúng ta, vì thời gian chờ đợi cũng đã khá lâu rồi.

Chúng tôi dự định sẽ làm **Lễ Đặt Viên Đá Đầu Tiên** vào lúc *10 giờ sáng ngày 25 tháng 5 năm 2024 (thứ bảy)* nhân lễ Phật Đản PL.2568 tại Hannover. Kính mong Quý Ngài và Quý Vị hoan hỷ quang lâm chứng minh cũng như trợ niệm cho dự án này sớm được thành tựu viên mãn.

Học Viện sẽ gồm 5 tầng, mỗi tầng 1.000 m². Tổng diện tích xây dựng độ 5.000 m² và mỗi mét vuông xây dựng ước tính phí tổn chừng 1.500,- Euro. Như vậy tổng kinh phí có thể lên đến 7.500.000,- Euro. Số tiền này làm sao chúng ta có được? Xin thưa là các đời Trụ Trì trước đây có dành dụm được một ít và phần lớn còn lại xin kêu gọi Quý Phật Tử xa gần hỗ trợ bằng cách đóng góp mỗi người hay nhiều người một mét vuông trong một hay nhiều lần. Ngạn ngữ Việt Nam ta có câu: "Tích thiểu sẽ thành đa" hay "kiến tha lâu sẽ đầy tổ". Cứ nhìn về quá khứ hay hiện tại sẽ để đoán biết tương lai của chúng ta, chúng tôi nghĩ rằng Phật Tử Việt Nam chúng ta sẽ thực hiện được điều này. Bởi lẽ công trình đồ sộ của Tổ Đình Viên Giác trong hoàn cảnh khó khăn trước đây chúng ta đã thực hiện được, thì công trình cuối cùng này dù to lớn cách mấy chắc chắn chúng ta sẽ không bỏ lỡ. Đây chính là dấu mốc lịch sử quan trọng về sự hội nhập và phát triển của Phật Giáo Việt Nam của chúng ta tại xứ người.

Mọi sự cúng dường một lần hay nhiều lần cho *một mét vuông xây dựng trị giá 1.500,- Euro* ấy xin Quý Vị chuyển vào Konto sau đây:

Người nhận: **Viên Giác Institut**
Nhà Bank: **Sparkasse Hannover**
Account Nr.: **910 570 655**
IBAN: **DE 90 2505 0180 0910 5706 55**
BIC(SWIFT-Code): **SPKHDE2HXXX**

Tinh tài cúng dường Quý Vị có thể nhận Giấy Chứng Nhận bằng tiếng Đức để xin khấu trừ vào thuế cuối năm với chính phủ. Sau đợt kêu gọi cúng dường này, chúng tôi sẽ kêu gọi cho mượn Hội Thiện không lời trong nhiều năm hoặc đóng góp định kỳ hằng tháng v.v… Kính mong Quý Vị quan

tâm hỗ trợ cho.

Hình thức cơ sở Học Viện có năm tầng từ dưới lên trên như hình bên dưới gồm:

1) Tầng hầm rộng 1.000 m² làm chỗ sinh hoạt cho Gia Đình Phật Tử và các phòng liên hệ khác.

2) Tầng trệt cũng 1.000 m² gồm phòng đa dụng để hội họp, thuyết trình, giảng pháp, sinh hoạt văn nghệ, văn phòng, vệ sinh công cộng v.v…

3) Tầng 2 & tầng 3 gồm những lớp học, thư viện, chỗ lưu trú của các vị Giảng Sư và của Phật Tử.

4) Tầng cuối cùng gồm hai phần. Một phòng toạ Thiền rộng rãi cho Tăng Ni và Phật Tử và một nhà tưởng niệm Hoà Thượng khai sơn Tổ Đình Viên Giác.

Chúng tôi dự định sẽ cho đấu thầu tổng thể phần khung sườn (Rohbau) và xây dựng từng đợt theo số tiền mình có được. Sau phần khung sườn sẽ kêu gọi các vị công quả như thợ làm ống nước, điện, Gas và thợ hồ, thợ mộc người Việt Nam chúng ta phát nguyện làm giúp để có thể tiết kiệm được tiền công thợ. Thời gian tới Kiến Trúc Sư của chùa sẽ thông báo rõ ràng chi tiết là thời gian nào cần đến thợ nào. Kính mong Quý Vị xem qua trang nhà Viên Giác hay Facebook của Viên Giác để trợ giúp cho. Kính mong được như vậy.

Lời cuối chúng tôi chẳng biết nói gì hơn là cầu nguyện Tam Bảo gia hộ cho chư Tôn Đức Tăng Ni khắp nơi trên thế giới luôn được hanh thông trên con đường hoằng pháp độ sanh và xin cầu nguyện Tam Bảo gia hộ cho Quý Đạo Hữu, Phật Tử và bửu quyến luôn được sống an bình dưới ánh sáng từ bi của chư Phật và chư vị Bồ Tát.

Kính nguyện Đức Bổn Sư thùy từ gia hộ.

Nam Mô Hoan Hỷ Tạng Bồ Tát Ma Ha Tát tác đại chứng minh.

Chứng minh **Phương Trượng Tổ Đình Viên Giác**	**Kính bái bạch** **Đệ tử Trụ Trì Tổ Đình Viên Giác**

Hoà Thượng Thích Như Điển	Tỳ Kheo Thích Hạnh Định

CONGREGATION DER VEREINIGTEN VIETNAMESISCHEN BUDDHISTISCHEN KIRCHE
Abteilung in Deutschland e.V. (gemeinnütziger Verein)
(Gegründet 1979 in Hannover)
Vereinigung der Vietnamesischen Buddhistischen Flüchtlinge in Deutschland e.V.
(gemeinnütziger Verein) (Gegründet 1978 in Hannover)
Pagode Viên Giác ○ Karlsruher Str. 6 ○ 30519 Hannover, Germany
Tel.: +49-511-879630 ○ Fax: +49-511-87941200 ○
www.viengiac.info ○ Email: todinh@viengiac.info; thichhanhdinh@yahoo.com

AUFRUF ZUR SPENDENAKTION FÜR DEN BAU DES BUDDHISTISCHEN INSTITUTS VIEN GIAC

Hannover, im Januar 2024

Ehrerbietige Grüße an alle ehrwürdigen Mönche und Nonnen,

ebenso herzliche Grüße an alle nahen und fernen Buddhisten,

sehr geehrte Damen und Herren,

der Vien Giac Tempel wurde 1978 gegründet und besteht nunmehr seit 45 Jahren, was fast ein halbes Jahrhundert bedeutet. In dieser langen Zeit haben Mönche, Nonnen und Buddhisten in Deutschland und auf der ganzen Welt mit großem Enthusiasmus sowohl geistig als auch materiell dazu beigetragen, wodurch der Vien Giac Tempel in Hannover zu dem Zentrum buddhistischen Lebens wurde, das er heute ist. Diese Verdienste sind unermesslich. Mögen diese gesammelten Verdienste allen Menschen und Lebewesen Segen und Freude bringen.

Über die Jahre hinweg haben mein Schüler und ich stets das Ziel verfolgt, **ein buddhistisches Institut in Deutschland** zu errichten, das mit internationalen buddhistischen Universitäten vergleichbar ist. Dieses Institut soll Kurse über den Buddhismus sowie die Sprachen Pali, Sanskrit, Tibetisch und Vietnamesisch anbieten, ergänzt durch Unterricht in Englisch und Deutsch. Es richtet sich an vietnamesische Mönche, Nonnen und Buddhisten sowie an Nicht-Vietnamesen. Dieses Ziel war seit der Amtszeit des ersten Abtes, des Ehrwürdigen Thích Hạnh Tấn (2003-2008), tief in unseren Herzen verwurzelt. Es wurde fortgeführt während der Amtszeiten des zweiten Abtes, des Ehrwürdigen Thích Hạnh Giới (2008-2017), des dritten Abtes, des Ehrwürdigen Thích Hạnh Bổn (2017-2022), und des vierten Abtes, des Ehrwürdigen Thích Hạnh Định (2022-heute). Am 15. Dezember 2023 erteilte die Baubehörde der Stadt Hannover schließlich die Baugenehmigung für dieses Institut. Dies ist eine freudige Nachricht für uns alle, da wir bereits lange darauf gewartet haben.

Wir planen, die **Grundsteinlegung am 25. Mai 2024** (Samstag) um 10 Uhr morgens in Hannover anlässlich des Vesakh-Fests im buddhistischen Jahr 2568 durchzuführen. Wir würden uns sehr freuen, wenn Sie an dieser feierlichen Veranstaltung teilnehmen und uns mit Ihren guten Gedanken und Ihrem Beistand unterstützen würden, damit dieses Projekt erfolgreich und vollständig umgesetzt werden kann.

Das Institut wird aus fünf Stockwerken bestehen, wobei jedes Stockwerk 1.000 m² umfasst. Die Gesamtfläche beläuft sich somit auf etwa 5.000 m², und die geschätzten Baukosten pro Quadratmeter betragen rund 1.500,- Euro. Daraus ergeben sich Gesamtkosten von bis zu 7.500.000,- Euro. Woher kommt dieses Geld? Ich möchte darauf hinweisen, dass die vorherigen Äbte bereits einen Teil gespart haben und wir den größten Teil durch Spendenaufrufe an Buddhisten sowohl in der Nähe als auch in der Ferne sammeln möchten. Jeder könnte einen oder mehrere Quadratmeter einmalig oder mehrfach spenden. Es gibt ein vietnamesisches Sprichwort: "Mehrere kleine Beiträge summieren sich zu großen Beträgen" oder "Die fleißige Ameise füllt nach und nach ihr Nest". Wenn wir auf die Vergangenheit und Gegenwart blicken, um die Zukunft vorherzusagen, glauben wir, dass wir dieses Ziel erreichen werden. Denn wenn wir in der Vergangenheit unter schwierigen Bedingungen das beeindruckende Projekt des Vien Giac Haupttempels realisieren konnten, dann sind wir überzeugt, dass wir auch dieses

umfangreiche Projekt erfolgreich umsetzen werden. Dies wird ein wichtiger historischer Meilenstein in der Integration und Entwicklung des vietnamesischen Buddhismus in einem uns vormals fremden Land sein.

Für jede Spende, einmalig oder mehrfach, für einen Quadratmeter der Baufläche im Wert von 1.500,- Euro, bitten wir Sie auf das folgende Konto zu überweisen:

Empfänger: **Pagode Vien Giac**
Bank: **Sparkasse Hannover**
Kontonummer: **910 570 655**
IBAN: **DE 90 2505 0180 0910 5706 55**
BIC (SWIFT-Code): **SPKHDE2HXXX**

Für Ihre großzügigen Beiträge können Sie eine Spendenbescheinigung auf Deutsch erhalten. Nach dieser Spendenaufrufphase werden wir auch um zinslose Darlehen für mehrere Jahre oder um regelmäßige monatliche Beiträge bitten. Wir hoffen sehr auf Ihre Unterstützung und Ihr Interesse an unserem Projekt.

Die Struktur des Institutsgebäudes umfasst fünf Etagen, von unten nach oben wie folgt aufgebaut:

1. Das Kellergeschoss mit einer Fläche von 1.000 m² dient als Gemeinschaftsbereich für buddhistischen Jugendorganisation (Gia Đình Phật Tử) und weitere zugehörige Räume.

2. Das Erdgeschoss, ebenfalls 1.000 m², beinhaltet einen Mehrzweckraum für Versammlungen, Vorträge, religiöse Lehren, kulturelle Aktivitäten, Büros und öffentliche Toiletten.

3. Die zweite und dritte Etage beinhalten Klassenräume, eine Bibliothek und Unterkünfte für Dozenten und Buddhisten.

4. Die oberste Etage besteht aus zwei Teilen: einem großzügigen Meditationsraum sowie einem Gedenkraum für den Gründerabt des Vien Giac Tempels.

Wir planen, den Gesamtbau des Rohbaus auszuschreiben und in Phasen entsprechend den verfügbaren finanziellen Mitteln zu bauen. Nach Fertigstellung des Rohbaus werden wir um die Unterstützung von Fachkräften wie Klempnern, Elektrikern, Gasinstallateuren, Maurern und Tischlern aus unserer vietnamesischen Gemeinschaft bitten, die bereit sind, ehrenamtlich zu helfen, um Arbeitskosten zu sparen. In Zukunft wird der Architekt des Tempels detailliert informieren, zu welchem Zeitpunkt welche Fachkräfte benötigt werden. Wir bitten Sie, die Webseite des Vien Giac Tempels oder die Facebook-Seite zu besuchen, um Unterstützung zu leisten. Wir hoffen sehr auf Ihre Mithilfe.

Abschließend beten wir, dass die Drei Juwelen (Buddha, Dharma, Sangha) alle ehrwürdigen Mönche und Nonnen weltweit auf ihrem Weg, das Dharma zu verbreiten und Lebewesen zu erretten, beschützen mögen. Wir beten auch dafür, dass die Drei Juwelen allen Menschen und Lebewesen stets ein Leben in Frieden ermöglichen, umgeben vom mitfühlenden Licht der Buddhas und Bodhisattvas.

Mit hochachtungsvollen Grüßen.

Der Grüder-Abt	Der 4. Abt des Vien Giac Haupttempels

Hoch-Ehrwürdiger Thích Như Điển	Ehrwürdiger Thích Hạnh Định

www.ingramcontent.com/pod-product-compliance
Lightning Source LLC
LaVergne TN
LVHW081605060526
838201LV00054B/2089